'दिलीपराज प्रकाशन प्रा. लि.'च्या नवीन पुस्तकांची यादी व माहिती हवी असल्यास आपला पत्ता, दूरध्वनी क्रमांक किंवा *Email* आमच्या *diliprajprakashan@yahoo.in* या *Email address* वर पाठवावा किंवा आमच्याशी दूरध्वनी क्रमांक फॅक्ससहित : ०२०-२४४८३९९५/२४४९५३१४ /२४४७१७२३ यावर संपर्क साधावा. आमच्या वेबसाईटला एकदा अवश्य भेट द्या.

Website: *www.diliprajprakashan.com*

पुरुषार्थ

(कादंबरी)

मधुकर काकडे

दिलीपराज प्रकाशन प्रा. लि.

२५१ क, शनिवार पेठ, पुणे - ४११ ०३०

पुरुषार्थ / Purushratha

प्रकाशक
राजीव दत्तात्रय बर्वे,
मॅनेजिंग डायरेक्टर,
दिलीपराज प्रकाशन प्रा. लि.,
२५१ क, शनिवार पेठ,
पुणे - ४११ ०३०

प्रथमावृत्ती : २० फेब्रुवारी २०१२

प्रकाशन क्रमांक : १९४५

ISBN : 978-81-7294-931-0

टाईपसेटिंग
पितृछाया मुद्रणालय,
९०९, रविवार पेठ,
पुणे - ४११ ००२

मुखपृष्ठ
सागर नेने

'नांदा सौख्यभरे' आणि **'सुख येता तुमच्या दारी'** या दोन्ही पुस्तकांना वाचकांनी भरभरून प्रतिसाद दिला. त्या पुस्तकांवर मनापासून प्रेम केले. गेली दोन वर्षे, अवघ्या महाराष्ट्रातून रोज मला असंख्य फोन आले. लोक भावूक होऊन बोलले. अभिनंदन केलं. कौतुक केलं. कृतज्ञता व्यक्त केली. पुढच्या पुस्तकाची विचारणा केली. या आणि अशा, माझ्या सर्व प्रिय आणि रसिक वाचकांस ही कादंबरी प्रेमपूर्वक अर्पण!

- मधुकर काकडे

'दोन शब्द'

कादंबरी हा माझा खूप आवडता वाङ्मयप्रकार आहे. हा वाङ्मय प्रकार एखादा विषय पूर्णपणे मांडण्याचा प्रयत्न करतो.

माझी याआधीची पुस्तके 'नांदा सौख्यभरे' आणि 'सुख येता तुमच्या दारी' ही समुपदेशनात्मक आहेत. 'पुरुषार्थ' ही कादंबरी आहे.

निवेदन, वर्णन यापेक्षा मनोविश्लेषण आणि संवाद या अंगाने लिहिलेली ही कादंबरी आहे. विषय अधिक अचूकपणे मांडता यावा म्हणून.

संवाद होताना व्यक्तींच्या हालचाली, त्यांच्या चेहऱ्यावर उमटणारे भाव किंवा त्यांच्या कायिक प्रतिक्रिया यांचे वर्णन मुद्दाम टाळले आहे. कारण आजचा वाचक अधिक प्रगल्भ असल्याने, प्रगत माध्यमांशी निगडित असल्याने केवळ संवाद वाचताना, त्याला जसाच्या तसा तो घडताना दिसू शकतो, याची मला खात्री आहे.

आपल्याला या कादंबरीचा विषय, आशय आणि त्याची मांडणी आवडेल, असा विश्वास आहे. आपल्यापर्यंत काही पोचवण्याची माझी आंतरिक तळमळ आपल्याला निश्चित भावेल, याबद्दल माझ्या मनात शंका नाही.

- मधुकर काकडे

पुरूषार्थ.... वाचण्यापूर्वी

पुरुषार्थ ही मधुकर काकडे यांची पहिलीच कादंबरी, पण नवखेपणाच्या कोणत्याही खाणाखुणा नसलेली, एक परिपक्व, प्रौढ आणि वयात आलेली समजंस कादंबरी आहे. कादंबरी या वाङ्मय प्रकाराचा आवाका खूप मोठा असतो, त्यामुळे एखाद्या व्यक्तीच्या आयुष्यभरातील अनेक घटना तपशीलवार रंगवण्यात इथे मोठा अवकाश असतो, या अवकाशाचा पुरेपूर उपयोग करून श्री. काकडे यांनी या कादंबरीची रचना केली आहे. माणसाचं मन हे अतिशय गुंतागुंतीचं असतं, आणि त्याचा ठाव भल्या-भल्यांनाही लागत नाही. मनात घडत असणारं विश्व व्यक्तीच्या बाह्य जीवनापेक्षा कितीतरीपट मोठं आणि सखोल असतं, आणि त्यातल्या घडामोडींचा अंतर्वेध घेणं हे त्याहूनही अवघड काम. फ्रॉईड, युंग यांच्यासारख्या मानसशास्त्रज्ञांनी आयुष्यभर माणसाच्या वर्तनाचा वेध घेण्यासाठी हे अंतर्मनाचे दरवाजे उघडून आत डोकावण्याचा प्रयत्न केला, पण आजही या तळघरातल्या अंधाऱ्या जगातले का आणि कसे हे प्रश्न मानसशास्त्रज्ञांनाही शंभर टक्के सोडवता आलेले नाहीत. म्हणूनच कुठलीही व्यक्ती एखाद्या प्रसंगात अशी का वागते; याची तार्कीक उत्तरे देता येत नाहीत. जगाला वरून चांगल्या वाटणाऱ्या व्यक्तीसुद्धा परस्परांशी चांगल्या वागतीलच याची खात्री नसते, आणि त्यातही त्यांचे नाते पती-पत्नीचे असेल तर त्यांच्या संबंधांची धार दुधारी असते. एकाच वेळी प्रेम

आणि तिरस्कार यांनी टोकदार बनलेली, अत्यंत धारदार आणि प्रतिस्पर्ध्याला निर्ममपणे कापून काढणारी आणि दुसऱ्याक्षणी कवेत घेऊन प्रेमाच्या वर्षावात चिंब भिजवणारी, अशा टोकाच्या नात्यात जर तिसरी व्यक्ती शिरली तर या संघर्षांना एक तिसरा आयाम मिळतो, आणि व्यक्ती जीवनातले समतोल ढासळू लागतात, आपापल्या भूमिकांना घट्ट पकडून ठेवून, माणसे दुसऱ्याच्या भावजीवनावर आक्रमण करू लागतात. प्रत्येकाची एक जीवघेणी फरपट सुरू होते, बाहेर यशस्वी वाटणारी माणसे मनातून पार उद्ध्वस्त होऊ लागतात.

व्यक्तीचं शरीर संबंधाचं जीवन हा प्रत्येकाच्या जगण्याचा कणा असतो. तो प्रत्येकाच्या अहम्चा आविष्कार असतो. त्यामुळे व्यक्तीचा अहम् जेवढा प्रभावी, तेवढ्या त्याच्या आपल्या जोडीदाराकडूनच्या अपेक्षांना अधिक कंगोरे फुटतात. हे एक युद्धच असते, आणि त्यात आपला अहम् कुरवाळणारे हा संबंध हारजितीचा मानू लागले तर त्यातला निखळ शुद्ध आनंद गमावून बसतात. परस्परांवरील प्रेम, विश्वास, समर्पणाची भावना यातून हे संबंध अधिक दृढ होतात, आणि माणसाला जगायचा आधार देतात. पण शरीरसंबंधातला हा पायाच जेव्हा कोसळतो, तेंव्हा प्रेमातली माणसं वैरी होतात आणि एकमेकांचं जीवन वैराण करतात.

माणसांच्या परस्परसंबंधातल्या ह्या संभाव्य, असंभाव्य वर्तनाच्या भक्कम चौकटीवर पुरुषार्थ ही कादंबरी उभी आहे. यातली मध्यवर्ती व्यक्तिरेखा आहे चारुदत्त भावे, तो एक यशस्वी, किर्तीवान, गुणी, श्रीमंत उद्योजक आहे. रत्नागिरीतील एका गरीब घरातून पुण्याला बर्वे यांच्याकडे शिकायला आलेल्या या मुलाने त्यांच्या पंधरा वर्षांच्या गैरहजेरीत हा कारखाना वाढवला आहे, नावारूपाला आणला आहे. आपल्या कर्तृत्वावर त्याचा प्रचंड विश्वास आहे, पण तरी आपल्या वैवाहिक जीवनात त्याला हवे ते सुख तो पत्नी हेमांगीकडून मिळवू शकलेला नाही. तो तिच्या इच्छा पुरवण्यात कुठेही कमी पडत नाही, मात्र एखादी इच्छा चुकून राहिली तरी त्याला तिच्या भयंकर क्रोधाला बळी पडावे लागते. हेमांगी त्याला सतत आपल्या लहरीवर नाचवण्याचा प्रयत्न करते. तिची इच्छा असेल तरच ती त्याला आपलं सर्वस्व लुटू देते, इच्छा नसेल तेंव्हा पंधरा वीस दिवससुद्धा त्याला आपल्याला स्पर्श करू देत नाही. त्याच्या भावविवशतेची नक्की नस तिला सापडलेली आहे, त्यामुळे आपल्या निर्भम वागण्याने तो आपल्या पिंजऱ्यातून उडून जाईल ही भिती तिच्या मनात असली तरी त्याला आपल्यापाशी बांधून कसे ठेवायचे हे तिला पक्के ठाऊक आहे. तशी हेमांगी पक्की बनेल आहे, आक्रस्ताळी आहे, तद्दन बायकी आहे, मत्सरी आहे, सटक् फटक् आहे. नवऱ्याला ती वाट्टेल त्या टोकाचे बोलू शकते, ती आक्रमक होऊ शकते, नियोजनपूर्वक त्याचा छळ करू शकते पण

तिच्या व्यक्तित्वाला एक दुखरा कोपरा आहे. तिच्या दृष्टीनं चारू हा अत्यंत स्वार्थी, अहंमन्य, स्वयंकेंद्री आहे, तिचा विचार करणं, तिच्या कलानं तिला वागू देणं, मतं बनवू देणं याला तो अवकाश (स्पेस) देत नाही, तो सोडून ती तिच्या सासरच्या सर्व माणसांशी अत्यंत चांगली वागते. आपली सर्व श्रद्धा पणाला लावून ती चारूला विवाहबाह्य संबंधांपासून दूर ठेवण्याचा आटोकाट प्रयत्न करते. माणसाच्या वर्तनाचे कोणतेच तार्किक समर्थन करता येत नाही हे खरे असले तरी हेमांगीचे वर्तन अनेकदा विसंगत वाटते, आणि त्याला 'तिची लहर' यापेक्षा अधिक काही कारण देता न आल्याने एक कोत्या मनाची असमंजस स्त्री असेच तिचे चित्र वाचकांपुढे उभे राहते. तिच्या संसारातील विसंवादालासुद्धा चारूपेक्षा तीच अधिक जबाबदार आहे असे वाटत राहते. परस्परांना रक्तबंबाळ करण्यातसुद्धा चारूपेक्षा ती कांकणभर पुढेच आहे, आणि हे ती कोणत्या जोरावर करते याचे पुरेसे स्पष्टीकरण मिळत नाही. चारुदत्तकडे तिला सोडून द्यायला अनेक कारणे आहेत, आणि तसेही तिच्या शिवाय तो 'शरीरसुख'ही मिळवू शकला असता, पण तो तसे करत नाही, या त्याच्या 'दुर्बलते'चा फायदा घेऊन हेमांगी त्याच्यावर सतत कुरघोडी करत राहते. खरे तर चारुदत्तची बायको या पलीकडे तिला स्वत:ची कोणतीही ओळख नाही, असे असूनही ती कोणत्या जोरावर नवऱ्याला एवढी नामोहरम करत राहते याचे पुरेसे स्पष्टीकरण मिळत नाही.

चारुदत्तच्या मनात सतत एक अपराधगंड आहे. पहिल्या रात्री स्वत:बद्दलचं सर्व सांगताना चारुदत्तने हेमांगीची काहीही विचारपूस केली नाही, या आघाताने पहिल्याच रात्री आपण आपल्या स्वत:च्या संसाराचा पाया बिघडवला, त्यामुळे त्यावरची इमारत हेमांगीला कधीच सरळ दिसणार नाही, अशा प्रकारच्या आत्मपीडेमुळे चारुदत्त हेमांगीला कितीही अपशब्दाने फटकारत असला तरी तिच्याबद्दल त्याच्या मनात एक मऊ हळवा कोपरा आहेच, त्यामुळेच त्यांचे लग्न टिकून आहे, दुसरी महत्त्वाची गोष्ट म्हणजे विवाहांतर्गत नीती अनीतिच्या संकल्पनांचे खोल संस्कार बालपणापासून चारूवर झालेले आहेत, म्हणूनच त्याची नौका दुसऱ्या बाजूकडे पूर्णपणे झुकली तरी बुडत नाही. त्याची 'पुरुषार्था'ची कल्पना ही पत्नीशी असलेल्या एकनिष्ठपणाशी जोडलेली आहे. त्यामुळे त्याची शारीरिक, मानसिक कुतरओढ झाली, तरी तो मोहावर संयमाने मात करतो, आणि आपल्या पत्नीशी प्रामाणिक राहतो.

पतीपत्नींच्या या प्रेमतिरस्कार संबंधात जी करुणेचा विषय बनली आहे, ती साधना खरेतर एक 'शोकात्म' व्यक्तिरेखा बनू शकते. कारखाना तिच्या वडिलांचा आहे, पण तो तिला मिळालेला नाही. चारूवर तिचे बालपणापासून प्रेम आहे, पण

त्याच्याशी तिचा विवाह होऊ शकलेला नाही. तिला लेल्यांसारखा श्रीमंत पती मिळालाय, पण तो पिण्याच्या इतका आहारी गेला आहे की तिला त्याच्यापासून सुख नाही. ती बुद्धीमान आहे, तिच्या कामात प्रवीण आहे, सुंदर रूपवती, तरुण आहे, पण आयुष्यातले कुठलेही सुख तिच्या वाट्याला आलेले नाही. तिच्याप्रमाणेच आपल्या आयुष्यातील जोडीदारापासून दुरावलेला चारू व साधना यांना परस्परांची ओढ वाटणे म्हणूनच स्वाभाविक आहे. व्यावसायिक साहचर्यामुळे ते दोघे अनेकदा एकत्र येतात, नागपूरमध्ये एकत्र राहण्याचीही त्यांना संधी मिळते, पण चारू स्त्रीपुरुषांमधल्या अत्युच्च लैंगिक अनुभवाची संधी तिला कधीही देत नाही. साधना त्याचा अनुनय करते, निर्भत्सना करते, प्रसंगी आक्रमक होते, पण 'तिच्यावर आपले उत्कट प्रेम आहे' असे सांगणारा चारू मात्र अनेकदा विचलीत होऊनही त्याच्या भाषेत 'इनटॅक्ट' राहतो. चारू इतक्याच बुद्धीमान माधवशी विवाह करून चारूवर मात करण्याचा तिचा डावही सफल होत नाही. तिच्यावरच्या प्रेमाचे प्रतीक म्हणून चारू तिला एक स्वतंत्र कारखाना काढून देतो. हेमांगी चारूचे बरे चालले असावे असे वाटत असताना चारू साधना पुन्हा पहिल्यासारखे एकमेकांना परस्परांच्या ओढीने भेटू लागतात. इथे कादंबरी संपते, पण ती आपल्या मनात सुरू होते, हे या कादंबरीचे यश आहे.

स्त्री पुरुषातल्या प्रेमाचं नक्की स्वरूप काय? त्याला शरीरसंबंधांचे पदर असावेच लागतात का? त्यामुळे या मैत्रीला पूर्तता येते का? स्वत:चे स्वत:वर प्रेम असावे, स्वत:ला स्वत:पासून वेगळे काढता येऊ नये, असे आपले साधनावर प्रेम आहे, असा साक्षात्कार चारूला होतो, ही पूर्ती समाधानाची आहे, की स्व-समर्थनाची की पळवाटेवरची क्लुप्ती? हा प्रश्न अनुत्तरीत राहतोच. एखाद्या स्त्रीवर उत्कट प्रेम असेल तर ते अशरीरी राहणं स्वाभाविक, नैसर्गिक आहे का, हा खरंतर संशोधनाचा विषय होऊ शकतो. लेखकाने त्याच्या नायकापुरते हे उत्तर होकारार्थी दिले आहे. त्यातून पुन्हा कादंबरीच्या सुरुवातीपासूनच नव्याने संघर्षाचा तिढा निर्माण होऊ शकतो.

प्रेमातला त्रिकोण ही अनेक कलाकृतीतून हाताळली गेलेली घटना आहे, पण प्रत्येक लेखक आपल्या कुवतीप्रमाणे ती रंगवत असतो. हा विषय तसा सनातन आहे आणि अभिजात लेखकांपासून ते हलके लोकप्रिय लेखन करणाऱ्या अनेक लेखकांनी तो हाताळला आहे. या विषयामध्येच सर्जनशीलतेला मोठे आव्हान असल्याने तो सदाहरहित राहिला आहे. सुदैवाने श्री. काकडे यांनी तो कुठेही सवंग होऊ दिलेला नाही. वयात आलेल्यांसाठी ही कादंबरी आहे. विषयाची अपरिहार्यता म्हणून शरीरमीलनाची अनेक तपशीलवार वर्णने त्यात आहेत तरी ती अश्लिल वा

वर्णनासाठी वर्णने अशा प्रकारची वाटत नाहीत. लेखकाला अभिप्रेत असलेला संघर्ष दाखवण्यासाठी त्यांनी त्याचा प्रभावी वापर केला आहे. काकडे यांची शैली चित्रदर्शी व पारदर्शी आहे, त्यामुळे आंतरीक संघर्षसुद्धा ते समर्थपणे उभा करू शकतात. एखादे थरारक नाट्य पहावे तसा जिवंतपणा त्यांच्या लेखनात आहे. आपल्या व्यक्तिरेखा अंर्तबाह्य समजून घेऊन त्यांच्यातील संवाद घडविण्याची त्यांची हातोटी आहे.

कादंबरी वाचनाचा ओघ त्यामुळे कुठेही खंडीत होत नाही. एका धीट विषयावरची, गंभीर मांडणीची ही कादंबरी वाचकांना काही वेगळे वाचल्याचे समाधान नक्कीच देईल.

अश्विनी धोंगडे

१

कोथरूड भागातल्या, छान झाडाझुडपांच्या आत असलेल्या बंगल्यावर 'हेमांगी' अशी सोनेरी अक्षरं, सकाळच्या नऊच्या उन्हात चांगलीच चमकत होती. बरोबर नऊ वाजता बंगल्याचे मालक चारुदत्त भावे, बंगल्याच्या पहिल्या मजल्यावरून खाली उतरणार हे माहीत असल्याने पार्किंगमध्ये गडबड चालली होती. कारचा ड्रायव्हर किशोर आणि वॉचमन शिवा यांनी आपापल्या जागा घेतल्या होत्या.

चारुदत्त खाली उतरला. बंगल्याच्या भल्यामोठ्या पार्किंगमध्ये त्याने चौफेर नजर फिरवली. त्याच्या तीन कार, एक जीप तिथं होती. त्यांच्यापलीकडे एका सरळ रेषेत पाच मोठाल्या खोल्या होत्या. त्यांच्या दारात वॉचमन, ड्रायव्हर, घरातील नोकर माणसं यांची वर्दळ होती.

सुमन ही घरातली अधिक आवडीची व्यक्ती. आता ती नोकर आहे, हे ती सुद्धा विसरून गेली होती. तिनं 'मित्रा' च्या गळ्यातला पट्टा नीटनेटका केला. मित्रा हा चारूचा आवडता कुत्रा! धडधाकट, आडदांड, पांढराशुभ्र! घरातलाच एक घटक होऊन गेला होता.

चारू गाडीच्या दिशेनं जाताना सगळ्यांनी पटापटा सॅल्यूट ठोकले. पण चारूनं मात्र मान किंचित झुकवली. 'नमस्कार!' हसत तो म्हणाला आणि गाडीत जाऊन

बसला. त्याच्याजवळ पळतच जाऊन मित्रा बसला. किशोरनं गाडी फाटकाबाहेर काढून एका ठिकाणी अगदी थांबवल्याइतपत 'स्लो' केली. गाडीच्या खिडकीतून त्यानं बंगल्याच्या गच्चीत पाहिलं. गच्चीत आजही हेमांगी नव्हतीच.

आता गाडी फॅक्टरीच्या दिशेनं पळू लागली. 'लग्न झाल्यापासून हेमांगी एकदाही गच्चीत नव्हती. चारूला टाटा करायला! संध्याकाळी दार उघडायलाही सुमनच! अगदीच ती नसेल तर कुणी अन्य नोकर. पण हेमांगी नाहीच.' मित्राच्या अंगावरून हात फिरवत घटनांचा क्रम तो लावत होता. मित्रा कधी कधी तोंडानं जोरानं उच्छ्वास टाकत त्याच्याकडे पाही. या मित्राला आपल्या मनात काय चाललंय, ते कळतं की काय?

बारा वर्षांत हेमांगीला मात्र आपल्या मनातलं काही समजलं नाही. खरंतर फॅक्टरीच्या आवारातही तो राहू शकत होता. तशी त्याच्या मनात इच्छाही होती. तिथे त्याने एक छोटासा बंगला बांधला होता. हेमांगीनं स्पष्ट नकार दिला. पण नारायण पेठेत एक पंधराशे स्क्वेअरफूटचा प्रशस्त फ्लॅट घ्यायला लावला. कारण तिथून तिचं माहेर जवळ होतं. पण चारूनं तिथं रहायला स्पष्ट नकार दिला.

त्या वेळी हेमांगीनं खूप आक्रस्ताळेपणा केला. रुसणं, न बोलणं, वाद-विवाद, झोपून राहणं, अंगात ताप असताना गार पाण्यानं अंघोळ करणं, चारूला हीन बोलणं! एवढं सगळं होऊनही चारू शांत आणि ठाम राहिला. नारायण पेठेतल्या घरी रहायला जाण्याचा निर्णय लांबणीवर पडला.

केवळ स्वत:चंच खरं या हट्टापायी हेमांगी समजून घ्यायला तयार नव्हती. चांगल्यास 'चांगलं' म्हणायला तयार नव्हती. चारूला या गोष्टीचं जास्त दु:ख झालं. हेमांगी बऱ्यापैकी अडाणी किंवा अतार्किक असावी, असं त्याला वाटलं. तिच्याबरोबर जगण्याची पुढची सगळी वर्षे त्याला आत्ताच मातीच्या ढिगाऱ्याखाली दिसू लागली. तो आतून कठोर आणि शांत होऊ लागला.

कोथरूडची जागा घेतली. तेव्हा आसपास झाडा-झुडपांखेरीज काहीच नव्हतं. पण आता मात्र बंगल्याच्या आसपास खूप सोसायटीज् आणि अपार्टमेंट्स झाल्या. चारूचा वीस गुंठ्याचा अगदी छान आयताकृती प्लॉट होता. कितीतरी बिल्डर करोडो रुपये घेऊन त्याच्या मागे लागले होते, तिथे अपार्टमेंट बांधण्यासाठी! चारूनं स्पष्ट नकार दिला. तो त्याच्या विचाराशी ठाम आणि संयमी राहिला. त्यामुळेच हा बंगला उभा राहिला. चारूच्या कल्पनेतला स्वप्नातला बंगला! या बंगल्याबाबत त्यानं जे स्वप्नं पाहिलं होतं, ते सगळं प्रत्यक्षात अवतरलं होतं.

पण एक गोष्ट मात्र राहिली होती. तो फॅक्टरीत निघाल्यानंतर गच्चीत येऊन हात हलवून त्याला टाटा करणारी हेमांगी मात्र या स्वप्नातून अदृश्य झाली होती.

बंगल्याचं स्वप्न पूर्ण झालं होतं. पण त्या बंगल्याचा पाया हरवला होता. चुकून करायचाच राहून गेला होता आणि बंगला मात्र उभा राहिला होता. जे आता सापडण्याची अजिबात शक्यता नाही, असं काहीतरी शोधण्यात मन पुन्हापुन्हा गुंतायला लागलं. त्याला मळमळून आलं. ज्याला रंग नाही, आकार नाही असं काहीतरी आपण शोधतो आहोत, असं त्याला पुन्हापुन्हा वाटू लागलं.

किशोरनं जोरात ब्रेक दाबले. चारूला बिलगलेला मित्रा बाहेर पाहू लागला.

किशोरनं पार्किंगमध्ये गाडी सुरू केल्याचा आवाज हेमांगीनं बेडरूममध्ये ऐकला. तिचे कान तीक्ष्ण झाले. तिची पाचही ज्ञानेंद्रिये तिच्या मेंदूनं कामास जुंपली.

एका विशिष्ट ठिकाणी कार स्लो झाल्याचे लक्षात येताच तिच्या सर्वांगातून तिरस्काराची एक कळ मेंदूला छेद देऊन गेली. तिचे डोळे पाण्यानं तुडुंब भरले. आयुष्याबद्दल निरर्थक अशी एक भावना तिच्या मनाला लपेटू लागली.

चारूची गाडी कारखान्यात शिरली. 'हेमांगी इंडस्ट्रीज' अशी भलीमोठी सोनेरी अक्षरं उन्हामध्ये चमकत होती. दोन्ही शिफ्टचे मिळून चारशेहून अधिक लोकं तिथं काम करत होते. छोट्या छोट्या अनेक इमारती होत्या. इमारतींभोवती सुंदर हिरवळ, फुलझाडं होती. नारळाची, आंब्याची, फणसाचीसुद्धा झाडं होती. इमारतीच्या चौपट जागा या हिरव्या रंगानंच व्यापली होती. फॅक्टरीतलं वातावरण स्वच्छ, प्रसन्न आणि निर्मळ होतं. शिस्त या नावाखाली भय नसलं, तरी चारूचा एक प्रेमळ धाक सगळीकडेच होता.

गाडीतून उतरून चारू त्याच्या केबिनमध्ये गेला. बाहेर त्याच्या सेक्रेटरीएटमधलं वातावरण एकदम हलून गेलं. इकडे मित्रा फॅक्टरीमध्ये त्याला आवडेल त्या ठिकाणी उनाडक्या करू लागला.

चारू सकाळी त्याच्या जागेवर आल्या आल्या पत्रव्यवहार नजरेखालून घालत असे. निम्मीअधिक पत्रे पाहून झाली. बंगल्याच्या गच्चीत हेमांगी उभी नाही, असं रिकामं चित्र त्याच्या मनामध्ये आकार घेऊन अदृश्य झालं. हेमांगीच्या आठवणीनं त्याच्या मनाची तळमळ वाढली, तो मनानं बेडरूममध्ये डोकावू लागला.

हेमांगी! हळूहळू गुंगीतून बाहेर आली. लग्न झाल्यापासून तिला चारूची प्रत्येक गोष्ट खटकत होती. त्याचं वागणं, बोलणं, हालचाल, हावभाव, सवयी... सगळंच खटकत होतं. पहिल्या रात्रीचा प्रसंग! तिला आठवू लागलं...

मी पलंगावर बसले होते. तो बाहेरून आत ढकलला गेला. बाहेरून कुणी दार बंद केलं. बाहेर मोठ्यांदा हसण्याचा आवाज झाला. हीच ती बेडरूम. लग्नाआधी या माणसानं बंगलासुद्धा बांधून ठेवला होता. बंगल्याला आणि फॅक्टरीला दिलेलं, 'हेमांगी' हे नाव त्याचे गॉडफादर बर्वेकाका यांच्या आईचं! माझंही तेच. त्याला हा योगायोग आवडला म्हणे!

हा बराच वेळ नुसताच बसून राहिला आणि मग केव्हातरी एक वाक्य बोलला,

"आता करण्यासारखं काहीही राहिलं नाही."

माझ्या काळजात धस्सं झालं. भीती वाटली. अस्वस्थ वाटलं. नंतर तोच पुढे म्हणाला,

"म्हणजे लग्न झालं. महत्त्वाची गोष्ट! ती सगळ्यात शेवटी करायची असं ठरवलं होतं."

मला आधी तर रागच आलेला. पण मग थोडंसं हसूही आलं. सगळ्यात शेवटी लग्न हे त्याच्या करिअरच्या हिशोबात ठीक आहे. पण लग्नानंतरही काही महत्त्वाच्या गोष्टी करायच्या असतात, हे तरी याला ठाऊक आहे ना?

आणि... आधीच चावी दिल्यामुळे एखादा कर्तव्यकठोर गजर जसा वाजतो, तसा तो बोलू लागला. "पंधरा वर्षांपूर्वी मी पुण्यात आलो." मला नाही आवडलं. एखादा म्हणाला असता, "तू काहीतरी बोल."

"कोकणात कधी गेली होतीस?" त्यानंच पुढं विचारलं. मी मानेनंच नाही म्हटलं.

"कोकण हे एक वेगळं कल्चर आहे. तिथली माणसं, त्यांच्या मनाची जडणघडण! तिथली माती, झाडं, टेकड्या आणि तिथला समुद्र! रत्नागिरीपासून एका कच्च्या रस्त्यानं सात-आठ किलोमीटर आत गेल्यावर गर्द झाडीमध्ये आमचं घर आहे. साधं! मातीचं, कौलांचं. भलंमोठं आहे. सात खोल्या आहेत. घरातली माणसं म्हणजे माझे वडील दादा, लहान भाऊ रवी आणि लहान बहीण सुजाता. माझी आई, आमच्या खूपच लहानपणी गेली. (मध्येच थोडी शांतता) वडील भिक्षुकी करायचे. कोकणातल्या लोकांकडे पैसा कमी. पाणी मुबलक. ते समुद्राचं खारं! नाहीतर डोळ्यांतून ओघळणारं! तेही खारंच. (मी त्याच्याकडे

पाहिलं) काही घरी पूजेसाठी भटजी आवश्यकच असे. तर काही लोक, दादांना चार पैसे मिळावेत म्हणूनही बोलवायचे. दादा सायकलवर बसून एखाद्या कलेक्टरच्या थाटात सकाळी बाहेर पडायचे. दादा खूप देखणे आणि रुबाबदार होते. उंच, गोरे, धारदार नाक, शिडशिडीत देहयष्टी! दिवसाकाठी पाच-दहा, कधी वीस-पंचवीस रुपये मिळायचे. कधी चार-पाच दिवस काहीही नाही. (पुन्हा थोडी शांतता) दादा स्वतः स्वयंपाक करायचे. भात आणि आमटीच बहुधा! आमटी नसली तर लोणचं असायचं. क्वचित पोळी किंवा भाकरीही करायचे. सुजा मोठी झाल्यावर ती स्वयंपाक करायची. रवीला आम्ही काम करू द्यायचो नाही. यातच आम्ही त्याचे लाड करतो, असं त्याला सांगायचो. (शांतता, निश्वास, एकदम उत्साह!) रात्रीचं जेवण झाल्यानंतर आम्ही गप्पा मारायचो. आमच्या आयुष्यातला हा सर्वात अधिक आनंदाचा क्षण असे. दादा गमतीजमती सांगायचे. रवी नकला करायचा. मी सगळ्या गोष्टींमधील तात्पर्य काढून कीर्तनकाराच्या थाटात सगळ्यांसमोर मांडायचो. जेवायला काहीच मिळालं नाही तर कमी खाणं, हवेतला प्राणवायू हे शरीरातल्या चैतन्याला कसे उपकारक ते मी सांगायचो. रवी शाळेच्या सहलीला जाऊ शकला नाही, की दादा सिंदबादची सफर रंगवून सांगायचे. सुजाच्या मैत्रिणीनं नवीन ड्रेस घातला की निरोगी, निकोप शरीराचं आणि मनाचं सौंदर्य हेच खरं सौंदर्य, शाश्वत सौंदर्य हे मी सिद्ध करायचो. प्रत्येक माणसाच्या स्वभावातून, वागण्या-बोलण्यातून, प्रसंगातून आम्ही विसंगती शोधायचो. खोटेपणा आणि ढोंग शोधायचो. धो धो हसायचो. भूक विसरली जायची. मन तृप्त व्हायचं. आम्ही दिवसांना, रात्रींना असे सामोरे गेलो. दादा संध्याकाळी सायकलवर लांबून येताना दिसले, की तेवढ्या क्षणात आम्ही रात्रीच्या जेवणाबद्दल स्वप्न रंगवायचो. दादा जवळ आले की आधी आम्हाला सगळ्यांना जवळ घ्यायचे आणि एखाद्या समारंभात ॲवार्ड घोषित केल्यासारखे हात उंच करून म्हणायचे, 'भात-आमटी!' कधी शिरा, कधी दूध-पोहे, कधी कापऱ्या स्वरात म्हणायचे, 'पाणी आणि प्राणवायू'

"मी थोडं पाणी पिऊ का?" मी विचारलं. मला खरंच खूप गलबलून आलं. आज ज्याचा एक कारखाना आहे, बंगला आहे त्याचं हे बालपण! माझ्या नवऱ्याचं! मला त्याचं कौतुक वाटलं. मी पाणी प्यायले, "तुम्हाला हवंय का?" मी विचारलं, "नको. छान लिंक लागली होती. तुटली."

"पाणी तर प्यायलाच हवं ना! सांगा ना पुढे!"

"दादांचे मित्र मनोहर बर्वे! आम्ही काका म्हणतो त्यांना. नववीपर्यंत दादा

आणि ते एका वर्गात होते. काकांचे वडील इथं पुण्यात एका वर्कशॉपमध्ये काम करत होते. नंतर त्यांनी स्वत:चा वर्कशॉप उभारला. त्यानंतर बर्व्यांची सगळी फॅमिली पुण्यास आली. काकांनी स्वत: वर्कशॉप वाढवला. हळूहळू त्याचं छोट्याशा कारखान्यात रूपांतर केलं. काकांना दोन मुलगे अभिजित आणि अभिषेक! एक मुलगी साधना. अभिजित आणि मी शाळेत एकाच इयत्तेत शिकत होतो. उन्हाळ्याच्या सुट्टीत बर्वे आम्हाला पुण्याला राहायला बोलवायचे. आमच्या नेहमीच्या आनंदात खाण्या-पिण्याची भर पडायची. (शांतता.) दहावीसाठी काकांनी मला अभिजितबरोबर पुण्यास त्यांच्याच घरी ठेवून घेतले. मी सपाटून अभ्यास तर केलाच; पण त्या घरातलं वाट्याला येई, ते काम केलं. देवपूजा, झाडलोट, बागेला पाणी घालणं, बाजारातून वस्तू विकत आणणं, घरात कुणी जादा माणसं आली तर त्यांची ऊठबस, चहापाणी बघत असे. किचनमध्ये सपाटून राबत असे. म्हणजे काकांच्या घरात नोकर-माणसे होतीच. पण मीही सपाटून काम करत असे. मी सहाच महिन्यांत सगळ्यांचा लाडका, अगदी गळ्यातला ताईत झालो. त्याला आणखी एक विशेष कारण म्हणजे काकांचा धाकटा मुलगा अभिषेक मतिमंद होता. काका त्याचं सगळं पाहत असत. बाकी सगळे हिडीसफिडीस करत. अगदी बर्वेकाकूसुद्धा! मी अभिषेकबरोबर खेळू लागलो त्याला फिरायला नेऊ लागलो, त्याला अंघोळ घालणं, जेवण भरवणं, त्याचे कपडे धुणं, ही कामं मी प्रेमानं करू लागलो. बर्वेकाकांची मोठी मुलगी साधना, माझ्याहीपेक्षा दोन वर्षानं मोठी, मला आदर्श वगैरे मानू लागली. (शांतता, निश्वास). या काळात मी रत्नागिरीला कधीच गेलो नाही. दिवाळी, उन्हाळा या सुट्ट्यांमध्येही नाही. रात्री जेवणानंतर रत्नागिरीच्या घरातलं आमचं ते गप्पांचं सत्र डोळ्यांसमोर उभं राहिलं, की डोळ्यांतून पाणी वाहू लागे. साधना विचारायची, घरची आठवण येते का? आता आम्हीच तुझे घरचे! (बराच वेळ शांतता.) बारावीनंतर मी मेकॅनिकल इंजिनिअरिंग निवडलं. अभिजितनं इलेक्ट्रॉनिक्स इंजिनिअरिंग. अभिजित माझ्याइतकाच बुद्धिमान. पण तो माझ्याशी कणभरही बोलत नसे. माझा तिरस्कार करत नसेल, पण माझी तसूभरही दखल तो घेत नसे. (निश्वास.) इंजिनिअरिंगचं एक वर्ष राहिलं होतं. असंच एकदा ड्रायव्हर वेळेवर आला नव्हता. मी काकांची कार पुसू लागलो. काका कडाडले, "घरातले बाकी नोकर खपले काय? चारू, माझी कार पुसण्यापेक्षा आपल्या कारखान्यातली यंत्रे पूस. ती यंत्रे तुझी विचारपूस करतील." माझ्यात संजीवनी भरल्यासारखं झालं. कारखान्यामधली रेस्टहाऊससोबतची एक भलीमोठी खोली मला मिळाली.

मी हट्टानं अभिषेकला माझ्याबरोबर ठेवलं. नाहीतरी घरात कुणाला तो नकोच होता. मी कॉलेजला गेलो की सखाराम आणि रखमाकाकू अभिषेककडे लक्ष द्यायचे. एरव्ही मी कारखान्यात स्वत:ला झोकून दिलं. मी प्रत्यक्ष मशीनवर काम केलं. सुपरविजन, इन्स्पेक्शन, प्लॅनिंग, मार्केटिंग, डिझाइन, मेन्टेनन्स, प्रोसेस शेड्यूल हे सगळं मी झपाटून शिकलो. माझं कॉलेज संपलं तेव्हा मी या कामात इतका तज्ज्ञ झालो होतो, की काका माझ्या भरवशावर काही अवघड कामं घेऊ लागले. (खोल निश्वास.) मी मेकॅनिकल इंजिनिअर झालो. अभिजित इलेक्ट्रॉनिक्स. साधना एम. बी. ए. काका म्हणाले, 'बाहेर तुम्हाला भरपूर पगार देतील. पण मला वाटतं तुम्ही आपल्याच कंपनीत नोकरीस रहावं.' मी आणि साधना तिथेच नोकरीस राहिलो. अभिजित मात्र दुसरीकडे गेला. ऐकतीस ना? मला पहिला पगार मिळाला नऊ हजार रुपये. एकोणीसशे पंच्याण्णव साल! मी शहारलो! तडक रत्नागिरीला जाऊन दादांच्या हातात दिले. आम्ही सगळे खूप रडलो. सगळे व्यवस्थित खाऊपिऊ लागलो. अभिजितनं काही स्वतंत्र व्यवसाय सुरू केला. त्याला अमेरिकेत कोलॅबरेशनची ऑफर मिळाली. तो क्षणात अमेरिकेत गेलाही. तिथे दोन वर्षांतच त्याने करोडो रुपये कमावले. त्यानं काकांना जीवनमरणाची शपथ घातली. त्याला काका अमेरिकेत त्याच्या व्यवसायात हवे होते. काका-काकू कायमचे अमेरिकेत गेले. अभिषेकचा... काका अमेरिकेस जाण्याआधी आठच दिवस अचानक मृत्यू झाला. कारण कळलंच नाही. काकांनी साधनाचं लेल्यांशी लग्न लावून दिलं. कारखाना माझ्या ताब्यात दिला आणि ते निघून गेले. (उत्साहात) माझ्या हातात कारखाना आला, त्या वेळी फक्त ऐंशी लोक होते. आज तीनशेच्या आसपास स्ट्रेंग्थ आहे. कारखान्याची इमारत तर सहापट मोठी झालीच; पण मी बाजूची सगळी जमीन खरेदी केली. सहा एकर. हेमांगी... खरं म्हणजे मला तुला या कारखान्यात घ्यायचंय. तुझ्यावर काही जबाबदारी द्यायचीय! तू ऐकती आहेस का झोपली आहेस? (ओरडून) तू झोपू शकतेसच कशी?''

''मी झोपलेली नाही. मी लक्ष देऊन सगळं ऐकते आहे.''

''वर आणि खोटं बोलणं! मला आवडत नाही हे! झोपलीस तर झोपले म्हण. मला आवडेल ते. मला अडाणीपणा आवडत नाही.''

''फारच मूव्हिंग वाटलं मला. विशेषत: रत्नागिरीच्या घरातील त्या रात्रीच्या गप्पा! पण या सगळ्यांमुळे तुमच्या अंगात एक प्रकारची मिजास भरली आहे आणि म्हणूनच लग्नाच्या पहिल्या रात्रीच तुम्ही मला ऐटीत 'अडाणी' म्हणालात. तुम्ही रत्नागिरीचे भावे असाल तर मीही पुण्याच्या सदाशिव पेठेतली केळकर

आहे, हे विसरू नका.''

''तुला दुखावण्याचा माझा उद्देश नव्हता.''

''लग्नाच्या पहिल्या रात्री तुम्ही बायकोला स्वत:च्या आयुष्यात सामावून घेण्याऐवजी कारखान्यात सामावून घ्यायला निघालात! तुम्ही 'अडाणी' नसाल तर मग हाच का तो तुमचा शहाणपणा?''

पहिल्या रात्रीची चव त्यानंच घालवली होती. त्यानंतर तो माझ्या पायाशी बसून राहिला. मग माझ्याजवळ आला. माझ्या अंगाशी झटू लागला. माझा पूर्ण दगडी पुतळा झाला होता. नंतर साधारणपणे अर्धा तास तो माझ्या शरीराशी धडपडला. त्या अर्ध्या तासात नक्की काय झालं, ते आजपर्यंत मला आठवत नाही. ही आमची सुहाग रात!

या सगळ्यांमध्ये मला रवि खूपच चांगला वाटला. दुसऱ्या दिवशी मला इतकं सतावलं त्यानं. चेष्टा, मस्करी, गप्पा! आणि चारूबद्दल तीन महत्त्वाची वाक्ये बोलला, म्हणाला,

''वहिनी, दादा इतका बुद्धिमान आहे की तो बुद्धीनं पुढची काही वर्षे स्वत: आधीच जगून घेतो आणि मग प्रत्यक्ष जगताना इतरांना बोअर करतो. तो ओव्हर कॉनफिडन्ट आहे. दुसऱ्याच्या प्रतिक्रिया स्वत:ला हव्या तशा गृहीत धरतो. त्यामुळेच मॅन टू मॅन रिलेशनशिपमध्ये त्याची अनुमानं खूपच स्वप्नाळू असतात. मला वाटतं, त्याच्या इतर चांगुलपणामुळं त्याचं काही वागणं सहन केलं जात असावं.''

मला रवीच्या बुद्धिमत्तेचं कौतुक वाटलं. तो त्याच्या भावाचे दोष मान्यही करत होता. पण माझा गैरसमज होऊ नये म्हणूनही प्रयत्न करत होता आणि पुन्हा त्याची अप्रत्यक्षरित्या स्तुतीही करत होता. रवी गोडच!

हेमांगी तंद्रीतून बाहेर आली, कारण
बाहेरून सुमन हाका मारीत होती.

इकडे पत्र वाचता वाचता चारू पुन्हापुन्हा थबकून विचारात बुडून जात होता. चारू खरोखर मानवतावादी होता. कुणी कसं असावं अथवा स्वत:ला व्यक्त करण्याची कुणाची पद्धत कशी असावी, याबद्दल त्याचा कसलाही आग्रह नव्हता. पण माणसामध्ये किमान तार्किकता, किमान ओलावा तरी हवा ना? तो हेमांगीकडे नाहीच, असं त्याच्या पुन्हापुन्हा प्रत्ययास येत होतं आणि तो निराशेच्या ढिगाऱ्याखाली गाडला जात होता.

चारूच्या इच्छेसारखं अगदी थेंबभरसुद्धा वागणं म्हणजे तिला स्वत:वर अन्याय झाल्यासारखं वाटत होतं. चारू मात्र एकामागून एक तिच्या इच्छा पूर्ण करत राही. एखादी इच्छा नजरचुकीने जरी राहिली, तरी चारूला तिच्या भयानक क्रोधाला आणि संतापाला सामोरं जावं लागे.

हेमांगीनं पावलोपावली त्याच्या मनाला रक्तबंबाळ केलं. त्यानं जिद्दीनं, महत्त्वाकांक्षेनं उभारलेला त्याच्या मनाचा महाल जळून खाक झाला.

आपल्याला हवी तशी ती नाही, ती बदलणं शक्य नाही, अशा अंतिम नकारार्थी रेषा मारणं त्याला अधिक सोपं वाटू लागलं. अपेक्षा कमी होऊ लागल्या. अपेक्षाभंगाचे घाव बोथट होऊ लागले. आयुष्यात काही बेसिक आनंद नाही; पण बेसिक दु:ख आहे या वास्तवातच त्याला हळूहळू मजा वाटू लागली.

दुपारी एकला पाच मिनिटे बाकी असताना चारूच्या पी. ए. नं. आत कॉल दिला.

“सर, साधना मॅम ऑन द लाइन सर!”

“आई विल स्पीक टू हर. हं, बोल साधना.”

“फाईल पाहिलीस?”

“तू मॅनपॉवर रिशफल म्हणाली होतीस. काही फ्लोअर्सचे लोकेशन्स का बदललेस?”

“क्वालिटी कंट्रोलच्या लोकांचा ओव्हर कॉनफिडन्स कमी करण्यासाठी इन्स्पेक्शन फ्लोअर्स थोडेसे रिॲरेंज केलेत. तेच ॲडमिनिस्ट्रेशनचं! लोकांची एकमेकांकडची अनावश्यक मूव्हमेंट, इंटरॲक्शन कमी व्हायलाच हवी.”

“दॅट्स ओके! पण मग फ्लोअर लेआऊट थोडासा बदलतो. आपल्याला एकदा बोलावं लागेल.”

“लंचला येऊ का तुझ्याकडे?”

“ये.” चारूनं फोन ठेवला. पाच-दहा मिनिटांत साधना डबा घेऊन येणार होती. आजची ही काही पहिलीच वेळ नव्हती. ती कधी कधी चारूच्या आवडीचं डब्यात काही आणत असे.

साधना! चारूच्या लग्नानंतर ती प्रथम चारूच्या घरी आली. तिचा नवराही तिच्याबरोबर होता. साधना हेमाच्या गळ्यात पडून म्हणाली होती, आता हेच माझं माहेर! हेमांगी प्रत्युत्तर म्हणून फक्त हसली होती. असं गळ्यात पडण्याचा तिला प्रचंड संताप होता. चारू बरोबर उलट होता. कुणी सहज म्हणून समोर

उभं राहिलं, तरी हा गहिवरून त्याच्या गळ्यात पडत असे. हेमांगी म्हणे, असं करण्यानं आपण स्वत:च्या स्वत्वाचं हनन करून घेतो.

घरात कधी काही चांगलं केलं, की मात्र हेमांगी आवर्जून ते चारूच्या हाती साधनासाठी पाठवून देई. चारूला खूप आनंद होई. साधनासमोर आपली मान ताठ झाल्यासारखे वाटे. त्याला एकदम तरतरी येत असे. हेमांगी काही क्षणी तरी चांगली वागतेच की! मग हाच चांगला धागा पकडून आपल्याला प्रवास का करता येत नाही?

त्याच्या डोक्यात काही सुरू व्हायच्या आतच साधनानं दारावर टकटक केली. ती आत आली. गृहिणीच्या सफाईनं तिनं चारूच्या ऑफिसमधल्या कोपऱ्यातलं डायनिंग टेबल पुसून त्यावर प्लेट्स लावल्या. डब्यातलं प्लेटमध्ये काढलं. ''चल ये रे! खा पटपट,'' साधना म्हणाली तसा चारू जाऊन खुर्चीवर बसला खरा! पण त्याचे डोळे पाण्यानं भरले. साधनानं त्याच्या पाठीवर हात ठेवला.

''पाणी हवं का जरा?'' चारू पाणी प्यायला आणि हळूहळू खाऊ लागला. साधना पुढे बोलू लागली.

''तुझा आणि हेमांगीचा मेन प्रॉब्लेम सांगू का? तुमच्या दोघांमध्ये कुणाचीही मध्यस्थी नाहीए. तुमच्या दोघांच्या वागण्याला कुणी साक्षीदार नाहीए.''

''तू खूप बुद्धिमान आहेस.''

''थालीपीठ खातोस ना! चारू, मी किती सांगते तुला! माझ्याबद्दल, माझ्या नवऱ्याबद्दल. तू मात्र मनात ठेवतोस.''

''माझ्या समस्येवर काही उपाय असता, तर एव्हाना मला सापडला असता.''

''हा तुझा अहंकार म्हणायचा की अज्ञान?''

''जाऊ दे! ज्या वाटेवर कुठलंही गाव समोर येण्याची शक्यता नाही, ती वाट चालताना कंटाळा येतो.''

''प्रवासाचा आनंद का नाही घेऊ शकत? गावच कशाला यायला हवं. आवडत्या माणसाबरोबर वाट चालण्यात आनंद नाही का? आणि वाट फक्त नवराबायको अशीच चालायची असते का? इतर सहप्रवासी नसतात का? मी नाहीए का तुझ्याबरोबर?''

''साधना, दैनंदिन जीवनात थोडंतरी मनासारखं घडावं ना?''

''दैनंदिन जीवन म्हणजे फक्त बायकोबरोबरचंच का? तुझं इतर काय वाईट आहे रे? चार ढोंगी माणसंसुद्धा एकमेकांचे स्वार्थ सांभाळत सुखानं,

सोयीनं जगू शकतात. तुलाच का धड जगता येत नाही?''

चारू गंभीर झाला होता. नक्की कुठला विचार करून आपण साधनाशी लग्नास नकार दिला? त्याच्यापेक्षा दोन वर्षांनी ती मोठी होती. पण हा मुद्दा तर बर्व्यांनीसुद्धा उपस्थित केला नव्हता. आश्रित म्हणून आपण बर्व्यांकडे राहिलो. आपल्या कर्तृत्वाने आपलं स्थान निर्माण केलं. साधनानं स्वत:हून लग्नासाठी विचारलं होतं. बर्व्यांचा मुलगा अभिजित हे समजल्यानंतर 'फसवणूक... शुद्ध फसवणूक', असं म्हणाला. ते आपण फारच जिवाला लावून घेतलं. तिकडे दुर्लक्ष केलं असतं, तर आज साधना माझी बायको असती.

पण अभिजित म्हणाला त्याचं काय? रत्नागिरीमधील एका भिक्षुकाच्या मुलानं पुण्यात येऊन पराक्रम केला. आता पुण्यातील कुणीही नामवंत लोक त्यांच्या मुलीसाठी स्वत:हून चारूला विचारणार होते.

यातच रत्नागिरीच्या दादांचा बहुमान होणार होता. अभिषेककडून फसवणुकीचा आरोप स्वीकारून साधनाशी लग्न करणं म्हणजे दादांचा केवढा अपमान! चारूनं विचार झटकला.

''चारू, खाऊन घे लवकर.'' साधना म्हणाली.

''मी त्रास देतो तुला.''

''मग काय करू आता? खूप वर्षे तू हे करतो आहेस?''

''तू पण खा माझ्याबरोबर.''

''तू खाऊ देशील ना! तुझा खाण्याचा स्पीड हॉरीबल आहे बाबा. मी तुझ्याबरोबर जेवते आहे. याचं भान तरी असतं का तुला? खा आता तूच सगळं!''

''आणि तू?''

''तुझ्या या बका-बका खाण्याकडे बघत बसते''.......एवढ्या मोठ्यांदा हसू नको. सायरन होऊन गेलाय. बाहेर तुझी सेक्रेटरी आली असेल.''

संध्याकाळी सात वाजता हेमांगी इंडस्ट्रीजच्या फाटकातून चारूची गाडी बाहेर पडली. इकडे हेमांगी अस्वस्थ होऊ लागली. 'येणार आता तो घरी! माझा तिरस्कार करणारा माणूस. मला सारखी नावे ठेवणारा, कमी लेखणारा माणूस. आईला पण हाच हवा होता. येऊन बघ आता म्हणावं.'

माझं माहेर! तिचे डोळे पाण्यानं डबडबले. माझे वडील बँकेत ऑफिसर होते. आई हायस्कूलमध्ये शिक्षिका. सदाशिव पेठेत स्वत:चा वडिलोपार्जित बंगला. अजूनही तसाच छान आहे. बाबांना सर्वाधिक प्रिय काय असेल तर हे घर! आई म्हणूनच कुणा बिल्डरला देत नाही. मला लहान भाऊ उमेश आणि

लहान बहीण प्रिया.

दु:ख, पैशाची अडचण असलं लहानपणी काही माहीत नव्हतं. पाहिलंच नव्हतं. बाबांनी चेहऱ्यावर कधी दाखवलंच नाही.

एके दिवशी बाबांची कार ड्रायव्हरनं बंगल्यासमोर उभी केली. कारचं दार उघडलं. बाबा खाली उतरेनात. बँक ते घर या प्रवासात ते आम्हाला कायमचं सोडून गेले होते. घरात आकान्त झाला. दु:खाचा पहिला प्रहार सहनच होईना. मी बावीस वर्षांची, उमेश वीस, आणि प्रिया अठरा. आई खचून गेली.

आम्हाला जवळचे नातेवाईक कुणीच नव्हते. आईनं माझ्यासाठी स्थळं पहायला सुरुवात केली. वधूवर सूचक मंडळात नाव नोंदवलं. पंधरा दिवसांनंतर स्थळांची यादी आली. एका स्थळानं आईचं लक्ष वेधून घेतलं. 'चारुदत्त भावे' कोथरूडला स्वत:चा बंगला. स्वत:चा व्यवसाय, 'उत्तम आर्थिक स्थिती...'

मुलगी दाखवण्याचा कार्यक्रम पार पडला. सगळे बोलत होते. पण हा चारुदत्त भावे काही केल्या बोलेना. सगळ्यांनी खूपच आग्रह केल्यावर म्हणाला, ''मला आई नाही, हेमांगीला वडील नाहीत. आम्ही एकत्र येण्यास ही योग्य प्रेरणा आहे. तिनं माझ्या वडिलांना जपावं आणि मी तिच्या आईला.''

हेमांगीला हे सगळं आठवून एखादा चिकट द्रव मनावर सांडतोय असं झालं. हा केवळ मूर्ख आणि अव्यवहारीच होता. माझं रंग, रूप, स्वभाव, आवड, निवड, विचार जाणून घेत नाही. स्वत:चे सांगत नाही आणि असंबद्ध बडबडतो...

लग्नानंतर पंधरा दिवस उलटून गेले. दादा, रवि, सुजा रत्नागिरीला गेले. जाताना हेमांगीला म्हणाले, ''बाळ, तू माहेरी जाऊन ये. चार दिवस राहून ये.'' सगळे गेल्यानंतर हेमांगी बॅग भरू लागली. चारू म्हणाला, ''तुझ्या आईंना फोन करू का? नाहीतर मी सोडायला येतो.''

''पुण्यात रिक्षा खूप आहेत आणि मला पुण्याची चांगली माहिती आहे'', असं ती ताडकन म्हणाली, अन् निघूनही गेली. चारूचा निश्चल पुतळा होऊन गेला.

चारूनं त्या रात्री अस्वस्थ होऊन त्याचा जिवलग मित्र पद्माकरला फोन केला. तोही ताबडतोब आला. एका उच्च दर्जाच्या बारमध्ये थोडे निवान्त होऊन ते बोलू लागले.

''भयंकर अशी फसगत झाल्यासारखी वाटते आहे.'' चारू म्हणाला.

''कशाबद्दल बोलतो आहेस?'' पद्मानं विचारलं.

“हेमांगीबद्दल?”

“का? तिला दोन-चार अवयव कमी आहेत का?”

“तिचं बिथरणं, गप्प बसणं आणि माझ्याशी काहीही संबंध नाही, हे सतत मला जाणवून देणं! — का?”

“ही तिची प्रतिक्रिया असावी तुझ्या वागण्यावरची. तुझी काहीतरी मेजर गफलत होते आहे हे खरं!”

“लग्न केलं हीच ती मेजर गफलत. चांगलं चाललं होतं रे माझं. दुपारी टेनिस कोर्टवर चितळे म्हणाला, चारू, तुझी बायको आदर्श गृहिणी होण्याच्या कॅटॅगरीतली वाटते.”

“याचं वाईट वाटलं तुला?”

“इनडायरेक्टली त्याला ‘काकू’ म्हणायचं होतं. त्याची बायको अशी मॉड रसरसलेली असते ना!”

“तुला तशी हवी होती का?”

“मला काय हवं होतं ते खरंच समजत नाही. पण लग्न झाल्यापासून मला काय नको होतं, ते मात्र हळूहळू समजायला लागलंय.”

“स्टेडी यार! ही सुरुवात आहे.” पद्मा म्हणाला. त्याच्याशी बोलल्यानंतर चारूला जरा रिलॅक्स वाटलं. पद्मा हा चारूचा फारच आवडता मित्र होता. चारू त्याला स्वत:पेक्षा ज्ञानी, हुशार समजतो. त्याचा सल्ला घेतो. विष्णू, अविनाश हे त्याचे रत्नागिरीचे बालमित्र आहेतच. त्यांच्या कुटुंबात तर चारू जीव की प्राण! संध्या, आरती त्याचे किती लाड करतात. या दोघांना चारूनं फॅक्टरीतच नोकरी लावून दिली. ॲडमिनिस्ट्रेशनमध्ये! पण पद्माकर हा पुण्यात आल्यानंतर ओळख झालेला. अत्यंत स्वतंत्र वृत्ती, विचार आणि व्यक्तिमत्त्व असलेला अविवाहित! सोशल वर्क, राजकारण, मध्यस्थी वगैरे भानगडींत हातखंडा असलेला. अनेक मोठमोठे राजकारणी, कामगार नेते आणि सराईत, व्यावसायिक दादामंडळी यांच्यात सतत ऊठबस असलेला. चारूच्या कर्तृत्वावर अत्यंत खूष असलेला! तो निघून गेला, तरी चारूच्या मनावर त्याचा परिणाम तसाच होता. काही निश्चित मनाशी ठरवूनच तो घरी आला.

आईच्या घरी आल्यावर हेमांगीला उत्साहाचं भरतं आलं. पंधरा दिवसांचं एक बळजबरीचं ओझं संपलं आणि आपलं नित्याचं जीवन आपण जगू लागलो, याचा तिला आनंद झाला. पण क्षणातच या आनंदानंच ती धास्तावली. आपल्याला हे असं का वाटतंय? ती हुरहुर का जाणवत नाहीए? त्या नव्या जाणिवा, नव्या

संवेदना कुठे आहेत? ते घर माझं आहे... तो नवरा माझा आहे... किंवा तो मूर्ख माणूस माझा नवरा आहे असं का वाटत नाही? आईनं तिला मिठीत घेतलं.

''भाग्याची पोर माझी.'' तिच्या कपाळाचं चुंबन घेत ती म्हणाली.

''त्याला मी आवडत नाही.'' हेमांगी खूप नाराज होती.

''तुला आवडतो का तो?''

''स्वत:ला खूप शहाणा समजतो... मी... मी... माझं घर... माझी फॅक्टरी... माझे वडील... माझा भाऊ, माझी बहीण... माझं... माझं...''

''माझी बायको असं नाही म्हणाला का?''

''म्हणाला, पण मला खोटं वाटलं ते! आई, त्याचं प्रेम नाहीये माझ्यावर. त्याच्या मनात आधीच माणसांची इतकी दाटी झाली आहे, की मला त्यात जागाच सापडत नाही.''

''धीरानं घे बाळा, सुरुवात अशीच असते.'' असं ती हेमांगीला समजावत असतानाच उमेश आणि प्रिया येऊन हेमांगीची थट्टामस्करी करू लागले.

आठ दिवस होऊन गेले तरी हेमांगीचा फोन न आल्यानं चारू त्रस्त झाला. दादांचा फोन आला, 'तिला घेऊन ये.' कितीही अपमानास्पद वाटलं तरी चारूला आता जाणं भागच होतं. मनामध्ये अपमानाचा राग धरूनच तो त्यांच्याकडे गेला. बेल वाजवली. हेमांगीच्या आईनं दार उघडलं आणि चारूकडे पाठ फिरवून आत निघून गेली. चारूला 'या, बसा' असंही म्हणाली नाही. काही वेळ अवघडून उभा राहून नंतर तो स्वत:हूनच खाली बसला. काही वेळानं हेमांगीची आई पुन्हा बाहेर येऊन त्याच्यासमोर बसली. म्हणाली, ''हेमांगी झोपली आहे. उठवायचं का तिला?''

''कशाला? झोपूनच रहा म्हणावं! तुम्ही उशाशी बसून अंगाई गीत म्हणा.''

''मी काही गैर बोलले का तुम्हाला?''

''असंच नाटकी बोलणार असाल तर मी चलतो.''

''भावेसाहेब, एवढे कशासाठी चिडताय तुम्ही?''

''हे सुद्धा नाटकच!''

''या एका लग्नात सगळं सेव्हिंग संपलं माझं! माझ्या चेहऱ्यावरचं हसू कमी झालंय? आणि एवढी सोन्यासारखी पोर आयती मिळाली तुम्हाला..''

''आयती म्हणजे? बायको मिळण्यासाठी एरव्ही नवऱ्याला काय युद्ध करावं लागतं का?''

"विनोद आवडला.''

"मी गंभीरपणे बोलतोय. लग्नामध्ये अमुक द्या किंवा अशा पद्धतीनंच लग्न करून द्या, असं कुणी म्हणालो होतो आम्ही?''

"छे छे! तसे मनानं खरंच मोठे आहात तुम्ही.''

"तुम्ही तुमच्या हौसेसाठी केलंत सगळं. चार नातेवाइकांसमोर तुम्हाला तुमच्या खोट्या श्रीमंतीचं प्रदर्शन करायचं होतं हेच खरं!'' हेमांगी तत्परतेनं बाहेर येत म्हणाली, "माझ्या आईशी बोलण्याची ही पद्धत?''

"आमच्या पद्धती तुमच्यापेक्षा खूपच चांगल्या आहेत.''

"आई, तू हा खेळ केलास. या लोकांच्या नादी लागून कफल्लक झालीस. फुकट झालं असतं माझं लग्न! ही असली जंगली माणसं आवडली तुला! हे म्हणे माझ्या आईची काळजी घेणार होते. खोटारडे, नाटकी!''

"हेच तुम्हाला म्हणायला हवं. लग्नानंतर पंधरा दिवस दादा राहिले होते इथं. तुम्ही त्यांना साधं चहाला पण नाही बोलावू शकलात? एवढीही दानत नाही?''

"सगळी दानत याच पंधरा दिवसांत दाखवायला हवी होती का?'' हेमांगीच म्हणाली. पण तो तिच्या आईला म्हणाला, "ही... तुमची मुलगी तडक आली इकडे. मी सोडवायला येत होतो. तुम्हीही कुणी येऊ शकला असतात. येऊन आठ दिवस झाले. फोन नाही. कसलाही निरोप नाही. कायमचं इकडेच रहायचंय का? की दुसरीकडे कुठे फुकट लग्न होत असेल तर ते करायचंय? माझी हरकत नाहीये. माझ्याबरोबर लग्नास किती खर्च झाला तुमचा? पाच लाख? हा दहा लाखाचा चेक. मी घेऊनच आलोय. तुमचा आमचा संबंध संपला.''

चारू ताडकन निघाला, तशी हेमांगीची आई दाराशी आली. तिनं चारूला अडवलं. त्याचा हात धरून खुर्चीवर बसवलं. तिच्या डोळ्यांत पाणी आलं. नंतर कितीतरी वेळ कुणीच कुणाशी बोललं नाही. नंतर काही वेळानं ते एकमेकांशी बोलू लागले. पण त्याला आता काहीच अर्थ नव्हता.

लग्नानंतरचं पहिलं माहेरपण संपलं. हेमांगी पुन्हा चारूच्या घरी आली. मोजकंच थोडंफार हसू लागली. बोलू लागली. स्वयंपाक करू लागली. नोकरमाणसांना सूचना देऊ लागली. चारूबरोबर कारमध्ये फिरू लागली. घराची आवराआवर करू लागली. आता चारूनं थोडं सावध वर्तन करायला पाहिजे होतं. पण तो

उगाचच भरमसाठ बोलू लागला. स्वत:बद्दल, कारखान्याबद्दल, साधनाबद्दल, पद्माकर, विष्णू, अविनाश, बर्वे, त्यांच्या घरातील लोक, दादा, रवि, सुजा... राजकारण, साहित्य, संगीत, अध्यात्म, देव... तो कुठलाही विषय सोडेना. हेमांगी वैतागली. गप्प बसली. तिचा हळूहळू पुतळा होऊ लागला.

चारूचा जो परिवार होता त्यामध्ये त्याला हेमांगीला घेऊन मिसळून जायचं होतं. पण हेमांगी चारूच्या परिवाराला स्वत:चं मानायला तयार नव्हती. तिचं म्हणणं 'त्या लोकांनी भले चारूला लग्नाआधी सांभाळलं होतं. पण तेच लोक माझ्याशी कसे वागतात ते मी पाहीन आणि मग ठरवीन त्यांच्याशी कसं वागायचं.' असं हेमांगीनं ताडकन सांगितल्यामुळं चारूच्या मुस्काटातच बसली होती. त्याच्या चेहऱ्यावर भयंकर पराभवाचे, नैराश्याचे, अपमानाचे थर जमा झाले आणि चेहऱ्यावरचं तेज हळूहळू कमी व्हायला लागलं... चारूला गाडीत बसल्या बसल्याच गुंगी येऊ लागली. त्याची गाडी वेगानं वळण घेत त्याच्या बंगल्याच्या पार्किंगमध्ये शिरली, तेव्हा तो गुंगीतून बाहेर आला. किशोरनं दार उघडलं. मित्रा आळसावल्यामुळे सावकाश खाली उतरला आणि अंग चोरून बाजूला उभा राहिला.

चारू जिना चढून वर जाऊ लागला. चौदा वर्षे झाली लग्नाला! चौदा झाली का? नाही बारा की तेरा! मरू देत! लग्नानंतर एकदाही, हा जिना चढताना उत्साह वाटला नाही हे खरं! त्याच्या अंगातलं त्राण कमी होऊ लागलं. या बाईचा चेहरा बघायचा. तिच्याशी बोलायचं, तिच्या प्रश्नांना उत्तर द्यायचं किंवा नुसतंच गप्प बसून रहायचं या सगळ्या गोष्टींमध्ये स्वत:वर भयंकर अन्याय होत असल्याची किंवा शिक्षा होत असल्याची भावना त्याला होऊ लागली.

तो आत आला. सोफ्यावर बसला. थोडाच वेळ शांतता होती. अचानक मागून येऊन स्नेहानं त्याला मिठी मारली. तिला पुढे ओढून घेऊन चारूनं घट्ट छातीशी धरलं. आपण का जगतो आहोत, का जिवंत आहोत याचा अर्थच चारूला आनंद देऊ लागला. त्याला काय बोलावं तेच कळेना. स्नेहाच म्हणाली, ''पण आज मला फोन का नाही केलात?''

''सॉरी सोन्या!'' चारू गहिवरला.

सकाळी सातलाच स्नेहा शाळेत जाते. दुपारी एक वाजता येते. दुपारी फोन करून चारू पाच मिनिटं तरी तिच्याशी बोलतो. शाळेत काय झालं विचारतो. अलीकडे हे फोन करणं राहून जाई. आजही तसंच झालं होतं. चारू मनातून खूप अपराधी झाला! कसलं आपलं हे काम? उगाचच! बिझी शेड्यूल.

फॅक्टरी, रुबाब, कर्तृत्व, प्रगती, पैसा, श्रीमंती! याचं आणि शेवटी करायचंच काय? माझ्या लाडक्या, एकुलत्या एक मुलीला, मी पाच मिनिटांचा फोनसुद्धा करू शकत नाही.

स्नेहा म्हणजे त्याचा जीव, आत्मा, श्वास! पण लग्नानंतर चार-साडेचार वर्षे त्याला तिच्यासाठी थांबावं लागलं होतं. लग्नानंतर चारूला लगेच मूल हवं होतं. पण हेमांगीला नको होतं. एक दिवस गंभीर वाद झाला.

"हे बघ हेमांगी, नैसर्गिकपणे मूल होईल तेव्हा होऊ द्यावं! काय हरकत आहे?" चारू म्हणाला.

"तुमच्या अडाणीपणाची पण कमाल झाली."

"का? काय झालं?"

"प्लॅनिंग वगैरे शब्द कधी कानावरून गेलेच नाहीत का?"

"कशासाठी?"

"थोडं फिरूया! बघूया."

"थोडं का? सगळा भारत हिंडूया! पंधरा पंधरा दिवसांच्या चार ट्रिप्स! परदेशी जाऊया! महिन्याची एक अशा चार ट्रिप्स!"

"हा तुमचा रानटी हिशोब!"

"का? रानटी का? मी रिॲलिटी सांगितली. तू मला अरसिक समजतेस का? कोकणात लहानाचा मोठा झालोय मी. निसर्ग म्हणजे काय..."

"बस! तुमची श्रेष्ठता सिद्ध करण्यासाठी ही दोन वाक्येही पुरेत! तुम्हाला सगळंच तोंडानं सांगावं लागतं!"

"श्रेष्ठता हा फार लांबचा मुद्दा! माझा समंजसपणा हा कुठल्याही नॉर्मल माणसाला समजतो. अपील होतो. नाइलाजानं तुला ते समजावून सांगावं लागतं."

"मी ॲबनॉर्मल आहे?"

"तुला ते मान्य का होत नाही?"

"धीस इज टू मच! तुमचा नक्की प्रॉब्लेम काय आहे?"

"तू चारचौघींसारखं का वागू नये?"

"कोण या चारचौघी? मला कळतील का? तुमच्या मनात अगदी घर करून बसल्या आहेत?"

"तुला नवरा-बायको हे रिलेशन मी शिकवायचं का?"

"तुम्हाला ते कळलंय असं वाटतं का?"

"तू केवळ वाद घालते आहेस?"

"मी अमुकच एक प्रकारे वागावं, तमुकच एका प्रकारानं विचार करावा, हे सांगणारे तुम्ही कोण?"

"मी असं सांगितलेलंच नाही."

"खरंच! एक वेळ सांगितलेलं परवडलं असतं. तुम्हीतर सगळंच गृहीत धरून बसलात!"

"तुझ्या मनाशी प्रामाणिक राहून सांग. तू माझ्याशी नीट वागते आहेस?"

"मी एका सेन्सिबल बाईसारखी, सेन्सिबल बायकोसारखी वागते आहे."

"सेन्सिबल या शब्दाची तुझी व्याख्या इतरांपेक्षा वेगळी दिसते. तुझी तूच ठरवलेली."

"मी हेमांगी केळकरसारखी वागते आहे."

"देअर यू आर! हेमांगी भावेसारखं केव्हा वागणार?"

"तुमच्यापर्यंत ते पोचणार कधी? तुम्हाला अजून बायको म्हणून मी मेन्टली ॲडजस्टच होत नाही. त्याला मी काय करू? लग्न करताना बायकोसाठी सगळं हृदय रिकामं ठेवायचं असतं, हेच तुम्ही विसरलात. ते इतकं पूर्वग्रहानं बरबटलंय. शी! मिस्टर भावे, ॲबनॉर्मल मी नाही, तुम्ही आहात."

"मला बाळ हवंय."

"मनात एकमेकांबद्दल एवढा तिरस्कार असताना?"

"चार वर्षांनंतर कदाचित प्रेम निर्माण होईल. ते आज गृहीत धरायला काय हरकत आहे?" तो कळवळून म्हणाला.

"आणखी चार वर्षांनंतर, तुमच्या मनात आज बागडत असलेली माणसं दूर जातील. मी एकटी उरेन. तुम्हाला माझी गरज लागेल. माझ्या एकटीची. ते आज गृहीत धरायला काय हरकत आहे?" ती म्हणाली.

"म्हणजे नक्की काय?" त्यानं गोंधळून विचारलं.

"नक्की एकच! तुम्ही स्वतःला जे विद्वान वगैरे समजता, ते तसं नाही. तो तुमचा भ्रम आहे." ती खळाळून हसली. विजय मिळाल्यासारखी.

चारू तंद्रीतून बाहेर आला. स्नेहा अजूनही त्याच्या कुशीतच होती. आतून हेमांगीच्या हसण्याचा आवाज आला. चारू म्हणाला,

"नकटू, झोपलीस काय गं?"

"नाही हो पप्पा."

"आई कुणाशी हसते आहे एवढी?"

“मोहनकाका आलाय.”

“आला का?” चारूच्या मस्तकात तिडीक गेली.

“काय झालं पप्पा?”

“मी आलोय म्हणून सांग आईला.” स्नेहा आत पळाली.

“मोहनकाका!” चारू पायातले बूट वगैरे काढू लागला. मनमोहन कर्वे! मराठी रंगभूमीवरचा बऱ्यापैकी प्रथितयश नट. हेमांगीचा शाळेतला मित्र. आता मुंबईत स्थायिक झाला आहे. कॉलेजमध्येही ते दोघं एकत्रच होते. पुण्यात त्याच्या नवीन नाटकाचा पहिला प्रयोग असला, की तो या सगळ्यांना आग्रहाने बोलावी. चारूला नाटक या प्रकारात काडीचाही रस नव्हता पण तो हेमांगीची नंतरची वायफळ बडबड नको म्हणून जात असे. मनमोहन कर्वे हा तसा चांगला इसम होता. चारूचं त्याच्याबद्दलचं कसलंच ऑब्जेक्शन नव्हतं. त्याचं घरी येणं, हेमांगीशी बोलणं, त्यांचे फोन वगैरे या गोष्टींकडे चारू अगदीच 'कॅज्युअली' पहायचा आणि याचाच हेमांगीला राग यायचा. मनमोहनची चारूनं विशेष दखल घ्यावी अथवा निदान त्याचा त्रास करून घ्यावा, या हेमांगीच्या इच्छेचा त्याला तिटकारा होता.

यथावकाश मनमोहन आणि हेमांगी बाहेर आले. कॉमन गप्पा झाल्या. त्याचा दुपारीच प्रयोग झाला होता. उद्याही होता. आज मुक्काम होता. चारूनं त्याला जेवून जाण्याचा आग्रह केला. पण कुणाशी तरी मोबाईलवर 'आलोच, निघतोच' असं म्हणत तो निघून गेला.

नोकरमाणसांनी घराची आवराआवर केली. स्नेहा चारूजवळ झोपली. चारू गेली कित्येक वर्षे स्वत:च्या स्टडीरूममध्ये झोपत होता. हेमांगीनं स्नेहाला उचलून बेडरूममध्ये झोपवलं. चारू काही वाचत पडला होता. हेमांगी त्याच्याजवळ येऊन झोपली. शांत, अगदी शांत. डोळे मिटून पण टक्क जागी. चारूचा दगडी पुतळा होऊ लागला.

का? आता का? आता कशासाठी झोपली आहे ही माझ्यापाशी? सेक्स?... लग्नानंतरची पहिली आणि त्यानंतरच्या सगळ्याच रात्री त्याच्या मनाभोवती घोंगावू लागल्या. डिवचलेल्या गांधील माशीसारख्या त्याच्या मनाला डसू लागल्या.

लग्नानंतरची पहिली रात्र! माझ्या बोलण्याचा अनर्थ करून ती माझ्याशी बोलायची थांबली. दुसरी रात्र, तिसरी रात्र, चौथी रात्र... ती डोळे बंद करून मृतवत पडत होती. सगळं शरीर सैल आणि निस्तेज करून. मी स्वत:लाच

समजावलं. असू दे! मीच तिला दुखावलंय. असं निदान तिला तरी वाटतंय. आता मलाच सबुरीनं घ्यायला हवं, असा विचार करून तो गप्प बसला. ती माहेरी जाऊन परत आल्यानंतर तिच्यात झालेला बदल मला जाणवू लागला.

एके दिवशी रात्री दिवा मालवल्यानंतर ती माझ्याकडे सरकली. अंगाशी रेलली. अर्थात त्यात कुठलीच स्फूर्ती अथवा पुढाकार नव्हता. तुम्हाला हवं असेल तर काही करा, माझा विरोध नाही, एवढंच इंडिकेशन! ती अधिकच अंगावर रेलू लागली. मी न राहवून तिचा हात हातात घेतला. तिच्या डोक्यावरून हात फिरवला. तिच्या कपाळाचं चुंबन घेतलं.

तिनं माझ्या डोक्यात टप्पल मारली, तशी माझ्यातल्या पुरुषाला खडबडून जाग आली. माझा आवेग आणि तीव्रता हळूहळू वेग घेऊ लागली. तशी ती मंद हसून माझ्याकडे पाहू लागली. तिच्या चेहऱ्यावर सौख्याचे भाव उमटू लागले. मलाही खूप बरं वाटू लागलं. तिच्या हालचालींची आता सळसळ होऊ लागली आणि त्यावरच स्वार होऊन मी पुढे निघालो. तिचा प्रतिसाद पाहून मन आत्मविश्वासानं काठोकाठ भरून गेलं. तिचा चेहरा माझ्या ओंजळीत घेऊन मी तिच्याकडे पाहू लागताच तिनं माझ्या डोळ्यांवर तिचा हात धरला. तिचं ते मधाळ लाजणं पाहून मी हरखून गेलो. आणखी पुढे निघालो. माझ्या बोटातली तिची बोटं आता गच्च गच्च आवळली जाऊ लागली. माझ्या दंडात ती हलकेच तिचे दात रोवू लागली. ती स्वतःला विसरली होती. त्यापेक्षा दुपटीनं मी स्वतःला विसरलो होतो.

त्यानंतर ती शांतपणे झोपून गेली. मला बोलण्याचं भरतं आलं होतं; पण आता बोलणार कुणाशी? मग मीही झोपून गेलो.

दुसरी रात्री आणखी सुंदर. आणखी आत्मविश्वास वाढविणारी. आणखी आनंद देणारी. तिसरी... चौथी... अशीच! सुख सापडलं होतं. रात्र सापडली होती.

पण दिवस? हातातून निसटत होता. हेमांगी दिवसा कणभरही पटवून घेत नाही, असं मला वाटे. तिचं उगाचच गप्प बसणं, अतिशय स्लो हालचालीत काम करणं, कुठलीही गोष्ट ठरल्या वेळेपेक्षा अक्षम्य उशिरा... त्यातील चव गेल्यानंतर करणं! हे सगळंच माझ्या अतिशय गैरसोयीचं तर होतंच, पण यापेक्षा वेगळं वागणं तिला अगदीच शक्य होतं. पण माझ्या सोयीचं वागणं हे तिला तिच्यावर अन्याय झाल्यासारखं वाटे. मला तिच्या वागण्यानं त्रास झाला, की तिला मनातून सुखाचं वाटे. रात्री मात्र तिच्या अंगावर हात टाकला, की आम्ही आमचे राहत नसू.

सकाळ सुरू होई तीच मुळी तिच्या अबोल्यानं, नाहीतर माझ्या बोंबलण्यानं. तिनं स्वत:मध्ये काही बदल करावा म्हणून मी धडपडत असे. मी माझ्यामध्ये बदल करायला तयार होतो. पण ती?

मी तिला काही समजून सांगायला गेलो, तर मी तिला कमी लेखतो, हीन लेखून नावे ठेवतो, असं तिचं तिनं ठरवून टाकलं. माझा मोठेपणा म्हणून नव्हे तर माझ्या अवतीभवती असणाऱ्या लोकांची माझ्याबद्दल काय भावना आहे हे तिला कळावं म्हणून मी मोकळेपणानं अनेक लोकांची उदाहरणं दिली. विष्णू, अविनाश हे माझे बालमित्र! संध्या, आरती या त्यांच्या बायका माझ्यावर किती प्रेम करतात, लग्नाआधी त्यांनी माझे कसे लाड केले, ते सांगितलं. चारूभावोजी म्हणजे संध्याआरतीचे जीव की प्राण!

झालं! ज्या शिडीच्या आधारे मला वरवर जायचं होतं, ती शिडीच अंगावर घेऊन मी पडलो. हेमांगी प्रचंड संतापली. चवताळून म्हणाली, ''नीच आहात तुम्ही. संध्याशी आणि आरतीशी माझी तुलना केलीत? अशा वचवच करणाऱ्या बायकांची तुम्हाला आवड होती तर अशीच एखादी का नाही केलीत? का माझ्याशी लग्न करून माझ्या आयुष्याचं वाटोळं केलंत? तुम्हाला मी आवडत नसेल तर मी माझ्या माहेरी निघून जाते. तुम्ही दुसरं लग्न करा.'' असं म्हणून ती ढसाढसा रडू लागली. तिचा तो आक्रोश मला खरा वाटला. मी शरमिंदा झालो.

तिचं माहेर माझ्या डोळ्यांसमोर तरळून गेलं. तिची आई, भाऊ, बहीण या सगळ्यांचा उगाच दुसऱ्याला त्रास देण्याचा उद्देश असूच कसा शकेल? स्वत:ला शहाणं समजणारं हे कुटुंब जरूर आहे! पण दुसऱ्यांनी त्यांना शहाणं म्हणावं असा त्यांचा आग्रह कधीही दिसला नाही. पण मग माझाच का हट्ट चाललाय? 'तुम्ही शहाणे नाही' असं सांगण्यासाठी मी का धडपडतोय?

छे! हेमांगीला मी वारंवार सांगत होतो, की आयुष्याचा आनंद घे. मनस्वीपणे जग. हवं तसं वाग, बोल असं म्हणत होतो; पण हवं तसं म्हणजे कसं, हे मीच सांगत होतो. ती खरंच वैतागली होती. तू मुक्तपणे विचार कर असं मी म्हणतानाच तो मुक्त विचार म्हणजे काय हे पण मीच सांगत होतो. एक दिवस तिनं तलवार उपसली. म्हणाली,

''स्वत:ला फार शहाणे समजता का?''

''तू नाही समजत का?'' मीही संतापलो.

''मी समजते स्वत:ला शहाणी. कारण मी आहे. पण एक महत्त्वाची गोष्ट! मी दुसऱ्याला शहाणपणा शिकवायला जात नाही तुमच्यासारखा!''

"कशामुळे काय घडतं याबद्दल माझं निदान नेहमी अचूक असतं, हे हजारदा सिद्ध झालंय. म्हणून सांगतो असं करू नका. नुकसान होईल. तुम्ही हट्टानं नेमकं तेच करता. नुकसान होतं. आजारी पडता, दु:खात पडता. मग माझं ऐकण्यात प्रॉब्लेम्स काय आहेत?"

"माझ्या आयुष्यातलं दु:ख कमी करा असं मी तुम्हाला कॉन्ट्रॅक्ट दिलंय का? आमच्या वैयक्तिक आयुष्यात ही लुडबुड करताच कशाला? आमचं आम्हाला जगू द्यात."

"का? माझा काही संबंध नाही."

"माझ्या सुखदु:खाचं बघायला मी समर्थ आहे. माझ्या आई-वडिलांनी शिकवलंय मला. तुमची विद्वत्ता तूर्त तुमच्यासाठीच ठेवा. माझ्यासाठी वापरण्याचा चोमडेपणा करू नका. बस! हा विषय संपला."

माझ्या अक्षरश: थोबाडीत मारली गेली होती. मी गप्प बसून झुरू लागलो. प्रत्येक वेळी केवळ तिच्याविषयीच्या तळमळीनं आणि शुद्ध माणुसकी म्हणूनच मी बोललो होतो. पण मी तिला हेतपुरस्सर वेड्यात काढतोय, असं तिला वाटत होतं. माझ्याबद्दल तिच्या मनात एक बेसिक अविश्वास निर्माण झाला होता. ती मला आवडत नाही असा तिनं ठाम समज करून घेतला आणि माझ्याबद्दल तिच्या मनात तिरस्काराची ठिणगी पडली. जबाबदार मीच होतो.

माझी चिडचिड होऊ लागली. खरंतर माझ्या मनातील माणुसकीच्या धोरणाशी सुसंगत असं माझं बाह्य वर्तन मी बेतू शकलो असतो. तिच्या मनापर्यंत पोचण्याचा तो एक उत्तम मार्ग होता. पण तिनं बदलणं योग्य, या अहंकाराच्या पुढे गाडी जाईना. मी अबोल होऊ लागलो. कठोर होऊ लागलो. ती नमली तर नाहीच पण डोळ्यातून अंगार ओकू लागली, 'गेलास उडत.'

एकीकडे सुख वाढवणारी रात्र सापडली होती. आत्मविश्वास वाढतोय असं वाटत असतानाच दिवसा मुस्कटात बसत होत्या आणि एक दिवस हीच मुस्कटात रात्री बसली. रात्रीमागूनचीच रात्र. ती बिछान्यावर झोपली होती. पांघरूण तोंडावर ओढून घेतलं होतं. मी तिच्या अंगावर हात टाकला. तिनं तो शांतपणे बाजूला केला.

"काय झालं?" मी विचारलं.

"कशासाठी माझ्याजवळ आलात?" तिनं शांतपणं विचारलं.

"तुझ्यासाठी." मला कुठलाही धक्का बसला नाही असं मी भासवलं.

"काय हवंय तुम्हाला?"

"तू."

"कशासाठी?"

"असे काही प्रश्न असतात?"

"असतात आणि तुमच्यासारख्या ढोंगी, लबाड माणसांना ते विचारायचे असतात."

"मी ढोंगी आणि लबाड?" मी लटपटलोच. आजपर्यंत मला फक्त स्तुती ऐकायचीच सवय होती. मी प्रामाणिक, खरा, कष्टाळू, प्रेमळ, मानवतावादी, दुसऱ्यासाठी करणारा, दुसऱ्याचं मन जपणारा!

"होय. ढोंगी आणि लबाड."

"आजपर्यंतच्या आयुष्यात मला असं कुणी म्हटलेलं नाही."

"तुमच्या आजपर्यंतच्या आयुष्याशी मला काहीही देणं घेणं नाही. आत्ता या क्षणाला तुम्ही ढोंगी आणि लबाड आहात."

"असो! यामुळे माझा आत्मविश्वास कणभरही कमी होणार नाही. मला लोक चांगलं म्हणतातच आणि म्हणतच राहतील, कारण आधी मी लोकांवर प्रेम करतो."

"माझ्यावर का नाही करत?"

"नाही करत?" मी पुरताच कोलमडलो.

"कणभरही नाही, थेंबभरही नाही. मला समजतंय की तुमचा चॉइस चुकलाय. तुम्हाला मी नको होते. काही वेगळं हवं होतं. तुम्ही फसला आहात. पण हे सगळं स्पष्टपणे सांगायचं धाडस नाही तुमच्यात. त्यामुळेच लग्न झाल्यापासून तुम्ही माझ्याशी चांगलं वागण्याचं ढोंग करता आहात. माझ्यावर प्रेम असल्याचं नाटक करता आहात. मी आणि माझ्या नातेवाइकांची तुम्हाला फार काळजी आहे, असा खोटारडा आव आणता आहात."

"तू शुद्धीवर नसावीस."

"पण तुम्ही मात्र बऱ्यापैकी शुद्धीवर आलेले आहात. पुन्हा बेशुद्धीत जाण्यापूर्वी पुन्हा एकदा ऐका. तुम्ही ढोंगी आणि नाटकी आहात. लबाड आहात."

"आणखी काही शब्द नाहीत?"

"आहेत. पण कृपा करून ते शब्द मला उच्चारायला लावू नका. रात्री अंथरुणावर प्रेमाचं केवढं भरतं येतं हो तुम्हाला! सगळी वायफळ बडबड. तुमच्या शरीरात वासनेचं जे विष भिनलेलं असतं, ते बाहेर टाकण्यासाठी केवढा खोटारडेपणा. तेवढं झालं की काम संपलं! सकाळी माझ्याकडे पाहताना चेहरा

एरंडेल प्यायल्यासारखा. शी! तुमची दोन्ही रूपे घाणेरडीच!''

''ठीक आहे. मी दुसरीकडे झोपतो.''

मी हॉलमध्ये येऊन पडून राहिलो. काही वेळ तिचा स्वत:शीच बडबडण्याचा आणि हुंदक्यांचा आवाज आला. काही वेळानं तो बंद झाला.

खरंतर आता चार-पाच दिवस उजाडू नये, असं वाटत होतं. ती एका फटक्यात जे बोलली होती, त्यामुळे मी पुरता खजील झालो होतो. मी तिच्या भाषेतलं स्वत:चं वर्णन आठवून पाहिलं. मला हेमांगीचा राग नाही आला. रागावल्यामुळेच ती मला इतकं बोलली. इतक्या दिवसांची तिची घुसमट बाहेर पडली होती. माझं काही चुकलं होतं. तिचा गैरसमज झाला होता. उजाडताच तिची माफी मागायची असं मी ठरवलं.

मी दुसऱ्या दिवशी बेडरूममध्ये गेलो. तिला हाक मारली.

''हेमांगी... समज-गैरसमज व्हायचेच. माझ्या वागण्यामुळे, बोलण्यामुळे तू दुखावली आहेस, हे मी समजू शकतो. मी स्पष्टपणे तुझी माफी मागतो. मी माझ्या वागण्याबोलण्यात तुला हवा तसा बदल करीन. काल रागाच्या भरात तू मला जे बोललीस ते मी विसरून जातो. मला वाटतं, तुझ्या तर ते लक्षातही नसेल.''

''माझ्या पूर्ण लक्षात आहे ते.'' ती कालच्याच स्वरात कडाडली. ''माझ्या पूर्ण लक्षात आहे आणि तुम्हीही विसरू नका. तुमच्या दृष्टीनं फार महत्त्वाचं आहे ते! तुमच्या स्मरणासाठी पुन्हा सांगते, तुम्ही ढोंगी, नाटकी आणि लबाड, खोटारडे आहात.''

''नको गं हेमू. बस झाली ना चेष्टा!''

''चेष्टा?'' ती कुचकेपणानं हसली.

''खरं सांग, अजून रागात आहेस?'' मी तिच्याजवळ जाताच ती किंचाळली.

''ए नाटक्या, जवळ येऊ नकोस, चालता हो इथून. स्पर्श करू नकोस मला. ज्या भागाला स्पर्श करशील तो भाग कापून काढीन. चल निघ इथून. उभाही राहू नकोस माझ्यासमोर!''

एखाद्या कुत्र्याला हाकलावं तसं हाकललं तिनं मला. मी पटकन कपडे केले. बॅगेत आवश्यक कपडे भरले. गाडी काढून फॅक्टरीतल्या रेस्ट हाउसवर आलो. तिथे सगळं आवरलं आणि फॅक्टरीतला दिवस सुरू केला.

मलाही राग आला. ही काय वागण्याची पद्धत झाली? फॅक्टरीतला दिवस कसाबसा पार पाडला आणि घरी गेलो. म्हणजे काय? घरी जाणारच.

हिला घाबरून काय बाहेरच थांबू का?

कुठेतरी माहेरी गेलेली असेल तर बरी! असा मी विचार केला. पण छे! हॉलमध्ये छान सोफ्यावर बसून 'इकॉनॉमिक टाइम्स' वाचत होती. मी तिथं थांबलो नाही. तिनं बोलणं आणि व्यवहार बंद केले. मीही केले.

तीन आठवडे असेच गेले. मी जेव्हा जेव्हा तिच्याशी संभाषणाचा विचार करून पाहिला, त्या त्या वेळी माझी 'कोडगी आणि चालू' अशी इमेज माझ्याच समोर उभी राहिली. ती सावरण्याच्या धडपडीत मला रात्र तळमळून काढावी लागे. मी तिला जवळ ओढणं, तिचं हसणं! ते एकमेकांच्या मिठीत विरघळणं, तृप्तीच्या सुखाच्या लाटेवर आरूढ होणं, एकमेकांना आनंदाच्या सागरात डुंबत ठेवणं! दीर्घ, प्रदीर्घ सैर करणं!... मला असह्य होऊ लागलं.

तिला नसेल का होत? ज्या सुखाचं वेड मला लागलं होतं, त्या सुखाची तिला आठवणसुद्धा होत नसेल? मी रात्री वेडापिसा होतो, तळमळतो, सैरभैर मोकाट होतो, तडफडतो. तिला यातलं काहीच होत नसेल का? मग ती शांत का? मीच स्वार्थी? कामापुरता, कोडगा, निर्लज्ज? असं नाही. माझ्याकडून तिलाही काठोकाठ असं भरून सुख मिळतंच मिळतं आणि त्या सुखाला ती आवेगानं कवटाळत असल्याचं मी अनुभवलंय. मग वासनेच्या विषारीपणाचा आरोप माझ्यावरच का? हे विष नाहीच. हे अमृत आहे.

खरंतर ती बऱ्यापैकी धूर्त असावी. स्वतःच्या संयमाच्या जोरावर ती मला लाचार करते आहे. मग तो संयम माझ्याकडे का नाही? आणि मीही संयमाचा बागुलबुवा उभा केला, तर दोघेही या सुखापासून वंचित नाही का होणार? केवढं नुकसान? मुळात हे सुख एकमेकांपासून मिळवण्याचा नवरा-बायकोचा हक्कच नाही का? मग एकानं नाही म्हटलं तर करायचं काय?

केवळ मला सुख मिळू नये या कपटी भावनेनं तर ती असं वागत नसेल? केवळ मला त्रास देण्यासाठी माझ्यावर सूड घेण्यासाठी? शी! हिच्या मनात माझ्याबद्दल प्रेमाचीच काय पण एकमेकांविषयीच्या नात्याचीही भावना नसावी. ही केवळ आत्मकेंद्रित! सेल्फ सेंटर्ड! ही अशी माणसं काय दुसऱ्यावर प्रेम करणार? मुळात मी तिचा कुणीतरी आहे ही भावनाच नाही, मग विश्वास नाही. प्रेम नाही. म्हणूनच लग्न झाल्यावर तिनं माझं एकही वाक्य ऐकलेलं नाही. तिनं माझ्या एकाही वाक्याला महत्त्व दिलेलं नाही.

माझा एवढा द्वेष आणि तिरस्कार करणारी व्यक्ती मला हवीच कशाला? मनस्ताप, वैताग साला! एकत्र राहण्यात अर्थ तो काय? तोडायला हवं सगळं!

अवाक झालो मी! हेच ते एकमेव शेवटचं टोक? हाच केवळ एकमेव उपाय?

या अशा गोल गोल फिरणाऱ्या विचारांमध्ये तब्बल पंचवीस रात्री गेल्या. सव्वीसाव्या रात्री मी नेहमीसारखाच हॉलमध्ये झोपलो होतो. ती बेडरूममध्ये. ती उठून हॉलमध्ये आली. मला गदगदा हलवलं. मी तिच्याकडे न पाहता दुसरीकडे पाहू लागलो. बराच वेळ स्तब्धतेत गेला. शेवटी न राहवून मी तिच्याकडे पाहिलं. चेहऱ्यावरची रेषही न हलवता ती मला खुणेनंच 'चला' असं म्हणाली आणि आत बेडरूममध्ये निघूनही गेली.

माझ्या मनाचा ताठा मी दोन-पाच मिनिटंच टिकवू शकलो. कारण हॉलमध्ये अंथरुणावर पडून मला एकट्याला काही विचारच करता येईना. मी बेडरूममध्ये गेलो. तिनं बेडवर मला व्यवस्थित जागा करून ठेवली होती. याचा अर्थ मी आत जाऊन तिच्या शेजारी झोपणार, याची तिला पूर्ण खात्री होती आणि मीही तेच केलं.

क्षणाचाही विलंब न करता मी तिला बिलगलो. त्यानंतर थोडं आखडून पाहिलं. तिच्याकडे पाहिलं नाही. तिच्या अंगावर हात टाकला नाही. तिनं फार वेळ वाया घालवला नाही. ती माझ्या अंगावर रेलून मला दाटी करू लागली. मला क्षणार्धात गेल्या पंचवीस दिवसांच्या माझ्या मानसिक अवस्थेचा विसर पडला. मी प्रॅक्टिकली बिथरलो.

दोघांच्याही शरीरांमधून निघणारी कंपनं, निघणाऱ्या लहरी एकमेकांना भिडू लागल्या. स्वरामागून स्वर सापडत होता. तानेमागून तान बाहेर पडत होती. एकमेकांच्या तालावर तन आणि मन डोलू लागलं होतं. गाणं अधिकाधिक रंगू लागलं. मिठास, मधुर आणि गहिरं होऊ लागलं. दोघांचंही शरीर आक्रमक होऊ लागलं. एकमेकांना भेदू लागलं. छेदू लागलं. एकमेकांमध्ये मिसळून जाण्यासाठी, आरपार होण्यासाठी आता संथ लयीत तर कधी वेगात दोघांचीही शरीरं प्रवास करू लागली. आसुसलेपणाचा थांबा सापडेना. तहानलेपणाचा अंदाज येईना. आवेग मनात मावेना. बऱ्याच वेळानं तिनं माझ्या डोक्याला कुरवळायला सुरुवात केली. मग केसात बोटं गुंतवली. ती माझे केस ओढू लागली. जोरात ओढू लागली. मी तिला अधिकाधिक ओढू लागलो. तीही सर्व शक्तीनं मला जवळ ओढू लागली. वेढून घेऊ लागली. काही क्षण तिनं माझ्या ओठात तिचे दात रोवून ठेवले. मान उजवीकडे वळवली... मी तिला आपलेपणानं लपेटून घेत विचारलं, ''रागावलीस माझ्यावर?''

काहीही न बोलता ती उठली. बाथरूममध्ये जाऊन तिचं आवरून वगैरे

आली आणि माझ्याशेजारी माझ्याकडे पाठ करून, तोंडावर पांघरूण घेऊन झोपून गेली. मी शक्य तेवढा जागलो. मग झोपलो. सकाळी उठलो. दिवस नेहमीप्रमाणे सुरू केला. नेहमीप्रमाणे संपवला.

रात्री खूप आपलेपणानं तिच्या अंगावर हात टाकला. तिनं शांतपणे तो बाजूला करत सांगितलं, "माझी इच्छा नाही. माझं अंग दुखतंय." दुसऱ्या दिवसाला मी मागे टाकतानाच तिसऱ्या रात्री म्हणाली, "माझी इच्छा नाही. डोकं दुखतंय."

मग चवथी, पाचवी, सातवी, अकरावी... पंधरावी रात्र!

इच्छा नाही, कंबर दुखते,

पाय थरथर कापतात,

सर्दी झाली आहे,

मळमळतंय, गरगरतंय, चक्कर येत आहे.

ताप आलाय,

पोटात दुखतंय,

कान दुखतोय, मान अवघडली आहे,

बरं वाटत नाही, कसंतरीच होतंय,

अस्वस्थ वाटतंय, मन:स्थिती ठीक नाही,

त्रास होतो, इच्छा नाही,

मूड नाही, शक्ती नाही,

घाण वाटते, किळस वाटते.

माझी रात्र हरवली होती. सकाळी उठल्यापासून रात्री झोपेपर्यंत मी तिला बरं वाटेल, असं वागू लागलो. जिद्दीनं तिला खूष ठेवण्याचा प्रयत्न करू लागलो. दिवसा तरी बरी समर्पक वागत होती. पण रात्री निग्रहानं मला दूर ठेवत होती. पंधरा पंधरा दिवस! मी तडफडू लागलो. माझ्या शरीराची आणि मनाची आग होऊ लागली. हिचा मला कसलाच उपयोग नाही. एकत्र रहायचं ते कशासाठी? असा विचार माझ्या मनात सुरू होईपर्यंत ती हॉलमध्ये मला बोलवायला येई. पण मध्ये पंधरा दिवस, कधी तीन आठवडे, कधी महिना निघून जाई, मी कितीही वेळा ठरवलं की जायचं नाही, तरी त्या वेळी मन व शरीर कुणीच कुणाचं ऐकत नसे. मी जातच असे आणि पुन्हा महिन्याची तडफड ओढवून घेत असे.

कालसुद्धा नाही म्हणाली. गेली १२-१३ वर्षे हेच चाललंय. चार हजार

दिवस, चार हजार रात्री! चारशे रात्रीसुद्धा हे सुख नशिबी आलं नाही. बाकी तीन हजार सहाशे रात्री रिकाम्या! आणि तरीही मी हिच्याशी प्रामाणिक राहिलो आहे. दुसऱ्या स्त्रीचा विचार केला नाही. काय फायदा झाला? स्नेहाच्या जन्मानंतर हे घर मोडू नये असं वाटलं. त्या बाळामध्ये जीव गुंतलाय म्हणून हे सगळं सहन करायचं.

पण मग हिला ते हवं असेल तेव्हाच आपण आज्ञाधारकासारखं या सगळ्याला सामोरं का जायचं? काल एक महिना झाला. नाही... नाहीच! आणि आज माझ्याशेजारी येऊन झोपली आहे. मी कशासाठी हिला स्पर्श करायचा? नाहीच करणार!

माझ्याशेजारी आत्ता ती झोपली असली, तरी माझा दगडी पुतळा झालाय. तिनं डोळे मिटून घेतले असले, तरी ती टक्क जागी. माझ्या मनात इथून मागच्या रिकाम्या राहिलेल्या छत्तीसशे रात्री गांधीलमाश्या होऊन घोंगावू लागल्या. त्या गांधीलमाश्या उपाशी, वखवखलेल्या होत्या. बेभान झाल्या होत्या. त्या अपमान सहन न झाल्याने मला दंश करू लागल्या. भयानक त्वेषानं दंश करू लागल्या. भयानक वेदना!

छे! केवढं भयानक, भयंकर नुकसान झालं माझं! केवळ या शेजारी झोपलेल्या बाईमुळे! तिच्या आडमुठेपणामुळे, अडाणीपणामुळे! आता कसं भरून येणार हे नुकसान? आणि भरून तरी कोण देणार? माझ्या शेजारी निर्लज्जपणे झोपलेली ही बाई, देईल भरून हे नुकसान आणि तेही आजच्या एका रात्रीत? मग ज्या रात्री मी तडफडून... तडफडून जागून काढल्या त्यांचं काय? वाटोळं केलं या बाईनं माझं!

काल इतक्या विनवण्या करूनही तिनं मला जवळ येऊ दिलं नाही आणि आज कशासाठी माझ्याजवळ आली आहे? तिला हवंय म्हणून? म्हणजे आजपर्यंत जो आणि जेव्हा जेव्हा सेक्स घडला; तो फक्त तिला हवा होता तेव्हाच घडला आणि तिला हवा होता म्हणूनच घडला. शी!

मी का हात लावायचा हिला? हिची लायकीच नाही. त्यानं उशी हातात घेतली आणि तिला लाथाडल्याच्या आविर्भावात तो बाहेर हॉलमध्ये येऊन झोपला. त्याला खूप चांगलं वाटलं. आज पहिल्यांदाच त्यानं तिला झिडकारलं होतं. बारा वर्षानंतर ही अक्कल आली. बारा वर्षांपूर्वीच असं करायला हवं होतं.

तो हॉलमध्ये सोफ्यावर विचार करत पडला होता. हेमांगी तिथे आली आणि चारूसमोर उभी राहिली. आता या नवीन चकमकीच्या कल्पनेनं चारू

पुरता वैतागून गेला. आता ती काय पवित्रा घेते, या शंकेनं तो अस्वस्थ झाला. त्याला खरं तिच्याशी बोलण्याची अजिबात इच्छा नव्हती आणि या इच्छेचाच त्याला खूप आनंद होत होता. तिच्याबद्दल मनात निर्माण झालेला तिरस्कार त्याला एक मस्ती देत होता.

हेमांगी जरा वेळ वाट पाहून, दाणदाण पावले आपटत आत निघून गेली. आतून तिचा स्वत:शी बडबडण्याचा आणि रडण्याचा आवाज येऊ लागला. काही वेळानं तोही बंद झाला. पण काही वेळातच स्नेहाच्या काही बोलण्याचा आवाज आला. तिनं स्नेहाच्या पाठीत धपाटा मारला असावा. ती रडली नाही. पण कळवळल्याचा आवाज आला. चारूच्या काळजात कालवाकालव झाली...

सकाळी सुरू झालेला चारूचा आजचा दिवस संपला होता.

- ०-०-०-

२

तीन आठवडे झाले. चारूनं हेमांगीकडे पाहणं, तिचा विचार करणं आणि त्या विचारानं दु:खात पडणं या गोष्टी सोडून दिल्या. विशेष म्हणजे ही गोष्ट जमल्याचा त्याला खूप आनंद झाला. रोज फॅक्टरीत जाताना एका विशिष्ट ठिकाणी किशोर गाडी स्लो करे. पण चारू खिडकीतून बंगल्याच्या गच्चीत पाहत नसे. किशोरच एक दिवस म्हणाला,

''सर, मॅडम गच्चीत उभ्या आहेत.''

''चला.''

''सर, गेले दोन आठवडे त्या गच्चीत उभ्या असतात.''

तीन आठवड्यांपूर्वी हेमांगीला स्पष्टपणे नाही म्हटल्यानंतर चारूला स्वत:मध्ये काही महत्त्वाचे बदल झाल्याचे लक्षात आले. त्याच्या मनातली मरगळ कमी झाली. दुबळेपण कमी झालं. आत्मविश्वास, उत्साह वाढला. आयुष्यावर आपली पकड नव्यानं प्रस्थापित होते आहे, असं वाटलं. मन विलक्षण तरल झालं आणि त्याला साधनाची आठवण आली.

नेमकी तिचीच आठवण का व्हावी? चारूचं मन शहारलं. साधना नेहमीच स्वत:ला चारूत गुंतवून ठेवायची. पण चारू चाणाक्ष! तो नेहमीच साधनाच्या अतिउत्साहाला

योग्य वळण देत असे. तिच्या आवेगामागे दडलेला भावनेचा प्रचंड जलाशय, चारू त्याला वस्तुस्थितीचा बंधारा घालत असे. साधनाला ते आवडत नसे.

पण गेल्या आठ दिवसांमध्ये तिची आठवण येऊन चारूच व्याकूळ होई. फॅक्टरीच्या कामासाठी ती दिल्लीला गेली होती. आज परत येणार होती. आज तो विशेष उत्साहात फॅक्टरीत गेला. अपॉइन्टमेंटप्रमाणे साधना त्याला भेटायला गेली. दिल्लीतल्या तिच्या कामासंबंधी सगळी माहिती तिनं दिली. चारूनं ती ऐकली. नंतर तो एकटक तिच्याकडे पाहू लागला. साधनाच्या ते लक्षात आलं.

"काय रे, काय झालं?"

"तू इथे नसताना करमलं नाही अजिबात. खूप आठवण आली तुझी."

"त्यात नवीन काय सांगितलंस?"

"खूप जुनंच सांगितलं!"

ती फटकन हसली. चारूही हसला. मनावरच्या सुरकुत्या कमी होऊ लागल्या. चारूनं साधनाचा हात हळुवारपणे हातात घेतला.

"कशी आहेस साधना?"

"चांगली आहे की रे! पण तू का आज इमोशनल होतो आहेस?"

"साधना, मी तुमच्याकडे रहायचो त्यावेळी कधी रात्री रडायचो. तू डोक्याला कुरवाळत रहायचीस माझ्या. म्हणायचीस- चारू, आता आम्हीच सगळे तुझ्या घरचे, तुझे नातेवाईक. उगाच घरच्या लोकांच्या आठवणी काढून रडू नकोस."

"आठवण झाली रत्नागिरीची? जाऊन ये एकदा."

"तुम्ही बर्वेंच खरे माझ्या घरचे आणि आता तर साधना, तू एकटीच उरलीस मला."

"चारू, जरा जास्तच होतंय बरं का! नंतर तुला वाटेल की भावनेच्या भरात उगाच काहीतरी बोललो."

"तू अजूनही अशी लहान मुलीसारखी चेष्टामस्करी करतेस, मारतेस, खट्याळपणा करतेस.... किती बरं वाटतं. खरंतर दिस इज द लाईफ!"

"चारू, अधूनमधून जरा रिअलिस्टिक पण बोलूयात का?

"म्हणजे?"

"माझ्या दिल्ली ट्रिपचं रिपोर्टिंग थोडं बाकी आहे अजून!"

"ओके!" चारू मनमोकळेपणे हसला.

संध्याकाळी घरी तो जेव्हा स्नेहाशी दंगामस्ती करू लागला, त्या वेळी हेमांगी आवर्जून तिथे येऊन बसल्याचं त्याला जाणवलं. ती उत्साहानं म्हणाली, ''तिच्याशी नुसती दंगामस्ती करण्यापेक्षा थोडा अभ्यास घ्यावा तिचा.''

''तू घेतेसच की!''

''अहो, मुलाला आईबरोबर वडीलही हवे असतात. मी सांगते तुम्हाला.'' तिचे डोळे पाण्यानं भरून आले.

''आणि वडिलांबरोबर आईही हवी असते. मी सांगतो तुम्हाला.'' चारूचे डोळे मात्र कोरडेच होते. चेहराही नेहमीसारखाच. हेमानं चमकून त्याच्याकडे पाहिलं.

''मी तरी वडिलांचं सुख काही काळ अनुभवलं. तुम्हाला आई आठवतही नसेल.'' हेमानं भावनिक वळण घेत म्हटलं.

''असो! या क्षणाला जे आणि जसं आहे ते आणि तसंच खरं. बाकी सगळ्या गप्पा!''

''तुम्ही माझ्यावर नाराज आहात, हेच दाखवायचंय ना तुम्हाला?''

''मी 'हो' म्हटलं तर खरं वाटेल, की 'नाही' म्हटलं तर 'खोटं खोटं' बरं वाटेल?''

''आपल्या लग्नापासूनच तुम्ही माझ्यावर नाराज आहात. तुमच्या अपेक्षेप्रमाणे मी नाही. खरंतर काय कमी आहे हो माझ्यात? मी चांगली उंच, देखणी, हुशार, शिक्षित नव्हे, उच्चशिक्षित आहे. पुण्याच्या सदाशिव पेठेतील केळकरांची मुलगी आहे. यापेक्षा आणखी काय असतं? का माझा तिरस्कार केलात अगदी पहिल्या रात्रीपासून? मला प्रत्येक वेळी अडाणी ठरवलंत. वेड्यात काढलंत. का असं केलंत?''

''गेल्या बारा वर्षांचा पाढा पुन्हा आता सलगपणे वाचू नकोस. बाराशे वेळा ऐकलाय तो.''

''त्रास होतो ना त्याचा? मग माझी क्षुल्लकशी अपेक्षाही कधी विचारली नाहीत, तर आणखी बाराशे वेळा हा पाढा मी का नको वाचू?''

''अजूनही काही राहिलंच आहे तर?''

''मी स्नेहाला शिकवताना नुसते माझ्याशेजारी बसून तरी राहा. मी स्वयंपाक करताना, घरात वावरताना नुसते पहा तरी माझ्याकडे. फॅक्टरीतल्या लोकांना काम करताना पाहता, त्यांना शाबासकी देता, तशी मला द्या. त्यांचं कौतुक करता, तसं माझं करा.''

ही आज अशी का बोलते आहे? गेले पंधरा दिवस त्यानं हेमांगीबरोबर कसलाही वाद घातला नव्हता. रात्र स्वत:हून वर्ज्य केली होती. फॅक्टरीतून घरी येताना किंवा घरून फॅक्टरीत जाताना कारच्या खिडकीतून बंगल्याच्या टेरेसवर पाहणं बंद केलं होतं. हेमांगीला ज्या ज्या गोष्टींचा त्रास होतो, त्या सगळ्या त्याने बंद केल्या होत्या.

तो हेमांगीबाबत जसजसा निरपेक्ष झाला तसतसा मोकळा झाला. हेमांगी आपली कुणी विशेष नसल्यामुळे तिच्याकडून अपेक्षाभंग आणि त्यातून दु:ख या गोष्टी आता दूर जाऊ लागल्या. एका मूर्ख बाईच्या कचाट्यातून सुटल्याचा त्याला आनंद होऊ लागला. तो पुन्हा एकदा ताजातवाना होऊ लागला.

अभ्यास झाला. जेवण झालं. स्नेहा झोपली. चारू हॉलमध्ये येऊन झोपण्याच्या तयारीत असताना हेमांगी त्याच्या जवळ येऊन बसली. त्याचा हात हातात घेतला. त्याच्या केसांतून बोटे फिरवत म्हणाली,

"रागावलात माझ्यावर?"

"नाही."

"गेले तीन आठवडे इथं का झोपता आहात?"

"कुठेतरी झोपायचं!"

"मग आत येऊन झोपा."

"आत येऊन काय? झोपायचंच ना?" तो कुत्सितपणे हसला.

"किती घाण हसलात?"

"माझ्या नशिबाला हसलो."

"काय वाईट आहे तुमचं?"

"माझ्याबद्दल तुझ्या मनात भरलेला तिरस्कार."

"लग्न माझ्याशी केलंत आणि कौतुक सतत विष्णू आणि अविनाशच्या बायकोचं. संध्याचं नाहीतर आरतीचं... आणि विशेष करून साधनाचं.."

"लग्नाआधी याच लोकांमध्ये मी राहिलो."

"लग्नानंतर? माझ्याबरोबर किती राहिलात?"

"प्लीज! मला तुझ्याबरोबर कुठलीही निर्बुद्ध चर्चा करण्यात रस नाही. तू ऊठ आणि आत जा."

"माझ्या अंगाला स्पर्श करायचा नाही, अशी शपथ घेतलीत का कुठे?"

"तुझ्यावर अन्याय होतो ना या गोष्टीनं? जी गोष्ट तुला मला द्यायचीच नाही आहे, ती आता मलाच नकोय."

"पण आता मला ती हवी आहे."

"का? तुझी लहर फिरली का आज? गेली बारा वर्षे ही गोष्ट फक्त तुला हवी तेव्हाच घडली. मी म्हणेन तेव्हा कधीच नाही."

"ठीक आहे. इथून पुढे तुम्हाला हवं तेव्हा घडेल."

"इथून मागच्या माझ्या हजारो वांझ रात्रींचं काय? तो त्रास, ती तडफड आता कशानंही भरून येणार नाही."

"मला चूक सुधारण्याची संधी तरी द्या. अजून पुढे आयुष्य नाही का?"

"तू आता ऊठ आणि ताबडतोब आत जा. नाहीतर मी फॅक्टरीच्या रेस्टहाउसवर जाऊन झोपेन." चारू संतापला, तशी ती उठून आत गेली. ती झोपून गेली. खूप वेळानं चारूही झोपून गेला.

रात्री अडीच वाजता चारूच्या मोबाईल फोनची बेल वाजू लागली. चारूला मोबाईल सापडेपर्यंत हेमांगीनं आत कान टवकारले. ती आतच बेडवर ऊठून बसली. चारूनं मोबाईलवर पाहिलं. साधनाचा नंबर! घड्याळात पाहिलं. बंद करावा तर पुन्हा करेल. अडचणीत तर नसेल? त्यानं फोन घेतला.

"बोल..."

"ऐकू शकतोस?"

"हो. हॉलमध्ये आहे. काही प्रॉब्लेम?"

"हो. कायमचाच, या किळसवाण्या माणसाशी बाबांनी माझं लग्न लावून दिल्यापासून कायमची प्रॉब्लेममध्येच आहे मी. जन्मभर असंच राहणार का रे?"

"लेले ठीक आहेत ना?"

"तो मरत नाही, हेच माझं दु:ख आहे. एवढी दारू पिऊनही त्याला काहीच कसं होत नाही?"

"शांत हो..."

"पिऊन पिऊन तांबडट, काळपट पडलेलं त्याचं ते शरीर, वाढलेली दाढी, ओठाशी सतत साठलेली घाण, त्याच्या अंगाचा आणि दारूचा सतत येणारा घाणेरडा वास ... आता इथं या क्षणाला माझ्या शेजारी बेडवर असा काही मेल्यासारखा पडलाय की एखादा महारोगी, भिकारी तरी बरा! चारू, कशी झोपू मी त्याच बेडवर.?"

"रिलॅक्स..."

"समज, या क्षणाला मलाच काही व्हायला लागलं, माझी शुद्ध गेली, मला हॉस्पिटलमध्ये अॅडमिट करण्याची वेळ आली तर कोण करेल सगळं? मी

आता या क्षणाला मेले, तरी याला उद्या दुपारी दारूची नशा उतरल्यावर समजेल. काय करू मी चारू?'' ती रडू लागली. ''आता या क्षणी काही करायचंय का?'' चारूला तिची काळजी वाटत होती. पण आत हेमांगी आहे याचंही भान होतं.

''तू काय करणार आहेस? आजपर्यंत काय केलंस तू? लग्नाच्या पहिल्या रात्रीपासून या किळसवाण्या माणसाला सहन करते आहे मी. हेच भोगते आहे. तुला वेळोवेळी सांगितलं. काय केलंस तू?''

''करूया काहीतरी! आतातरी झोप शांत.''

''तू काहीही करणार नाहीस. हा माणूस मेला तरच माझी सुटका. नाहीतर मी याचा खून करीन.''

''वेडेपणा काय करतेस?'' हेमांगी येऊन तिथं उभी राहिली.

''जशी काय आत्ताच त्यांच्या तोंडावर उशी दाबणार आहे मी.''

''मी उद्या पाहतो काय करायचं ते! उद्या सकाळीच मला भेट.'' त्यानं मोबाईल बंद केला.

''कुणाचा फोन होता?'' हेमांगीनं विचारलं.

''साधनाचा.''

''काही सिरीयस?''

''हो! मुंबईवरून मशीन घेऊन येणारे आपले दोन ट्रक पोलिसांनी चौकशीसाठी ताब्यात घेतलेत. लोणावळ्याच्या आसपास पोलीस चौकीत पार्क केलेत.''

''साधना कुठला वेडेपणा करते आहे?''

''तिचं म्हणणं सगळे पेपर्स गाडीबरोबर आहेत. पोलीस पैसे खाण्यासाठी असं करताहेत. कमिशनरला फोन करू का?''

''या सगळ्या गोष्टी ती बघते का?''

''ती पी. आर. ओ. आहे. ड्रायव्हरकडे तिचं व्हिजिटिंग कार्ड असेल.''

''मग आता?''

''पाहीन उद्या. पोलीस स्टेशनला ट्रक तरी सेफ राहतील.''

''झोपणार आहात आत्ता?''

''नाही. अंगावरचे सगळे कपडे फेकून देऊन मध्यरात्री अडीच वाजता रस्त्यावरून पळत सुटणार आहे.''

''का?''

''व्यायाम म्हणून.'' चारू ओरडला, तशी हेमांगी आत जाऊन झोपली.

झाल्या प्रकारानं आणि हेमांगीशी खोटं बोलल्यामुळं चारू इतका थकला होता, की त्याला क्षणभर काहीच सुचेना. काही वेळानं तोसुद्धा हळूहळू झोपी गेला.

दुसऱ्या दिवशी फॅक्टरीत जाताना चारू कामाची डायरी पाहताना त्यानं साधनाला तातडीनं भेटायचं हे सांकेतिक भाषेत डायरीत लिहून ठेवलं. तिला भेटून आधार द्यायला हवा. धीर, सोबत द्यायला हवी. तिला आपल्याशिवाय कुणीही नाही.

तो, त्याच्या केबिनमध्ये बसून कामाला सुरूवात केल्याक्षणापासून साधनाची वाट पाहू लागला. पी. ए. कडून साधनाला कनेक्ट करणं याचं त्याला आजच एवढं ओझं का वाटत होतं, ते त्याला कळेना. खरंतर नेहमीचं रुटीन ते! मग त्यानं स्वत:च हॉटलाइनवरून डायरेक्ट तिच्या टेबलवरचा नंबर फिरवला. तो बराच वेळ वाजत राहिला. मग त्यानं मोबाईल ट्राय केला. कितीतरी वेळा. पण छे! साधना कनेक्ट होत नव्हती. तो वैतागला.

हेमांगीनं परस्पर साधनाला फोन करून, रात्रीचे ट्रक सुखरूप पोचले का, असं विचारलं तर? चारू सटपटलाच! असं कधीच होणार नाही. पण या कल्पनेनंसुद्धा तो घाबरून गेला.

सकाळ, दुपार, लंच टाइम... सायंकाळ जवळ येत चालली, तरी साधनाचा पत्ता नाही. आलीच नसेल का? मग आपल्याला रजेबद्दल काहीच माहीत नाही. चारूची पी. ए. अपूर्वानं आत कॉल दिला,

"सर, एच. आर. हेड मिस्टर साठे वॉन्ट्स टू सी. यू!"

"पाठवा आत त्यांना." चारू बोलला.

साठे आत येऊन अदबीनं समोर बसले.

"बोला साठेसाहेब." चारू बोलला.

"सर, उमेश केळकर आणि प्रियांका गोखले यांना आपल्या फॅक्टरीत ॲबसॉर्ब करून घेण्यासाठी आपलं अप्रुव्हल पाहिजे."

"अच्छा! हेमांगीचा भाऊ आणि बहीण! आमच्या घरून काही दबाव!"

"रिक्वेस्ट! त्यांचे सध्याचे जॉब अजिबात चांगले नाहीत."

"व्हेकन्सीचं काय?"

"ते माझ्यावर सोपवा सर."

साठे पुढे बोलतच होते. काही वर्षांपूर्वी चारूनंच हे प्रपोजल मांडलं होतं. त्या वेळी हेमांगीच्या आईनं टर उडवली होती. म्हणाली होती, "जावयांचे इतके

उपकार नकोत हं! हेमांगीला प्रेमानं सांभाळलं तरी पुष्कळ झालं.'' हे सगळं आठवून चारूचा संताप अनावर झाला. पण उमेश आणि प्रियांकाचा चेहरा आठवून तो पुन्हा गहिवरला. जाऊ दे! त्यांनी माझ्याकडून अधिकारानं का अपेक्षा करू नये? आणि हेमांगी? तीसुद्धा कारखान्याची मालकच नाही का? चारूनं साठ्यांकडे पाहिलं. ते दबक्या आणि तुटक आवाजात काहीतरी सांगतच होते. मधल्या काळात ते काय बोलले हे लक्ष नसल्यानं चारूलाही कळलं नाही. त्यांना थांबवत चारू म्हणाला, ''ठीक आहे. जॉइन करून घ्या.'' साठे रिलॅक्स झाले. मग म्हणाले,

''प्रत्यक्ष आलोच आहे तर आणखी एक किरकोळ गोष्ट सांगतो. साधना मॅडमचा फोन आणि फॅक्सही आला. आठ दिवसांच्या रजेसाठी! कारण 'पर्सनल सुट्टीतल्या 'व्हेअर अबाऊट्स' बद्दल त्या तुमच्याशी प्रत्यक्ष बोलणार आहेत.''

हे असं पहिल्यांदाच घडत नव्हतं. नवऱ्याला दारूपासून सोडविण्यासाठी साधना त्याला अधूनमधून कुठे कुठे मठात, आश्रमात, केंद्रात जात असे. तशीच ती आताही गेली असेल. त्याला साधनाचं काल मध्यरात्रीचं बोलणं आणि रडणं आठवलं. तो कळवळला. साधनाबद्दल एक भयंकर ओढ, उमाळा त्याला आतून हादरे देऊ लागला.

चार-पाच दिवस त्याला कामामध्ये चित्त एकाग्र करताना त्रास होऊ लागला. तो मनामध्ये काहीतरी लपवून ठेवतो आहे, याची हेमांगीला जवळपास खात्रीच झाली. हेमांगी तसं दाखवत नसली, तरी चारूच्या हालचालींवर, बोलण्यावर आणि चेहऱ्यातील हावभावांवर तिचं बारीक लक्ष होतं. चारू वैतागला होता.

साधनासाठी मन तळमळून उठत होतं आणि ती कुठल्याही प्रकारे संपर्कात नव्हती. चारूवर हा अन्यायच होतोय, असं त्याला वाटू लागलं. त्याला साधनाचा राग येऊ लागला. दुपारी अपूर्वानं आत कॉल दिला.

''सर, रत्नागिरीवरून दादा बोलताएत.''

''नमस्कार! बोला दादा, कसे आहात?'' चारू भावुक झाला.

''अरे, चांगलं आहे की सगळं! तू कसा आहेस?''

''मजेत आहे दादा, स्नेहा मजेत आहे. हेमांगीचं छान चाललंय. रवि, पूजा काय म्हणताहेत? आणि निखिल? सुजाची बदली होती आहे रद्द की आणखी सांगू कुणाला? तिच्या नवऱ्याच्या पायाचं बरं आहे का हो आता?''

''या सगळ्यांसाठी वेळ काढून दोन दिवस ये इकडं. सगळ्यांना घेऊन ये.''

“दादा, नक्की येईन.”

“बरं, दुसरं असं की साधना आणि तिचे यजमान इकडे आलेत चार दिवस.”

“साधना काही बोलली नाही मला.”

“अचानक आली रे पोर! आता राहील चार दिवस इथंच. लेल्यांना दाखवायचं आहे एका ठिकाणी. तिचं ते फॅक्टरीतल्या कामाचं काय ते पाहून घे. माहेरी आली आहे ती आता. मला थोडे लाड करू देत तिचे.”

“ठीक आहे दादा.”

“ठेवतो आता. काळजी घ्या.” दादांनी फोन ठेवला.

चारू सुन्न झाला. काही विचार करत बसण्यापेक्षा फॅक्टरीतलं काम झपाट्यानं करणं हे त्याला जास्त सोयीचं वाटलं.

रात्री हेमांगीनं विचारलं,

“तेल लावू डोक्याला?”

“कशासाठी असे प्रश्न विचारतेस?” चारूची चिडचिड झाली.

“काय वाईट विचारलं मी?”

“बारा वर्षे तिरस्कार आणि तिटकारा केलास माझा. आता प्रेमाची उबळ आली का तुला?” या वाक्याबरोबर हेमांगीच्या डोळ्यांत खळकन पाणी आलं. चारूला याचं आश्चर्य वाटलं. या वाक्याने तिच्या डोळ्यांत पाणी येतंच कसं? याचा अर्थ गेली बारा वर्षे तिने आपला तिरस्कार नाही केला का? तो पुन्हा चिडला.

“हे रडण्याचं नाटक बस कर आता. तू पुरती मनुष्यद्वेष्टी आहेस. मीच काय, पण कुणाबद्दलच तुझ्या मनात प्रेम नाही. नवरा, त्याचा व्यवसाय, त्याचं रूटीन, त्याचं मन, त्याचं सर्कल, नातेवाईक, त्याचं कर्तृत्व याच्याशी काडीचा तरी संबंध दाखवलास कधी? तुला रस फक्त तुझ्या स्वत:मध्ये, माहेरच्या लोकांमध्ये आणि त्या अनुषंगानं येणाऱ्या चार नातेवाइकांमध्ये. एवढंच तुझं विश्व! जीवनाकडून, जगण्याकडून काही सुख मिळतं, निर्मितीचा आनंद मिळतो, हे तुझ्या गावी तरी आहे का?”

“हेच ते! मीच शहाणा. मलाच सगळं कळतं. जीवन कळतं. सुख, आनंद सगळं मलाच कळतं, हा तुमचा भ्रम! दुसऱ्या सगळ्यांना वेडंच समजायचं. सतत त्याला शिकवायला जायचं. कसं चांगलं वाटावं हो तुमच्याबद्दल! तरी मी किती सहन करते. समजून घेते. चांगल्या घरची मी! माझ्यावर संस्कार चांगले

म्हणून संसार टिकला आपला नाहीतर. किती ॲबनॉर्मल आहात तुम्ही!''

''बस! चोराच्या उलट्या बोंबा म्हणतात ते हेच! माझं ऐकण्यात, मला सुख वाटेल, किमान सोयीचं वाटेल असं वागण्यात अपमान आणि अन्याय वाटला तुला गेली बारा वर्षे! सगळ्या जगाला प्रेम वाटतं माझ्याबद्दल आणि तुला मात्र तिरस्कार. त्यामुळे आता माझ्या तुझ्याकडून कसल्याही अपेक्षा नाहीत. तू हवी तशी वाग. हवी तिकडे जा.''

ती ताडकन उठून आत निघून गेली.

घरात आता भयानक शांतता राहील, अशी त्याची खात्री होती. त्यानं मनाची तशी तयारीही केली होती. हेमांगी माहेरी जाईल, असंही वाटलं होतं. पण यातलं काहीच घडलं नाही. ती माहेरी गेली नाही आणि घरातही तिनं असहकार पुकारला नाही. पण ती खूप शांत झाली. चारूनं एकदोनदा चोरून तिच्याकडे पाहिलं तेव्हा माणुसकी या दृष्टीनं त्याला खूप वाईट वाटलं. छे! पण माणुसकी या दृष्टीनं तिला चारूबद्दल कधीच वाईट वाटलेलं त्याला आठवलं नाही.

असो! साधनाकडे प्रवास करताना हेमांगीचा विचार अडथळ्याचा वाटत होता आणि आता त्याची पावले साधनाकडे जायला सारखी उतावीळ होत होती हेमांगीला मात्र बारा वर्षांनंतर आता प्रेमाची, माणुसकीची उबळ येत होती. नकोच!

ती बारा वर्षे मी का विसरू? त्याची भरपाई म्हणून आणि हेमांगीला शिक्षा म्हणून मला साधनाच्या जवळ जाण्याचा पूर्ण अधिकार आहे, असा जयघोष त्याच्या मनात सारखाच घुमू लागला. हा जयघोष मनात उंच उंच जात असतानाच एक दिवस अपूर्वानं आत कॉल दिला.

''सर, साधनामॅडम वेटिंग फॉर यू सर!''

चारू गडबडलाच. त्याला काय करावं तेच सुचेना आणि हे असं का होतंय, हेही कळेना. साधनाला आत बोलावताना आज त्याला संकोच वाटत होता. आपण काहीतरी लपवाछपवी करतो आहोत, असं वाटून अपराधी वाटत होतं. त्याला एकदम हेमांगी, स्नेहा, दादा, रवि, सुजा... बर्वेकाका असं काहीतरीच आठवायला लागलं. अपूर्वानं पुन्हा विचारलं, ''सर, साधना मॅम स्टिल होल्डिंग सर.''

''आस्क हर टु सी मी टुमारो. आय एम बिझी!''

''येस सर!'' अपूर्वा गोंधळून गेली. पहिल्यांदाच असं! साधना मात्र जसं

काही काहीच घडलं नाही, अशा थाटात निघून गेली

आणि त्यानंतर चारूचा चेहरा गोरामोरा झाला. कावराबावरा झाला. तो चार-पाच दिवस तिला टाळू लागला. तो तिला टाळतोय हे साधनाच्या लक्षात आलं आणि हाच तो क्षण ज्या वेळी चारूला आपली गरज आहे, हे तिच्या मनानं निश्चित केलं. ती त्याच्या मागेच पडली. शेवटी चारू तिला घेऊन एका फाइव्ह स्टार हॉटेलमध्ये गेला. फॅक्टरीच्याच वेळात. फॅक्टरीच्या बिझनेस डीलच्या संदर्भात चारूला व्ही. आय. पी. व्हिजिटरबरोबर अनेकदा जावं लागे. बऱ्याचदा साधनाही बरोबर असे. पण फक्त दोघे असे आजच पहिल्यांदाच.

समोरासमोर बसूनही कुणी काहीच बोलेना. साधनानं शांततेचा भंग केला. ''चारू, एक प्रश्न विचारते. खरं उत्तर दे. माझ्याबरोबर लग्नाला नाही का म्हणालास?''

असंख्य वाद्यांचा एकाच वेळी आवाज झाल्यानं त्यातून कुठलाच विशिष्ट आवाज वेगळा काढता येऊ नये, अशा मनाच्या झालेल्या अवस्थेत तो साधनाकडे पाहू लागला. नुसताच एकटक पाहू लागला. तीही त्याच्याकडे पाहत म्हणाली,

''असं एकटक मलाही पाहता येतं. माझ्या प्रश्नाचं उत्तर दे.''

''मनाची तडफड होईल असेच विषय बोलायचेत का आत्ता?''

''अजूनही तडफडतोस माझ्यासाठी?''

''हो.''

''मला माहीत होतं.'' तिचा चेहरा विलक्षण खुलला. अशक्त देहावर पण एक सळसळ आली. ''म्हणून तर मी जगते चारू! जिवंत राहते.''

''साधना, रत्नागिरीत रात्री बहुधा भाजी नसायचीच. आसपासच्या घरांतून भाजीचा खमंग वास यायचा. त्या वासाबरोबर आम्ही इकडे जेवायचो...आयुष्य अजूनही इतकं फसवं, इतकं खोटं असावं?''

''मी खोटी नाही चारू. माझी भावनाही खोटी नाही.''

''माझीही भावना खरी आहे.''

''तुला खोटं काय वाटतं मग?''

''प्रवास!''

''तो आपल्यासाठी थांबलाय जसा! तो तर करावाच लागतो. करतो आहोतच आपण.''

''साधना, खरंच आपल्या हातात काही आहे का गं? म्हणजे आपल्या मनासारखं घडवण्याचं?''

"का रे? माझ्या जबाबदारीनं काळजीत पडलास का काय मेल्या?"

"नाही गं! तू माझाच एक भाग आहेस. तू मला माझ्यापासून वेगळी वाटतच नाहीस. आपण एकत्र लहानाचे मोठे झालो. त्यामुळे असेल, पण हेमांगीपेक्षा मी तुझ्याबरोबर जास्त कंफर्टेबल असतो."

"करंटा रे करंटा!"

"साधना, बर्वेकाकांनी एक दिवस थेट प्रश्न विचारला आणि तोही अभिजित समोर. साधनाशी लग्न करण्याची कल्पना कशी वाटते तुला?"

"मग?"

"मी क्षणभर स्वत:लाच विसरलो. मला बायको म्हणून खरंच तू हवी होतीस. पण मी कशाच्या भरवशावर तुला प्रपोज करू शकत होतो? काय होतं माझ्याकडे? माझा आनंद गगनाला भिडला अन् तेवढ्यात अभिजित म्हणाला, 'अरे वा! रत्नागिरीचा भावेभिक्षुक मोठाच चतुर निघाला. स्वत:च्या मुलाला शिक्षणानिमित्त इथं ठेवला. ज्या घरचं खाल्लं त्याच घरची मुलगी त्यानं फसवली... आता काय प्रॉपर्टीवर डोळा असेलच!' माझ्या दादांविषयी त्यानं जे शब्द उच्चारले ते मला सहन होईनात. ते शब्द खोटे ठरविण्यासाठी मी तुझ्याशी लग्नाला नाही म्हणालो." चारूच्या डोळ्यांतून पाणी येऊ लागलं.

"अभिजित किती दुष्ट आहे याची तुला कल्पना नाही चारू. भाऊ म्हणायचीसुद्धा लाज वाटते रे! त्याची एकच भीती की बाबा हा कारखाना मला देतील, माझ्या नवऱ्याला देतील... आणि केवळ या एकाच हेतूनं त्यानं लेल्यांसारखा एक कामातून गेलेला दारुडा माझ्यासाठी शोधला आणि तुझंमाझं लग्न होऊ दिलं नाही."

"बापरे! अभि इतकं कपट करू शकतो?"

"तुला सगळे तुझ्यासारखे वाटतात? असं नसतं चारू. जाऊ दे. ज्या गोष्टी घडल्या त्या उगाळण्यात अर्थ तरी काय? आता एकच, उरलेलं आयुष्य आपल्याला नको असलेल्या रस्त्यावर चालायचं."

"तेच सध्या कमी त्रासाचं, सोयीचं वाटतं."

"खड्ड्यात घाल तुझी ही कनक्लूजन्स! आउट ऑफ द वे जाऊन दुसऱ्याला सुख देण्याची किंवा दुसऱ्याकडून सुख वसूल करण्याची क्षमता नाही तुझ्यात?"

चारू चपापला. ती नुसतंच काही सुचवू पाहत नव्हती तर चारूच्या संवेदनेला थेट स्पर्श करण्याचा प्रयत्न करत होती. तिच्याजवळ सरकण्यासाठी,

त्यानं काही हालचाल करताच ती ताडकन् म्हणाली,

"बस... जिथे आहेस तिथेच बसून रहा. उठून माझ्या डोक्यावर हात फिरवशील तर याद राख!"

चारू अवाक् झाला. साधनाच्या बुद्धिमत्तेला खरोखरच तोड नव्हती. अत्यंत कुशाग्र, तीक्ष्ण! जबरदस्त आकलनशक्ती. नको ते क्षणात बाजूला करण्याची निष्ठूर तडफ! अचूक समज आणि त्याहीपेक्षा अचूक प्रतिक्रिया. निर्णय घेण्याची क्षमता आणि सगळ्यात महत्त्वाचं म्हणजे आउटपुट ओरिएंटेड कृती!

तिला माझी साथसोबत हवी आहे. तसे तिचे चार-पाच जुजबी नातेवाईक पुण्यात होते. पण त्या सगळ्यांना स्वत:चंच पडलं होतं. पुन्हा हिच्या बुद्धीची भूक अचाट होती. तिची भाषा, तिचं बोलणं जेवढं चारूला समजे, तेवढं कुणालाच नाही.

चारू! फक्त चारू! चारू अवघडल्यासारखा झाला. अभिजित, तिचा सख्खा भाऊ. पण त्याच्याबद्दल तिचं मन पराकोटीच्या तिरस्कारानं भरलं होतं. अर्थात तो वागलाही तसाच होता. तिला पूर्णपणे खचवणारं! बर्वे अमेरिकेला जाताना कारखाना साधनाला देणार, असं वातावरण घरात होतंच! आणि ते तर्कसुसंगतही होतं. त्या दृष्टीने साधनानं माझ्याबरोबर पती-पत्नी या नात्याची स्वप्नंही पाहिली असतील आणि ऐन वेळी मी तिला तोंडावर पाडलं होतं.

छे! तिला उमेद द्यायला हवी. बळ द्यायला हवं. चारू तिला उमेद द्यायची या एकाच जिद्दीनं चारू पुढे सरकू लागला. पण त्याला निश्चित दिशा सापडेना. धोरण, तारतम्य सारासार विवेकबुद्धी यांचा हळूहळू विसर पडू लागला. साधनाबद्दलची अपार कणव, माया त्याच्या मनाला व्यापू लागली. अभिजितनं तिची केलेली फसवणूक, तिचा केलेला विश्वासघात हे तिच्या दु:खाचं मूळ होतं. बर्वे अमेरिकेला जाताना कारखाना साधनालाच मिळायला हवा होता. भले तिचा नवरा कुणी का असेना! तो साधनाकडे प्रेमानं पाहत म्हणाला,

"जा, जरा फ्रेश होऊन ये. तुला एक महत्त्वाची गोष्ट सांगतो."

"काय रे?" ती उत्साहात आली.

"थोडंसं वेगळं. तुला अनपेक्षित! पण माझी खात्री आहे की ते ऐकल्यानंतर तुझ्या मनाची स्थिती बदलून जाईल."

"मी फ्रेशच आहे. तू बोल." तिच्या बुद्धीला काही खाद्य मिळण्याची शक्यता निर्माण झाल्याबरोबर तिच्या मनाचा पतंग आकाशात झेप घेण्यासाठी

फडफडू लागला. "बोल ना रे पटकन!" असं म्हणत तिनं कपाळावरचे केस मागे घेतले. छोटीशी लाल टिकली लावलेलं तिचं ते गोरं गोरं मोहक कपाळ पाहून चारू मनातून हलला. त्याची गलबल झाली. खरं म्हणजे या कपाळाचं दीर्घ चुंबन घेऊन 'मी तुझ्याबरोबर आहे' एवढंच तिला सांगण्याची गरज होती. पण चारूचं ते धाडस होत नव्हतं. म्हणूनच त्यानं मूळ मुद्द्याच्या अवतीभवतीचं बोलायला सुरुवात केली होती. 'बीटिंग अराऊंड द बुश!' त्याचं त्याला हसू आलं.

"साधना, हा कारखाना बर्वेकाकांना तुला आणि फक्त तुलाच द्यायचा होता आणि तुझ्यामाझ्या लग्नासाठी बर्वेकाकांचा खूप आग्रह होता. अभिजितला याचा सुगावा लागताच त्यानं चाल केली. कारखाना मलाच द्यायला लावला आणि मग तुझ्या-माझ्या लग्नाला कडाडून विरोध केला. त्यानं तुझं-माझं लग्न हेतपुरस्पर होऊ दिलं नाही."

"पण यामध्ये त्याचा फायदा काय?"

"तुझं-माझं लग्न झालं असतं, तर अभिजितला कारखाना परत कधीच मिळाला नसता."

"आणि आता मिळण्याची शक्यता आहे का?"

"आहे."

"कशी?"

"कारण मला बर्वेकाकांनी कारखाना विकलेला नाही. भाड्यानं चालवायला दिला आहे. गेल्या पंधरा वर्षांत मी कारखाना तिप्पट-चौपट केला, कारखान्याची जागाही चौपटीनं वाढवली ती माझ्या हिमतीवर. मी जी भर टाकली त्याचा मालक हिस्सेदार मीच. पण मूळ कारखाना अजूनही बर्वेकाकांच्याच नावावर आहे."

"मग तू कारखाना विकत घेतला असा सीन कशासाठी उभा केला?"

"अभिजितच्या हट्टापायी! त्यानं माझ्याकडून वचन घेतलं, अगदी शपथ घ्यायला लावली की साधनाला खरं सांगणार नाही."

"माय गुडनेस! पण असं का?"

"तुझ्या डोक्यातून कारखान्याचा विषय कायमचा जावा म्हणून. वास्तविक एक-दीड वर्षात माझं भाडेतत्त्वाचं कॉन्ट्रॅक्ट संपतं आहे. त्यानंतर बर्वेकाका, अभिजित इथं येतील. कॉन्ट्रॅक्ट रिव्हाइज होईल किंवा कारखाना मला ते विकत देतील... आणि साधना, कदाचित ते हा कारखाना तुलाही देऊ शकतील."

"थँक्स चारू! किती मनमोकळा आहेस रे! माझ्यावरल्या प्रेमापोटी तू स्वत:चा साधा व्यावसायिक दृष्टिकोनही पाळला नाहीस. माझ्यासाठी क्षणात कफल्लक व्हायला निघालास... आणि त्या पार्श्वभूमीवर हा करंटा अभिजित! साताजन्मांचा वैरी तरी बरा रे! गोळी घालून मारावा इतका नीच रे!"

"रिलॅक्स साधना."

"माझा फक्त तू आहेस चारू! फक्त तू!" चारु तिच्याकडे पाहत होता. तिनं पटकन चारूचे हात हातात घेतले खूप जवळकीनं प्रेमानं ओथंबून त्या हातांचं दोन-तीन वेळा चुंबन घेतलं.

"चला, निघायला हवं आता." चारू म्हणाला.

खूप समाधानानं दोघेही तिथून उठले. फॅक्टरीत आले. उत्साहात कामही केलं. संध्याकाळी घरी येताना मित्राच्या अंगावर तो हात फिरवताना त्याच्या मनात तुलना जागृत झाली. आजपर्यंत ही गोष्ट आपण हेमांगीलाही कधी सांगितली नाही. साधनाला कशी काय सांगितली?

हेमांगीला पहिल्या रात्री आपण आपल्या कर्तृत्वाचं गुणगान गाताना हा कारखाना मी विकत घेतला असं सांगितलं आणि ते ऐकताना ती झोपली असा समज करून घेऊन तिला अडाणी म्हणालो. तिचा जन्मभराचा रोष ओढवून घेतला. कशासाठी? तर खोट्यासाठी!

वास्तविक कारखाना भाडेतत्त्वावर आहे असं सांगितलं असतं, तरी हेमांगीची काही तक्रार नव्हती. श्रीमंतीची, थाटाची तिला कसलीही आसक्ती नव्हती.

खरंतर हेमांगीची बायको म्हणून केलेली निवड ही चूक नसून तिच्या मनावर आपण पहिल्याच रात्री केलेला आघात ही भयंकर चूक होती. पहिल्याच रात्री आपण स्वत:च आपल्या संसाराचा पाया बिघडवला. त्यामुळे त्यानंतर त्यावरची इमारत कितीही प्रामाणिकपणे उभी करण्याचा प्रयत्न केला, तरी हेमांगीला ती कधीच सरळ दिसली नाही.

किशोरनं करकचून ब्रेक दाबला. मित्रा भुंकू लागला. गाडी घरापाशी आली होती.

-०-०-०-

३

नंतरचे पंधराएक दिवस साधनाच्या विचाराशिवाय दुसऱ्या कशात लक्ष लागेना. तो बऱ्यापैकी गोंधळला. साधनाच्या जवळ जाणं कसं योग्य आहे, हे मनाला समजावून सांगण्यासाठी तो एकापाठोपाठ एक कारणे समोर उभी करू लागला. हेमांगीची आणि तिची तुलना करू लागला.

साधनाकडे असलेली हुशारी, स्मार्टनेस मला हवाहवासा वाटतो. तो मला इंप्रेस करतो. तिचं बोलणं वेड लावतं. आवडतं, हवंहवंसं वाटतं. साधनाच मुळात आवडते, वेड लावते, हवीहवीशी वाटते.

साधनाला देण्याघेण्याची भाषा समजते. ती माझ्याकडून काही अपेक्षा करते. त्यामुळे तिला काही देताना मनाला नक्कीच सुख वाटेल. मला काही देण्याची भाषा करते. आजपर्यंत ज्याला जे हवं ते देण्यामधलाच आनंद मी लुटला. त्यामुळे कुणी मलाच काही देऊं केलं, की तो वेगळा अनुभव गुदगुल्या करतो. वाटतं, असंही असतं का?

माझ्यासाठी काही करण्यात, मला काही देण्यात हेमांगीला कधीच काही स्वारस्य वाटलं नाही. तो हळूहळू साधनाच्या दिशेनं प्रवास करण्यासाठी पूरक असा विचार करू लागला.

खरं आणि खोटं यांचा उलगडा करण्यात त्याचं मन गुंतून पडू लागलं. बारा वर्षे मी कमी का प्रयत्न केले? हेमांगी चांगलीच आहे असं समजण्यासाठी, तिच्याबरोबर आनंदानं राहण्यासाठी. मी चांगला आहे असं तिला समजावून सांगण्यासाठी. दोघं एकमेकांना आनंद देऊ शकतो हे सिद्ध करण्यासाठी. पण तिच्याकडून सदैव नाहीच! केवळ नाहीच! मग पुढे करायचं काय? स्नेहाचं संगोपन! एवढा एकमेव मुद्दा सोडला तर संसाराला चिकटून रहायचं ते कशासाठी? काही मिळणार नाहीच तिथे.

मग जिथे मन रमतं, जीव गुंतून पडतो, तिकडे थोडा वेळ दिला तर काय हरकत आहे? निदान उत्साहानं जगावं तरी वाटेल. तो असा विचार करत हॉलमध्ये टी. व्ही. चा आवाज बंद करून रात्रीचा टी. व्ही. पाहत होता. कुठली तरी क्रिकेटची मॅच चालू होती. एवढ्यात हेमांगी बाहेर आली.

"काय चाललंय विचारू शकते?" ती म्हणाली.

"नाही."

"का?"

"तुला माझ्याशी फार कधी ना घेणंदेणं असतं ना इंटरेस्ट असतो. मग माझ्या वेळेचा आणि वागण्याचा अकाउंट मागण्याचा हक्कच काय तुला?"

"अरे वा! भाषा फारच बदलली आहे तुमची. मी अजून कसलाही अकाउंट विचारलेलाच नाही. पण मला वाटतं, तुम्ही तुमचं उत्तर आधीच तयार करून ठेवलं होतं."

"प्रश्न तो नाही! काय करतेस? अशी का वागतेस? कुणाशी बोलतेस? असे प्रश्न मी तुला कधीच विचारत नाही. तूसुद्धा मला विचारू नयेस."

"मनात काहीतरी स्पेसिफिक गोष्ट आहे हे निश्चित."

"मी जनरल बोलतोय."

"तुमच्या बोलण्याला एका विशिष्ट बेजबाबदारपणाचा दर्प येतोय."

"या जन्मात कधी मला चांगलं म्हणणार नसशील, तर आपल्या एकत्र राहण्याला अर्थ काय?"

"अगं बाई! माझ्यापासून दूर जायची फारच घाई झालेली दिसते. कुठे दुसरीकडे जमलं की काय?"

"समजा, जमलं असेल तर?"

"खुशाल जा. कारणं कशाला शोधता? जा... कुठेही जा... मरा... मला काहीही फरक पडत नाही."

“हेच ते खरं आहे. शेवटी तुझ्या तोंडून बाहेर पडलंच.”

“जसं काय त्यासाठीच अडलं होतं सगळं!”

“मग इथं राहून तुझे पाय चेपून वर तुझ्याच लाथा खाऊ का? कसा राहिलो इतके दिवस तुझ्याबरोबर? फुकट गेलं सगळं!”

“खरं? जसं काही यापेक्षा वेगळं उच्च असं मिळण्याची लायकीच आहे आपली.”

“नाही ना? मग ठीक आहे. संपला विषय. आत जा तू.”

“जबरदस्ती का माझ्यावर?”

“मला मूर्खांशी वाद नकोत. मूर्ख लोक समोर नकोत.”

तिनं दोन वेळा भिंतीवर डोकं आपटलं आणि ती रडू लागली. चारू घाबरला. रात्रीअपरात्री आता ती ओरडू लागली, बडबडू लागली, किंचाळू लागली, तर करायचं काय? तिला समजावण्यात काही अर्थ नव्हता. चारू मनात म्हणाला, ‘रडू देत... मरू देत... बोंबलू देत...’

त्याचा मोबाईल वाजू लागला. फॅक्टरीतून दात्यांचा मोबाईल रात्री बारा वाजता!

“बोला दाते.”

“सर, अर्जंटली फॅक्टरीत येऊ शकाल का?”

“काही ॲक्सिडेंट नाही ना दाते?”

“नाही सर, दुसराच प्रॉब्लेम आहे.”

“बोला. घाबरू नका.”

“मेहता ग्रुपच्या ऑर्डरमध्ये काहीतरी मेजर गफलत आहे.”

“बोला. ऐकतोय मी.”

“आज फर्स्ट असेंब्ली प्लॅन केली होती. मेहता ग्रुपच्या प्रेझेंसमध्ये. असेंब्ली होत नाहीए सर... इंडिविजुअली प्रत्येक कांपोनन्ट इन्स्पेक्शनमध्ये क्लिअर आहे आणि मेहता ग्रुपचं आणि आपलं जॉइन्ट इन्स्पेक्शन आहे. प्रत्येक कांपोनंटच्या इन्स्पेक्शन रिपोर्टवर आपल्या इन्स्पेक्टरबरोबर मेहताच्या इन्स्पेक्टरचीसुद्धा सही आहे.”

“ठीक आहे ना मग! काळजी कसली आहे?”

“सर, मेहता ग्रुपचे लोक म्हणत आहेत, सगळं अंगावर येऊ शकतं. सर, अकरा करोडची ऑर्डर आहे.”

“अरे... दाते, रडताय कशाला? मी आलोच फॅक्टरीमध्ये.”

फॅक्टरीत काहीतरी गंभीर घडलंय एवढं हेमांगीला समजलं. पण ती चारूकडे पाहतही नव्हती. एका अक्षरानंही विचारत नव्हती. त्याच्या मनात तिच्याबद्दल कडवटपणा भरू लागला. कितीही ठरवलं, नाही बोलायचं तरी तो बोललाच.

"नीट बसून बघ ना टी. व्ही. महत्त्वाचं आहे ते. फॅक्टरीत अकरा करोडच्या नुकसानीची बातमी आहे. लोक रडताहेत."

"माझा संबंध काय त्याच्याशी? तुम्ही ज्यांच्याबरोबर असता ते रडत असतील. अगदी जीवसुद्धा देतील तुमच्यासाठी! माझा संबंध काय?"

"का?"

"माझ्याबरोबर असता कधी तुम्ही? सतत विष्णू, अविनाश, त्यांच्या बायका, संध्या, आरती... तो पद्माकर... आणि आता कोण साधना का? हल्ली प्रायॉरिटी लिस्टवर एक नंबर दिसती आहे. त्यांच्यासाठी झीज, झळ सगळं! लोचटासारखे धावता."

"त्यांच्यासाठी एकदा काही केलं तर ते हजारदा त्याची जाणीव दाखवतात. तुझ्यासाठी हजारदा करून एकदाही बोलतसुद्धा नाही. उलट 'काही करत नाही' अशी बोंब मारण्यात तुम्ही पटाईत. खाऊन उलटणाऱ्या कॅटॅगरीतली तू आहेस. आत्ता वेळ काय, प्रसंग काय?"

एवढ्यात पुन्हा फोन वाजू लागला. अत्र्यांचा फोन! तो बोलू लागला,

"बोला अत्रे, मला दात्यांनी आउट लाइन सांगितली आहे. मी निघालोच आहे. काही तातडीचं असेल तर बोला."

"सर..."

"मी येतो. इतकं सिरियस नसेल. ड्रॉइंग अंडरस्टॅंडिंगमध्ये काही एरर असेल. आपण दुरुस्त करू. काळजी करू नका."

त्यानं फोन बंद केला. हेमांगीकडे पाहत तो म्हणाला,

"निघतो मी."

"मला कशासाठी सांगता आहात?" ती परकेपणानं म्हणाली.

"सवयीनं म्हणालो. माझ्या दुःखाशी, संकटाशी...?"

"मला काहीही घेणंदेणं नाही. कारण ते समजण्याइतपत माझी बुद्धिमत्ता नाही, हे तुमचं कनक्लूजन आहे."

"दुसऱ्या कुठल्या संदर्भात..."

"बस झालं, हो तुमचं रडगाणं! तुमचं यश, कर्तृत्व, तुमचं सुख, आनंद,

दु:ख हे सगळं समजण्याची माझी लायकी नाही, असं हजारदा मला अनेक मार्गांनी सांगणाऱ्या कपटी माणसा, आज तुला कशासाठी माझी गरज पडली आहे?''

''माझं अॅनॅलिसिस...''

''खड्ड्यात घाल! कुठल्यातरी खड्यात गाड तुझं अॅनॅलिसिस आणि तुझं लॉजिक. आणि त्याच खड्ड्यात गाड आज तुला. झालेलं दु:ख आणि त्यातून तुला आलेलं एकटेपण! आणि एकटेपण कसलं? तुझ्या दु:खाचं अॅनॅलिटिकल गणित मांडून त्यावर लॉजिकल फुंकर मारायला तुझे ते चवचाल लोक आहेत ना? जा... त्यांच्या गळ्यात पडून रड.''

चारूच्या डोक्यात प्रचंड आग होऊ लागली. सर्वांगाला मुंग्या येऊ लागल्या आणि तेवढ्यात आठ-नऊ वर्षांची स्नेहा पळतच बाहेर येऊन चारूला बिलगली. म्हणाली, ''पप्पा, चला मी येते तुमच्याबरोबर आणि काळजी करू नका. सगळं व्यवस्थित होईल.''

चारूनं तिला उचलून छातीशी धरलं. म्हणाला, ''अरे माझ्या वाघा, अरे माझ्या सोन्या! तू आहेस की. माझं आयुष्य अगदीच फुकट गेलेलं नाही. सगळं व्यवस्थित होईल. तुम दार बंद करके सो जाओ.''

चारूने तिला खाली सोडलं. गाडीची चावी घेऊन तो खाली उतरला.

फॅक्टरीच्या दारात शिरताच त्याला साधना दिसली. ती चारूच्या जवळ येत म्हणाली,

''सर, नथिंग सिरियस, नथिंग टु वरी, काळजीचं कारण नाही.''

''तू असल्यावर कसली आलीय काळजी?'' चारू जवळपास गदगदलाच. ते दोघं क्वालिटी कंट्रोलच्या बिल्डिंगकडे चालू लागले. चारूनं विचारलं,

''मेहता ग्रुपचे कोण लोक आहेत?''

''मार्केटिंगचे आहेत सर आणि क्वालिटी कंट्रोलचेही आहेत. स्वत: चीफ मुखोपाध्याय आहेत.''

''मुखोपाध्याय बरा माणूस आहे. पॉझिटिव्ह आहे.'' - चारू

''सर, मला वाटतं, मेहता ग्रुपच्या मार्केटिंग आणि क्वालिटी कंट्रोल डिपार्टमेंटच्या लोकांवर फार वेळ घालवण्यापेक्षा त्यांच्या डिझाइन डिपार्टमेंटच्या अॅथॉरिटीज इथं बोलावल्या तर?''

''व्हॉट अ ब्रिलियंट आयडिया साधना! मी हाच विचार करतोय!''

''सर, मी नुसताच विचार करून थांबले नाही. त्यांचे डिझाइनहेड माधव

बुद्धिसागर यांच्याशी बोललेसुद्धा. अंगात ताप आहे तरी यायला निघालेत.''

"तरी अजून तुझा फक्त आवाजच ऐकलाय!''

"ए गप रे!'' तिनं आसपास पाहत त्याला दटावलं.

मीटिंग हॉलमध्ये चारू चेअरमनच्या खुर्चीवर बसला. साधना त्याच्या शेजारी बसली. रात्रीचा दीड वाजून गेला होता. चारू काही बोलायच्या आत साधनाच बोलू लागली,

"गुडमॉर्निंग जन्टलमन, लेट द डिस्कशन स्टार्ट विथ स्ट्राँग कॉफी. तोपर्यंत बुद्धिसागर सरही येतील.''

पुढच्याच क्षणाला माधव बुद्धिसागर आत आले. सगळेजण उभे राहिले. केवढं सुंदर व्यक्तिमत्त्व! चाळिशीच्या थोडा पुढे असलेला हा गृहस्थ अतिशय देखणा आणि रुबाबदार होता. आल्या आल्या प्रसन्नपणे हसला. वा! व्हॉट अ पर्सनॅलिटी! सहा फूट उंची, सडपातळ तरीही सुदृढ देहयष्टी, गोरा वर्ण, तजेलदार कांती, सरळ नाक, काळे केस, भव्य कपाळ, दाट भुवया... छोट्याच पण रुबाबदार मिशा, पांढरी शुभ्र पँट आणि त्याहीपेक्षा पांढराशुभ्र हाफ टी-शर्ट, गळ्यातून बाहेर कॉलरपाशी आलेली पिवळी धमक जाडसर सोनेरी चेन, सोनेरी पट्टा असलेलं टपोरं मनगटी घड्याळ आणि उजव्या हाताच्या तर्जनीत पिवळाधमक पुष्कराज रत्न असलली सोन्याची दिमाखदार अंगठी... छे छे! माणसानं रुबाबदार तरी किती असावं! चारू त्याच्याकडे पाहून हसला. साधनानं पटकन पुढे जाऊन त्याच्याबरोबर हात मिळवला. त्याला खुर्चीपर्यंत नेलं. माधवही खूष झाला. चारूनं बोलायला सुरुवात केली.

"वेलकम मिस्टर माधव बुद्धिसागर टु अवर प्रिमाइसेस... त्यांच्यासारख्या अत्यंत उच्च दर्जाच्या डिझाइनरबरोबर चर्चा करताना मला खूप आनंद होतोय. आपण इतकं क्रिटिकली इन्स्पेक्शन केलेलं आहे... तरीही डायमेन्शन्सव्यतिरिक्त ज्या गोष्टी असतात... उदाहरणार्थ ओव्हॅलिटीज, परपेन्डीक्युलॅरिटीज, स्ट्रेटनेस, कॉनसेनट्रीसिटीज, टेपरस... अशा काही गोष्टी ज्यामुळे असेंब्ली व्हायला प्रॉब्लेम होऊ शकतो... या गोष्टी आपण पुन्हा एकदा बघूया. कुठे काही मिस झालंय का? नजरेतून सुटलंय का...... जरा पॉझिटिव्हली बघू या! ... बुद्धिसागरसाहेबांचं पुन्हा एकदा मार्गदर्शन घेऊ या... अगदी शंभरच्या शंभर असेंब्लीजमध्ये एक-दोन... अगदी तीन कांपोनंट्स पूर्ण नवीन करावे लागले तरी करूया.. मला वाटतं, रेमिडिज खूप असू शकतात. जे डायमेनशन्स फन्कशनल आहेत त्यांचा पुन्हा विचार करूयात...''

चारू बोलत होता. साधना कौतुकानं त्याच्याकडे पाहत होती. माधव काही विचारत होता. चारू धडाधड सांगत होता. इंजिनिअरींगमधलं त्याचं ज्ञान, त्याचा अनुभव, त्याचं बोलणं हे सगळं पाहून साधना अभिमानानं फुलून येत होती.

बोलता बोलता साधना माधवची फिरकी घेत होती. माधव गडगडाट झाल्यासारखा हसत होता. वातावरणातला तणाव कमी होत होता. बोलता बोलता साधनाची थट्टा करण्यासाठी माधव म्हणाला,

"ॲक्चुअली माझ्या अंगात थोडा ताप होता. आज संध्याकाळी तर मी डॉक्टरकडे जाण्याचा विचार करत होतो. पण साधना मॅडम, तुम्ही फोन केला आणि मी बरा झालो."

"पुन्हा ताप आला तर डॉक्टरांकडे जाऊ नका सर. हेमांगी इंडस्ट्रीजमध्ये कळवा. मी फोन करीन." साधना म्हणाली.

सगळीकडे हास्याची लकेर पसरली.

चारूदत्त भावे आणि माधव बुद्धिसागर या दोन बुद्धिमान मेकॅनिकल इंजिनिअर्समधली चर्चा सगळे लोक भान हरपून ऐकत होते. माधवच्या डिझाइनवर चारूच इतका सफाईदारपणे बोलत होता, की माधवही अवाक् होत होता. चारूला दाद देत होता. हे सगळं साधनानं घडवून आणलं होतं. चारू खूप हळवा होऊन अधूनमधून तिच्याकडे पाहत होता. मध्येच माधव म्हणाला,

"ही साधना लेले म्हणजे या इंडस्ट्रीचं एक बलस्थान आहे. अशी एक साधना आमच्या मेहता ग्रुपमध्ये असायला हवी."

"थँक यू सर!" असं म्हणत साधना चक्क लाजली.

मीटिंग अंतिम टप्प्यात आली. प्रत्येक असेंब्लीत दोन असे शंभर असेंब्लीत मिळून दोनशे जॉब पुन्हा करायचे ठरलं. बावीस लाखाचं रिवर्क होतं. चारूनं मनातच सुस्कारा सोडला. थोडं नुकसान झालं होतं. पण ते फायद्यातलं नुकसान होतं.

पहाटेचे साडेपाच होऊन गेले होते. चहा आला. माधवनं दोन कप चहा घेतला. त्याला कंपनी म्हणून साधनानंही दोन कप चहा घेतला. मेहता ग्रुप आणि हेमांगी इंडस्ट्रीजचे लोक एकमेकांशी हात मिळवू लागले. माधवनं आणि चारूनं एकेमकांना मिठी मारली. माधवनं साधनाचे दोन्ही हात हातात घेतले. म्हणाला,

"साधना, मी तुझ्यामुळे खूपच इंप्रेस्ड झालो आहे."

"सर, साधना म्हणजे या इंडस्ट्रीजचे फाऊंडर मिस्टर बर्वे यांची मुलगी!"

चारू म्हणाला.

“व्हेरी गुड!” माधव म्हणाला, “तुझ्यामधला हा जो वेगळा स्पार्क आहे, त्याचा रेफरन्स मिळाला. बर्वेसर कसे आहेत?”

“छान आहेत सर. अमेरिकेत आहेत... माझा भाऊ आहे ना तिथे...”

“फाइन.. फाइन. आपण परत बोलू कधी तरी या विषयावर सविस्तर, इफ यू विश.”

“शुअर सर!”

“माय डिअर चारुदत्तजी, मनात काही कडवटपणा ठेवू नका... साधना, मी पुन्हा एकदा सांगतो, आय एम हाईली इंप्रेस्ड बाय यू.” असं म्हणत माधव गाडीत बसला. गाडी निघून गेली. तो गेल्यावर चारू म्हणाला,

“साधना, केवढा इंप्रेस झालाय तो!”

“काय उपयोग आता? तो दारूडा लेले गळ्यात पडण्याआधी हा इंप्रेस्ड झाला असता तर त्याच्याशीच नसतं का लग्न केलं? याला फुकटचं इंप्रेस्ड व्हायला होतंय काय?”

“जाऊ दे! माधवनंच एवढं कौतुक केलंय तुझं, की त्यानं माझ्यासाठी काही शब्दच ठेवले नाहीत. खरं तर... आज तू जे केलंस, ते दुसरं कुणीच करू शकलं नसतं... रादर जे काही घडलं ते तुझ्याशिवाय अशक्यच होतं.”

“आता मला पण तुझं कौतुक करू देत. तू आक्रमकपणे बोलायला लागलास की तुझ्या ज्ञानाची, अनुभवाची समृद्धी, संपन्नता समोरच्या माणसाला मुग्ध करून सोडते. तुला नुसतं ऐकत रहावंसं वाटतं. तुझ्याकडे नुसतं पहात रहावंसं वाटतं.”

“खरं साधना?”

“तुझ्या बायकोकडून... स्वत:ला नावं ठेवून घेण्याचीच इतकी सवय झाली आहे तुला की... म्हणजे काही दिवसांनी तू तुझी स्वत:ची क्षमताच विसरशील, अशी भीती वाटते.”

“तू बरोबर असताना असं होणार नाही.”

“हो का रे गोडबोल्या? लबाडा...”

“साधना, किती छान उजाडतंय बघ... तुझ्या सहवासात हे उजाडणं किती छान वाटतंय... खरं वाटतंय साधना... तुला काहीच वाटत नाही का?”

“खूप काही वाटतंय... चल आता घरी.”

चारूनं घरात पाऊल ठेवलं, त्यावेळी सकाळचे नऊ वाजत आले होते. स्नेहानं पळत येऊन चारूला मिठी मारली. "पप्पा, प्रॉब्लेम संपला?" तिनं प्रॉब्लेम या शब्दाचा उच्चार असा काही केला, की चारू हसू लागला. त्यानं विचारलं, "आई कुठे आहे? आणि प्रॉब्लेम मिटला पप्प्या."

"पप्पा, तुम्ही रात्री गेल्यापासून आई देवघरात पोथी वाचते आहे. आतापर्यंत पाणी पण प्यायली नाही. तुमचा फॅक्टरीतला प्रॉब्लेम मिटावा म्हणून. जा आधी देवघरात आणि तिला थँक्स म्हणा."

"ओके सोन्या!" असं म्हणत चारू देवघराच्या दिशेनं गेला.

"दूर चाललाय हा माझ्यापासून! अरे जा. कुठं जायचंय, तिकडे जा. होतास कधी माझ्याजवळ म्हणून तुझ्या दूर जाण्यानं मी व्यथित होऊ?" हेमांगी स्वत:शीच मोठ्या आवाजात बडबडत होती. तिनं बेडरूमचं दार आतून बंद असल्याची खात्री केली. मघापासून तिच्या डोळ्यांतून बरंच पाणी वाहून गेलं होतं. मोठ्या आवाजात बोलायचं नाही असं ठरवून ती आतल्या आत बोलू लागली.

"मला वैतागलाय म्हणे. माझ्या स्वभावाला, विचार करण्याच्या पद्धतीला, वागण्याच्या पद्धतीला विटलाय म्हणे! मलाच विटलाय तो खरंतर. आहे माहीत मला. पण मला एवढं तोडून कधी बोलत नव्हता. गेल्या दोन-तीन महिन्यांमध्ये एवढा बदल कसला झालाय चारूत? मी नजरेनं खुणावलं तरी माझ्या मागे पळत यायचा! आठ-दहा दिवसांनी का होईना, पण मी त्याला जवळ बोलवावं म्हणून मधले आठ-दहा दिवस माझ्या पुढे पुढे करणारा चारू, माझी शिंक जरी ऐकली तरी कारमध्ये बसवून मला डॉक्टरकडे नेणारा चारू, माझी मर्जी सांभाळण्यासाठी कधी खरं तर कधी खोटं पण माझं कौतुक करणारा चारू, माझी कामं पटापटा करणारा चारू, वाद घालून मी आक्रस्ताळेपणा केला की घाबरून जाणारा चारू, केविलवाणा, कोडगा, गरीब चारू!

"माणसांमध्ये गुंतून पडणारा चारू, माझ्यामध्ये-स्नेहामध्ये गुंतून पडणारा चारू, आमच्यामध्ये अक्षरश: जीव ओतणारा चारू, बेकरीतून टोस्ट, स्टेशनरीच्या दुकानातून खोडरबर वगैरे किरकोळ खरेदीसुद्धा खूप रस घेऊन आत्मीयतेनं करणारा चारू, अत्यंत हुशार बुद्धिमान चारू, हा गेले दोन-तीन महिने माझ्यासाठी तडफडत का नाही? माझ्यासाठी तळमळणं, कासावीस होणं, अगदीच असह्य झालं तर आरडाओरडा करून माझे दात माझ्या घशात घालणारा चारू... पण

माझ्या पराभवानं स्वत:च दु:खी होणारा चारू, माझ्यासाठी सतत व्याकूळ असणारा चारू, अशी निरवानिरव का करतो आहे? आणि तेही अगदी थंडपणे, कठोरपणे! का? याच्यामध्ये एवढं धाडस आलं कुठून?... काहीही अपराध न करता मला घाबरणारा चारू...''

''मला इंप्रेस करण्यासाठी स्वत:मध्ये सुधारणेचा अतिरेक करणारा चारू, स्वत:चं मन, भावना, वेळ यांसह माझ्यासाठी झोकून देणारा चारू...''

''तो कसला स्वत:हून इतकं चांगला वागणार! मी त्याला तसं वागायला भाग पाडते. नाहीतर तो कसला चारू? तो तर चालू! जरा इतर कुणाची ऊब मिळाली की पाघळलाच. क्षणात हा इतर कुणाचा होऊ शकतो. इतर कुठला झाला तर! बापरे! जरा सैल सोडलं तर नाकातली वेसण तोडून पळेल हा. याला असाच करकचून बांधून ठेवला पाहिजे. घराबाहेर याचं पाऊलही पडता कामा नये. मी आणि स्नेहा यांच्याव्यतिरिक्त याचं कुणाकडेही लक्ष जाता कामा नये. त्याला कायमच असा असहाय आणि हतबल ठेवला पाहिजे... त्याला खूप त्रास दिला पाहिजे.

''त्याला सळो की पळो करून सोडलं पाहिजे. त्याला जगणं नकोसं करून सोडलं पाहिजे. माझ्याशी तुटक वागतो? माझ्याशी मस्ती करतो? मला घाबरत नाही? मला मर म्हणतो. कुठेही जा म्हणतो? माझ्या बाबतीत एवढा बेफिकीर? त्याला ताळ्यावर आणलाच पाहिजे. त्याला गयावया करायला लावलं पाहिजे. माझ्या पायावर लोळण घ्यायला लावलं पाहिजे.''

फोनच्या आवाजानं तिची तंद्री भंग पावली. तिनं फोन उचलला.

''हॅलो...''

''हॅलो हेमू बेटा! मी दादा बोलतोय रत्नागिरीवरून.''

''नमस्कार दादा, कसे आहात?''

''छान मजेत. तू कशी आहेस? स्नेहा कशी आहे?''

''सगळे मजेत आहेत दादा. सहजच केलाय फोन?''

''नाही गं बाळा, विशेष कारण आहे.''

''सांगा ना दादा...''

''आपल्या इथल्या नवीन वास्तूच्या पूजेसंदर्भात मी आणि आपटेगुरुजींनी काल पंचांग पाहिलं. या महिन्याच्या चौदा आणि एकोणीस या तारखा छान लाभताएत. आधी दोन दिवस नंतर दोन दिवस तुम्हाला सगळ्यांना इथं रहावं लागेल. तुम्हाला दोघांना बसायचंय पूजेला. मला रात्री फोन करून सांगा म्हणजे

तारीख निश्चित करू. इथे खूप लोकांना आमंत्रण करायची माझी इच्छा आहे. तिकडूनही हवी तेवढी मंडळी येऊ देत! मोठी बस करा हवं तर...''

''दादा, सगळं तुमच्या मनासारखं होईल.''

''झालंय गं बाळा! आता मनासारखं आणखी काय व्हायचंय? रवीच्या, सुजाच्या लग्नात ही वास्तू आपल्याला छोटी पडते एवढंच तुला म्हटलं, तू चारूचा पिच्छा पुरवून हा केवढा मोठा बंगला बांधायला लावलास त्याला.''

''बघू दे ना रत्नागिरीकरांना! माझ्या दादांचा बंगला! आणि कामाची कसलीही दगदग करू नका. मी चार दिवस आधी येईन आणि नंतर चार दिवस राहीन. तुमच्या मनात जे जे करायचं आहे, ते सांगा. सगळं करूयात!''

''हेमा... मी हालअपेष्टांचे दिवस पाहिले तेव्हासुद्धा परमेश्वराकडे संपत्ती ऐश्वर्य कधीच मागितलं नाही. देवाला म्हणायचो, मुलं चांगली भक्कम उभी राहू देत. त्यांना चांगली माणसं मिळू देत. सगळं दिलं परमेश्वरानं. ऐश्वर्य तर दिलंच; पण त्या सगळ्या ऐश्वर्याला फिकं ठरवेल अशी तुझ्यासारखी लक्ष्मी दिली या घराला.''

''दादा, किती कौतुक कराल माझं!''

''मग कुणाचं करायचं बाळा?.... कुठल्या जन्मीचं पुण्य हे? सगळेच दिवस बघ कसे वेगानं पालटले..''

''बस दादा! असं डोळ्यांत पाणी नाही आणायचं. आता आपलं सगळं छान आहे की नाही?''

''आहे बाबा.... सगळं छान आहे.''

''आता नुसतेच स्वस्थ बसा जरा वेळ. फोन ठेवलात तरी चालेल. मी परत फोन करते तुम्हाला.'' दादांनी तिकडे फोन ठेवला. हेमांगीनंही ठेवला.

ती बराच वेळ विचार करत बसली. ''जे दादांना वाटतं, ते चारूला का वाटत नाही माझ्याबद्दल? पहिल्या रात्रीच त्यानं माझं कौतुक का नाही केलं? 'तू काहीतरी बोल', असं मला का नाही म्हणाला? मी जशी आहे तशी, त्यानं मला का नाही स्वीकारलं? तू जशी आहेस तशीच खूप सुंदर आहेस, खूप हुशार आहेस, तू मला खूप आवडतेस असं का नाही म्हणाला? तू संध्या, आरती सारखी वाग असं म्हणण्यापेक्षा तू स्वतःसारखी वाग, हेमांगी केळकर किंवा हेमांगी भावेसारखी स्वतःला प्रोजेक्ट कर असं का नाही म्हणाला?' पुन्हा फोन वाजला.

''हॅलो...''

“अगं मी दादा बोलतोय परत...”

“बोला ना.. काय विसरलं?”

“हे बघ, साधनाला आणि तिच्या यजमानांना तुम्ही दोघे जाऊन आग्रहानं आमंत्रण करा. दोघांसाठी वेगळी गाडी करा हवी तर. हेमा, तुला तर माहितीच आहे, या बर्व्यांमुळं आयुष्य बदललं आपलं!”

“दादा, काही काळजी करू नका. मी करीन सगळं व्यवस्थित.”

“दुसरा एक विषय बोलायचा होता.”

“बोला ना दादा...”

“या बर्व्यांचे तसे खूपच उपकार आहेत आपल्यावर. आज आपली परिस्थिती काही करण्यासारखी आहे. मला वाटतं, साधना आणि तिच्या यजमानांसाठी अगदी व्यावहारिक पातळीवर जाऊन काही करावं का? आणि करायचंच म्हटलं तर नक्की काय आणि केव्हा करायचं? तू काही सुचवू शकतेस का? नुसतंच ऋणात राहण्यात धन्यता मानू नये, असं मला वाटतं.”

“दादा, केवढं महत्त्वाचं बोलता आहात तुम्ही! खरं म्हणजे तुमच्याकडून काही घेण्यास आम्हीच कमी पडतो.”

“आम्हीच म्हणजे? चारूच ना? हसतेस किती?.... बरं बरं! तू हसल्याचं नाही सांगत त्याला.”

“दादा, उलट सांगा त्यांना अजूनही...”

“हेमा, त्याच्या स्वभावातला दोष माहीत आहे मला. तू चाणाक्ष आहेस. त्याला कुठे फसू देऊ नकोस?”

“म्हणजे?”

“आता म्हणजे? काही भावनिक गुंते निर्माण करतो आणि स्वत: आयताच त्यात अडकत जातो. असो! तू सांभाळते आहेसच त्याला. मला काळजी नाही. ठेवतो बाळा आता.”

दादांनी फोन ठेवला. हेमाला खूप हलकं वाटलं. दादांचे सगळे शब्द तिनं परत आठवले. मनात म्हणाली, ‘वा दादा! वा! मानलं तुम्हाला. शहरातल्या भल्याभल्या विचारवंतांना लाजवेल अशी तुमची परिपक्वता आहे. व्यवहार, विचार यांची सांगड आहे. सुसंगती आहे. चारूनं हे तुमच्याकडून शिकायला हवं होतं.

दादांची शिस्त, व्यवहारज्ञान, निर्व्यसनी स्वभाव! दिवसाकाठी चार विड्या तेवढ्या ओढतात. हो! पण त्या चारच! तेवढं तरी नसावं का? एवढ्या लवकर चारूच्या आई गेल्या.

बाकी शिस्त केवढी? सकाळी लवकर उठणं, व्यायाम नियमितपणे करणं, ठरल्यावेळीच आणि तेही अत्यंत माफक खाणं. एखादी वेळ चुकली खाण्याची तर त्या वेळचं खाणं चक्क विसरून जाणं, वाचन, मनन आणि सतत कामात असणं. मनामध्ये कुठलीही अपराधाची भावना नसणं. सतत आत्मविश्वासानं सगळ्या परिस्थितीला तोंड देणं. माणसांना सामोरं जाणं! सतत आनंदात, समाधानात राहणं आणि तोच आनंद, तेच समाधान आमच्यासाठी निर्माण करणं, साठवणं. कधीही चिडचिड न करणं. अत्यंत कमी पण अतिशय महत्त्वाचं बोलणं! उंच, नाकेले, गोरे, शिडशिडीत देखणे दादा!

यांतलं काय आहे चारूकडे? एक नंबरचा बेशिस्त माणूस. वागणं, बोलणं, खाणं, पिणं, वेळ यांवर कसलंही नियंत्रण नाही.

"मी त्याच्या आयुष्यात आल्यामुळे त्याच्या दुःखाचा जन्म झाला, हे एकच वाक्य सतत उगाळण्यात बारा वर्षे नासवली यानं! आणि वर मला व्यवहारज्ञान शिकवण्याचा चोमडेपणा करतो. तो अत्यंत मूर्ख आहे. कुणाकडूनही सहज फसला जाऊ शकेल, असा बावळट्ट वेडा आहे. विशेषत: साधनाकडूनच फसेल! मी बरा फसू देईन! दादांनाच सांगीन सगळं.

"या माणसाबरोबर किती आनंदानं राहण्याचा प्रयत्न करते मी. पण या ना त्या मार्गाने हा जेव्हा मला नावे ठेवतो, मी त्याला 'सूट' नाही असं मला सतत ऐकवतो, तेव्हा सगळंच कंटाळवाणं आणि निरर्थक वाटतं. हा मोठा मला 'सूट' आहे? मीच उलट म्हणाले, की हा मला 'सूट' नाही तर काय करेल?

"मला तरी शेवटी काय मिळणार आहे या संसारात? पैसा, फॅक्टरी, बंगला सगळं त्याचं. माणसं त्याची. संध्या, आरती, साधना त्याची. त्या सगळ्यांना काय चाटत बसू मी? या कुणाहीबद्दल माझ्या मनात आपलेपणाचा काही फीलच नाही. मग त्या लोकांचं मला अप्रूप ते काय? मग या माणसाबरोबर सुख ते काय उरलं? मग या माणसाबरोबर रोज रात्री मी का झोपावं? केवळ त्याची वासना शमविण्यासाठी? मलाही कळतं की त्यात सुख आहे, पण ते सुख या माणसाबरोबर शेअर करण्यात आतून काही उत्साह तरी वाटायला हवा ना?

आणि वर स्वत:च्या मनाशी हा ठाम आहे, की तो करतो ते बरोबरच आहे. छे! याला एक इंजेक्शन दिलं पाहिजे. महिना-दोन महिने झोप लागेल असं आणि झोपेतून उठल्यावर त्याच्या मनावर काही नव्यानं संस्कार करायला हवेत. तेही फक्त मी आणि दादांनी! फार तर रवीला घेऊ मदतीला. तो एक चांगला मुलगा आहे."

बेसिकली चारूला एक इंजेक्शन द्यायचं या कल्पनेनं तिला हसू आलं. ती जोरजोरात हसली. तिचं मन सैल झालं. चारूला दादांच्या फोनबाबत सांगण्यासाठी तिनं हसत हसत चारूचा नंबर फिरवला.

- ० - ० - ० -

४

रत्नागिरीतली पहाट! तीन वाजलेले. रत्नागिरीच्या मुख्य रस्त्यापासून उजव्या हाताला म्हणजे बाहेरून रत्नागिरीत येताना उजव्या हाताला, सहा-सात किलोमीटर आत गेलं की एक भलंमोठं कौलारू घर दिसायचं. आता त्या ठिकाणी दहा-बारा खोल्यांचा कोरा करकरीत दुमजली बंगला उभा होता. भोवती भरपूर मोकळी जागा, झाडी हिरवळ! बंगला सर्व सुख सोयींनी सुसज्ज!

पहाटे तीनला दादांच्या मुखातून अत्यंत गोड हाक आली, ''हेमांगी बाळा, उठतेस ना! आज तुलाच सगळं पार पाडायचंय.''

''उठले दादा.''

''शाबास! मी पंचवीस लोकांची फौज देतो, तुझ्या हाताखाली. तू फक्त करून घे.''

''दादा, यांना उठवू का? रात्री दोन वाजता आलेत म्हणून विचारलं.''

''तोच राग मनात धरून कार्यक्रमाला सामोरी जाशील, तर त्रास तुलाच होईल.''

''तुम्हालाही दु:ख दिलं यांनी. दोन दिवस तरी आधी येऊन तुम्हाला मदत करायला नको होती? कारण काय तर साधनाच्या मिस्टरांना हॉस्पिटलमध्ये ठेवलंय. ते कायमच हॉस्पिटलमध्ये नाहीतर सुधारकेंद्रामध्ये असतात.''

"चिडू नको. ये, बाहेर ये. आपल्या कोकणातली पहाट माझ्याशी कशी बोलते ते दाखवतो तुला." दादा तिला घेऊन फाटकातून बंगल्याबाहेर आले. दुरून बंगल्याकडे पाहू लागले. दादांची नजर त्या बंगल्यातून कुठेतरी दूर आरपार पोचली होती. हेमाला त्यांच्या मनाचा अंदाज आला. तिच्या डोळ्यांत पाणी आलेलं पाहून दादा म्हणाले,

"माझ्या मनातलं ओळखलंस म्हणून रडतेस?"

"दादा, आईंविना इतकी वर्षे काढलीत. किती कठीण काळ पाहिलात. पण डगमगला नाहीत. स्वत: खंबीरपणे जगलात. मुलांना जगवलं, वाढवलं.... आज मात्र आईची आठवण तुमच्या मनात मावत नाहीये. कोकणातल्या पहाटेला आई समजून तुम्हीच बोलता रोज पहाटेशी!"

"तुझ्यामधला आणि चारूमधला कडवटपणा वाढत चाललाय बेटा."

"दादा, मी कुठे चुकत असेल तर सांगा."

"सावध रहायला हवं हेमा. मनामध्ये काही तिरस्कार निर्माण होऊ देता कामा नये. एकमेकांसाठी जगण्याची जिद्द निर्माण व्हायला हवी."

"माझ्या एकटीमध्येच?"

"चारूला मी सांगणारच आहे. पण माझा त्याच्यापेक्षा तुझ्यावर जास्त विश्वास आहे. येणारा काळ मला थोडासा कठीण वाटतो आहे. अडचणींचा वाटतो आहे. तुला खंबीर असायला हवं. मी तुझ्याबरोबर आहेच. पण तू चारूला घराशी, संसाराशी, तुझ्याशी, स्नेहाशी घट्ट करकचून बांधून ठेवायला हवा. तू ते करू शकशील. बाकी त्याच्या मूर्खपणाकडे दुर्लक्ष कर. त्याचा फटका त्याला बसणारच आहे. तो सगळ्यातून बाहेर पडेल, पण चांगलाच होरपळून. तुला सावध रहायला हवं."

"दादा, तुम्हाला कुंडलीशास्त्राचं जे ज्ञान आहे, त्याच्या आधारे सांगताय का?"

"त्याही पलीकडचं काहीतरी मला आतून हे सगळं सांगतंय. त्या आधारे बोलतोय."

"दादा, निश्चिंत रहा. मी सांभाळीन सगळं. तुम्ही काळजी करू नका."

हेमांगीला हुंदका अनावर झाला. दादा तिच्या खांद्यावर हात ठेवणार होते, पण मनात संकोच निर्माण होऊन थांबले. हेमा म्हणाली, "का दादा? मी सून म्हणून हात मागे घेतलात का? मला तुमची सुजा नाही समजत तुम्ही?" तिचं रडणं चालूच होतं. दादांनी तिच्या डोक्यावरून हात फिरवला. तिचे डोळे पुसले.

हेमांगी पुढे म्हणाली, "दादा, मलातरी तुमच्याशिवाय कोण आहे? कुणाचा आधार आहे मला?"

"असो! असं सारखं सारखं रडायचं नाही."

काहीतरी चांगलं आणि खूप महत्त्वाचं घडल्याची भावना हेमांगीच्या मनात उमटली. दोघेही विश्वासानं आत आले.

पहाटे पाच वाजता एक भलीमोठी यादी घेऊन हेमांगी हॉलमध्ये आली. यादीप्रमाणे एक एक वस्तू तिनं ओळीत लावून ठेवायला सुरुवात केली. तिच्या हाताखाली घरातल्याच आठ-दहा मुलामुलींची फौज होती. हेमांगी आधीच इथे आल्यामुळे तिच्या वावरण्यात आणि काम करण्यात वेग, सहजता आणि आत्मविश्वास होता.

चारूही अंघोळ करून पाच वाजता हॉलमध्ये आला खरा. पण तो अवघडला. काय करायचं हे त्याला माहीत नव्हतं आणि हेमांगी त्याच्याकडे मुद्दाम दुर्लक्ष करत होती. वास्तविक याहीपेक्षा दसपटीनं मोठा कार्यक्रम एकट्याच्या क्षमतेवर पार पाडण्याची त्याची क्षमता होती. पण या क्षणी त्याच्यातला अपराधी भाव पराकोटीला पोचल्यानं तो रडवेला झाला होता.

दादांच्या ते लक्षात आलं. वातावरणातला तणाव निवळण्यासाठी ते म्हणाले,

"हेमा बेटा, या मुलांना जशी कामं सांगते आहेस, तसं माझ्या या मुलालाही काहीतरी काम सांग. चारूला गं! सांगितल्याशिवाय त्याला काही समजेल असं गृहीत धरू नकोस. तो असाच उभा राहील तुझ्याशेजारी. चारू, तोंडातला अंगठा काढ. वाटल्यास पायाचा अंगठा धर."

"दादा, पुरे हो!" हेमांगी हसत म्हणाली.

"दादा, चूक झाली माझी. मला क्षमा करा." चारू म्हणाला.

"क्षमा बायकोची मागा आणि नव्या चुका करू नका."

दादा बोलून पटकन निघून गेले. चारू गंभीर झाला. आज पहाटे दादा जे बोलले ते आठवून हेमांगी चारूकडे विशेष आपलेपणानं पाहत म्हणाली,

"दादांच्या बोलण्यानं दुखावलात?"

"नाही गं! माझ्या वागण्यानं दादा दुखावलेत, त्याचं वाईट वाटलं."

"ते राहू द्यात. डोळे केवढे लाल झालेत. चेहरा किती ओढलाय. पुन्हा दाढी करून व्यवस्थित अंघोळ करा. मी डोकं चोळून देऊ का?"

"असं आणखी बोल. मला गरज आहे त्याची."

"तुम्हाला बोलण्याचंच अप्रूप जास्त. मी कृतीचं म्हणते आहे."

"काय करू?"

"पटकन पुन्हा अंघोळीचं जमणार आहे का?" हेमांगी जवळ जवळ ओरडलीच. तसा चारू बाथरूमकडे पळाला आणि अर्ध्या तासानं खरोखर फ्रेश होऊन आला. हेमांगी खुर्चीवर बसली होती. तिला त्यानं विचारलं,

"बसू का तुझ्याशेजारी?"

"कृपा करून आज तरी अनावश्यक बोलू नका. आज वेळ नाही आहे आणि आता मघापेक्षा छान दिसता आहात."

"तू का अशी स्वस्थ बसली आहेस?"

"माझी सगळी तयारी झाली आहे. सव्वासहा वाजता आपटेगुरुजी येणार होते. सात एकोणीसच्या मुहूर्तावर मंत्रोच्चाराची सुरुवात करणार म्हणाले होते."

"आपटेगुरुजींकडे घड्याळ तरी आहे का? इथं येऊन पहिला प्रश्न विचारतील, किती वाजले? आणि मग पटापटा मांडायला सुरुवात. तेवढ्यात इतर गुरुजी गोळा होतील. सात एकोणीसला मंत्र सुरू होणार. तू काळजी करू नकोस."

"किती विश्वास आहे तुमचा इथल्या लोकांवर!"

"तू सुद्धा ठेव आणि निश्चिंत रहा."

"कुणावर? तुमच्यावर?"

"का? मी एवढा का टाकाऊ वाटतो तुला? एक-दोन वाक्य बोलू?"

"तुम्ही काल रात्रीपर्यंत येऊ शकला नाहीत. त्याचं काही गुऱ्हाळ सांगत बसणार असाल, तर अजिबात सांगू नका."

"ते नाही. दुसरंच.."

"बोला.."

"तुझा चेहरा एखाद्या देवीसारखा दिसतोय."

"कुंकू जरा जास्त लागलेलं दिसतंय कपाळावर."

"चेष्टा करणारच तू! मी मनापासून बोलतोय. देवीची सात्त्विकता, प्रसन्नता, तेज, ममत्व, वात्सल्य, प्रेम, पावित्र्य, मांगल्य... कर्तव्यकठोरता, उग्रता संपूर्ण जगाला तारण्याची अथवा प्रलयात लोटण्याची तिची अफाट ताकद! सगळं सगळं दिसतंय तुझ्या चेहऱ्यावर."

"आणखी काही?"

“पार्वतीच तू! आदिशक्ती, महाशक्ती...! पण एक सांगू का... माता पार्वतीच्या चेहऱ्यावर भगवान शंकरासाठी व्याकूळ झाल्याचा एक भाव असतो नेहमी...”

“अच्छा! नेमका तेवढाच दिसत नाही ना माझ्या चेहऱ्यावर?”

“आज नेमका तोच भाव जास्त दिसतोय मला.”

“असो! पुरे झालं... याहीपेक्षा महत्त्वाचं खूप आहे आज! आईंची नथ काढायची आहे पेटीतून मला. म्हणजे दादा काढून देणार आहेत मला. मी घालणार आहे आज.”

“आईचा एकमेव दागिना...”

“तुम्ही सोवळं नेसणार आहात ना?”

“म्हणजे काय?”

“आणि उघडेबंब पूजेला बसणार!”

“ऑफकोर्स!”

“तुमच्या पोटातली सगळी व्हिस्की, बिअर दिसेल देवाला.” ती खळाळून हसली.

“सगळा बेरंग केलास.”

“अहो, तुम्हाला कुठेतरी थांबवणं गरजेचं आहे.. ते पहा! आपटेगुरुजी आले.”

चारू उठला. सगळीकडे लगबग सुरू झाली. आपटेगुरुजींनी आल्या आल्या कुणाला तरी विचारलं, “किती वाजले?” मग वेगानं काम सुरू झाले. इतर गुरूजी आले. कुणी वास्तुपूजा, कुणी होम, कुणी सत्यनारायण अशी कामांची विभागणी आपटेगुरुजींनी केली. नथ घालून हेमांगी आली. सोवळं नेसून चारू आला. दोघेही, पाटावर शेजारी बसले आणि ठीक सात एकोणीसला गुरुजींनी चारुला आचमन घ्यायला सांगितलं... पाठोपाठ मंत्रोच्चार सुरू झाला.

अत्यंत भक्तिभावानं सगळे विधी पार पडत होते. वास्तुपूजा, होम, गृहप्रवेश, सत्यनारायणाची पूजा! चारू आणि हेमा अत्यंत समरस होऊन गुरुजी सांगतील तशी पूजा करत होते. गुरुजींपाठोपाठ मंत्र प्रार्थना म्हणत होते. हाताला हात लावत होते. हेमा नथ सावरत होती. चारू जानवं सारखं करत होता. दुपारी एक वाजेपर्यंत पूजा उरकत आली.

तिकडे दादांच्या मार्गदर्शनाखाली आचाऱ्यानं सुग्रास भोजन बनवलं. दुपारी पंक्तीच्या जेवणासाठी तीनशे लोक तर सायंकाळच्या बुफे डिनरसाठी

पाचशे असं जंगी बजेट होतं. बाहेर अतिशय श्रीमंती थाटाचा भव्य मंडप उभारण्यात आला होता.

आपटेगुरुजींसह सगळे आरतीसाठी उभे राहिले. चारूच्या हातात आरतीचं ताट होतं. हेमांगीनं त्याच्या हाताला हात लावला होता. आरती सुरू झाली. आपटे गुरुजींच्या हातात माईक होता. बंगल्याच्या गच्चीवर मोठे मोठे साउंडबॉक्सेस मांडले होते. निम्म्या रत्नागिरीला आरतीचा आवाज ऐकू येऊ लागला. हॉलमधील सगळेजण समरस होऊन टाळ्या वाजवत होते. आपटेगुरुजींचा खणखणीत आवाज थेट स्वर्गातील देवांपर्यंतही पोचत असेल आणि तेही आनंदात डोलत असतील, इतका आत्मविश्वास आपटेगुरुजींच्या चेहऱ्यावर दिसत होता.

हेमांगी इतकी हळवी आणि संवेदनशील झाली होती, की सुजानं तिला आधार दिला होता. हेमांगीच्या अंगात काही संचार होतोय की काय, असे तिच्या डोळ्यांतली तल्लीनता पाहून वाटत होते. खरंतर पहाटे तीनपासूनच्या दगदगीनं हे सगळं होत असावं, असं चारूला वाटत होतं.

बऱ्याच वेळापासून चारूची नजर सबंध हॉलभर काहीतरी शोधत होती. टाळ्या वाजवणाऱ्या प्रत्येक स्त्री-पुरुषाकडे तो पाहत होता. त्याला साधना कुठे दिसत नव्हती. तो अस्वस्थ होऊ लागला. आरती चालूच होती. कुणाला विचारावं या विवंचनेत त्यानं हेमांगीला आधार देणाऱ्या सुजाला विचारलं, ''सुजा, साधना कुठे दिसत नाहीए गं?''

हेमांगीची तल्लीनता या आवाजानं भंग पावली. तिनं हळूहळू प्रयत्न करून डोळे उघडले. तिला खूप यातना होत आहेत, हे तिच्या चेहऱ्यावर उमटलं. अंगार ओकणाऱ्या डोळ्यांनी तिनं चारूकडे पाहत विचारलं, ''इतके लोक टाळ्या वाजवत आहेत, तेवढे पुरेसे नाही का?''

''सकाळपासून ती दिसली नाही म्हणून विचारलं.''

''आता आरती चालू असताना या विषयाची काही गरज आहे का? सकाळपासून पूजेला बसलात माझ्याबरोबर आणि डोक्यात विचार तिचे चालू होते का?''

''काळजी वाटली म्हणून विचारलं.''

''मग ते आरतीचं ताट द्या माझ्याकडे आणि जा शोधा तिला. नवऱ्यासारखीच दारू पिऊन पडली असेल कुठे!'' हे वाक्य ऐकून चारूचा दगडी पुतळाच झाला. हेमांगीही गप्प बसली. पुढची आरती व्यवस्थित पार पडली.

दुपारी जेवणाच्या पंगती पडल्या. दादा, चारू, रवि, सुजा, पूजा, सुजाचा

नवरा सुनील, सगळी मुलं, अगदी स्नेहासुद्धा पंक्तीमधून इकडेतिकडे बागडू लागली. कुणाला काय हवं ते विचारणाऱ्या, आग्रह करणाऱ्या चारूला पंगतीमधून आवाज आले.

"चारू, एकटाच का रे? हेमांगी कुठे?"

"येते आहे."

"येते आहे? असलं पुणेरी उत्तर नको, घेऊन ये तिला."

हेमांगीला आणण्यासाठी चारू आत निघाला. त्याचे पाय लटपटले. उरावर दगड ठेवून चारू आत गेला. डोक्याला कुणा लहान मुलीची रिबन घट्ट बांधून हेमांगी किराणा माल ठेवतात त्या खोलीत बसली होती. चारू म्हणाला, "माझ्या चुकीबद्दल मला नंतर फासावर दे. आता बाहेर चल."

"बाहेर आत्ता तुमची अब्रू जाते आहे म्हणून का?"

"तुझा राग मी समजू शकतो."

"तुम्ही काहीच समजू शकत नाही. आरतीच्या त्या परमोच्च क्षणी मी शेजारी उभी असताना तुम्ही 'ती' कुठे दिसत नाही म्हणून अस्वस्थ होता?"

"त्याचं एवढं काय वाटतं तुला?"

"त्या क्षणी तुमच्या आईचा फोटो पाहण्यासाठी का नाही नजरेला तहान लागली? दादांचा चेहरा पाहण्यासाठी का नाही जिवाची तगमग झाली? माझ्याकडे पाहून क्षणभर तुमची वाचा बंद का नाही झाली? विचारलंत काय, तर ती कुठे आहे? तिची काळजी वाटते? आणि माझी? माझी काळजी कधी वाटणार तुम्हाला? मी मेल्यावर? चला बाहेर व्हा इथून. नाहीतर डोकं आपटून घेईन..."

चारू बाहेर आला. वाढू लागला. काही वेळानं हेमांगी दादांबरोबर बाहेर आली आणि दादांबरोबर लोकांना आग्रह करू लागली. चारूला कंपनी म्हणून रवी, सुजा पुढे सरसावले... चारूचं अवघडलेपण कमी झालं. त्यानंतर भलतंच घडलं. नटूनथटून साधना आली आणि चारूच्या ग्रुपमध्ये शिरली आणि तिकडे हेमांगी अवघडली.

दुपारचे कार्यक्रम संपले. सायंकाळी सात वाजता बुफे डिनर सुरू होणार होतं. तिथं कुणाला आग्रहानं वाढण्याचा प्रश्न नसला, तरी दारात उभं राहून सगळ्यांचं स्वागत करणं आवश्यक होतं. चारूबरोबर हेमांगी असणं आवश्यक होतं. पण चारू आता तिच्याकडे जाऊन तिची मनधरणी करणार नव्हता. त्याच्या डोक्यात संताप भरला होता. अगदी मोक्याच्या वेळी ही आपल्याला असहाय, हतबल करून टाकते. लाचार करते. ठीक आहे! हा आजचा कार्यक्रम संपला की

हिच्याशी कायमचे संबंध तोडून टाकावेत. नाहीतर काय? अशा सोन्यासारख्या दिवसाची ठरवून माती करणाऱ्या बाईबरोबर एरव्ही तरी रहायचं ते कशाला?

बरोबर पावणेसात वाजता चारू एकटाच तयार होऊन लोकांना रिसीव्ह करण्यासाठी मंडपाच्या मुख्य द्वारी थांबला. मिनिटभरातच रवि, सुजा, पूजा, सुनील आणि सगळा बालचमू तिथे गोळा झाले. हास्यविनोद चालू झाले आणि हे सगळं चालू असतानाच दुपारपेक्षा अगदी वेगळाच पेहराव करून साधना तिथे आली. हास्यविनोदात सामील झाली. लोक हळूहळू येऊ लागले. चारू आणि साधनाभोवतालचे लोक हळूहळू पांगले. दोघेच उरले. लोकांचं स्वागत करू लागले.

साडेसातच्या आसपास दादांच्याबरोबर हेमांगी प्रवेशद्वाराशी आली. तिनं आकर्षक पेहराव, केशभूषा वगैरे केलं होतं. खूप अलंकार घातले होते. दादांची थोरली सून, भाव्यांच्या घरची लक्ष्मी सोन्यानं मढली होती. ती साक्षात लक्ष्मी दिसत होती. ती येऊन चारूच्या शेजारी उभी राहिली. दादा बाजूला झाले, पण साधना मात्र तिथेच उभी होती. चारू, हेमांगी आणि येणारे लोक यांच्याशी बोलणं, हास्यविनोद चालू होते. हेमांगीनं काही वेळ सगळं पाहून घेतलं आणि नंतर शांतपणे साधनास म्हणाली, ''साधना, तुमचा पुण्यातला बंगला खूप जुना आहे का गं?''

''हो गं! बघ ना आता, म्हणजे लेल्यांचे वडील कॉलेजमध्ये असताना बांधलेला. पन्नास वर्षे तरी झाली असतील.''

''एक सुचवू का?''

''चालेल... बोल ना!''

''त्या बंगल्याला चांगली रंगरंगोटी कर. एक छान सत्यनारायणाची पूजा कर. खूप लोकांना बुफे डिनरला बोलाव आणि त्यांना रिसीव्ह करायला लेल्यांसोबत दारात उभी राहा.''

''मी चारूला मदत करण्यासाठी इथं उभी होते.'' साधनाचा चेहरा पूर्ण उतरून गेला होता.

''मग अजूनही मदत करून झाली नाही का?''

''तसं नाही. तू म्हणशील तसं!''

''तू आत जाऊन इतर लोकांशी गप्पा मार.''

''ठीक आहे.''

''तुझी इथं काही गरज लागली तर बोलावते मी तुला.''

"इथून जा, एवढंच दोन शब्दांत सांगायचं होतंस हेमांगी. त्यासाठी इतकं कशाला बोलायचं?"

"इथून जा, एवढे दोन शब्दसुद्धा सांगावेच लागतात का तुला? न सांगता नाहीच का कळत?"

"ठीक आहे. मी आत थांबते." असं म्हणून ती आत निघून गेली. चारू आणि हेमांगी हात जोडून लोकांचं स्वागत करू लागले.

त्याच दिवसाची रात्र. रात्रीचे साडेअकरा. कार पुण्याच्या दिशेनं सुसाट निघाली होती. चारू ड्रायव्हिंग करत होता. साधना शेजारी बसली होती. मागच्या सीटवर मित्रा बसला होता. चारूच्या भरधाव वेगानं मित्रा कावराबावरा झाला होता. चारू जेव्हा सिगारेट ओढू लागला, त्या वेळी साधना म्हणाली,

"चारू, दमला आहेस खूप! ड्रायव्हिंगला मी बसते."

"नको. आय एम ऑल राइट."

"यू आर नॉट..."

"रात्री पण जागलो म्हणून म्हणतेस का?"

"नाही."

"मग? माझी मानसिक दगदग पाहवत नाही का?"

"माझ्याशी का कडवटपणा?"

"कसला आलाय कडवटपणा! जागरण, सिगारेट...तोंड कडू झालंय एवढंच."

"एखादी गोष्ट पटकन बोलत नाहीस. उगाच आडवळणं घेतोस!"

"हेमांगी असं वागण्याचा हा पहिलाच प्रसंग नाही आहे साधना. आजपर्यंतच्या प्रत्येक चांगल्या प्रसंगाचं, समारंभाचं तिनं असं मातेरं केलं आहे."

"वागणं थोडं विचित्र आहे खरं! पण हे एका दिवसात घडलेलं नाही आहे आणि तुझं हे रडणं थांबव. समोरून-मागून वाहनं येत आहेत. रात्रीचे बारा वाजून गेलेत. भयंकर वाटतंय सगळं."

"ती ठरवून मला दु:ख देते."

"इतकं नाही हं मला सांगता यायचं. तू माझं लेलेपुराण ऐकून घेतोस तसंच मी हे ऐकून घेते आहे इतकंच. तुझ्या बायकोच्या वागण्याविषयी मी एकदम काही भाष्य करणं चुकीचं आहे."

रात्रीच्या गडद अंधारात साधनाला ढकलून द्यावं, असा विचार चारूच्या

मनात आला. ही तर महानाटकी. 'लेले दारू पितात, भावानं फसवलं', वगैरे फालतू दु:ख सांगायला तिला चारू हवा असतो. मी माझ्या बायकोकडे, मुलीकडे दुर्लक्ष करून हिच्या अवतीभवती माझा वेळ आणि माझं मन गुंफून टाकतो. हिला काही सांगायला गेलं की आखडलीच. लगेच भाषा बदलते, "तुला सांगायचं असेल तर मी ऐकून घेऊ शकते. तुला हवं असेल तर विचार करून काही सुचवू शकते."

हिच्या प्रत्येक बाबतीत इमोशनल व्हायचं. ही मात्र माझे दादा, स्नेहा यांच्याबद्दलसुद्धा कधी इमोशनल झाल्याचं आठवत नाही. खरंतर माझा रवी, सुजा हे कसे इमोशनल असतात माझ्याबद्दल. माझा विष्णू, अविनाश, पद्माकर किती ॲटॅच्ड आहेत माझ्याशी. सगळं जाणवतं ते! हिची मैत्री म्हणजे निव्वळ भ्रम!

खरंतर रत्नागिरीतल्या घराच्या वास्तुशांतीचा एवढा महत्त्वाचा कार्यक्रम असताना मी तिथे आधी जाऊ शकलो नाही, याचं एकमेव कारण हीच! म्हणाली, "रत्नागिरीत तुझ्या जागी काम करायला अनेक आहेत. इथं तुला रिप्लेस करायला कुणीच नाही. लेले हॉस्पिटलमध्ये आणि मी एकटीच इथे. पण तरीही मी तुला थांब म्हणणार नाही. तुझ्या घरात कार्य आहे. तू जा. मी इथं मॅनेज करीन. दु:ख काय, माझ्या पाचवीलाच पुजलं आहे." झालं. मी गलबललो. तिला इथं ठेवून रत्नागिरीला जाणं हेच मला अपराधीपणाचं वाटू लागलं.

माझा जीव साधनासाठी खरेपणानं कळवळतो हे माहीत असल्यानं ती मला इमोशनली ब्लॅकमेल करत असावी. हीसुद्धा मत्सरीच असावी. हिला हेमाचा मत्सर वाटण्याऐवजी माझाच मत्सर वाटत असावा. मी कुठेही ताठ मानेनं मिरवू नये वगैरे हिला वाटत असावं. छे छे! ऐन आरतीच्या वेळी हिची चौकशी करण्याची दुर्बुद्धी मला झाली आणि पुढच्या सगळ्या कार्यक्रमाचा विचका झाला. बेसिकली हेमाच्या आणि पर्यायानं माझ्या मन:स्थितीचा विचका झाला.

रात्री साधना दादांना म्हणते, "दादा, मला आता लेल्यांसाठी निघायलाच हवं." दादा म्हणाले, "चारू, हिच्या जाण्याच्या व्यवस्थेचं बघ."

"ठीक आहे दादा किशोर जाईल गाडी घेऊन." मी म्हणालो.

"अरे माझ्या बर्‍यांची मुलगी! माझी मुलगी! तू आणलंस ना, आता पोचही तूच कर. हवं तर पोच करून लगेच परत ये."

"ठीक आहे दादा!" मी पडत्या फळाची आज्ञा मिळाल्यासारखा म्हणालो.

नाहीतरी हेमांगी आता नीट बोलणारच नव्हती. रत्नागिरीत थांबून मन:स्ताप वाढण्यापलीकडे काही घडणार नव्हतं. साधना वरवर 'नको' म्हणाली. 'किशोरला येऊ देत.' म्हणाली. पण आपणच आलो. हेमांगीच्या चेह‌र्‍याकडे पाहण्याचं धाडस होत नव्हतं. चारूनं मान वळवून साधनाकडे पाहिलं. ती शांत होती. डोळे टक्क उघडे ठेवून समोर पाहत होती.

चारूनं पुन्हा विचार केला. साधनाच्या वागण्यात दुष्टावा असतो, असा निष्कर्ष आपण उगाच घाईनं काढतो. त्यामागे सभ्यता, शिष्टाचार अशाही गोष्टी असू शकतात. कुठल्याही शब्दात न अडकण्याची चतुराई असू शकते. तिच्या जगण्याचा, वागण्याबोलण्यातील धोरणाचा तो काही भाग असू शकतो.

तशी ती किती समजूतदार आहे! हेमांगीनं अपमान केल्यानंतरही ती शांत राहिली, शांत वागली, बोलली, येताना हेमालाही विचारलं. आणि आज जे घडलं त्यात तिचा दोष काय होता? पुण्यात तिच्याबरोबर थांबण्याचा निर्णय माझा होता. तिची जबरदस्ती नव्हती. तशी बोलण्याच्या पातळीवर ती कधीच नसते. कुठल्याच विषयात नसते. ती स्वत:च्या शब्दात स्वत: कधीच अडकत नाही; पण तिच्यासमोर असताना मीच स्वत: स्वत:च्याच शब्दांत अडकतो. हौस म्हणून? ती मला आवडते हे ठीक आहे. पण तिला अति इंप्रेस करण्याच्या नादात मी हे करतो, तिला तेच हवं असतं. पण ती स्पष्ट शब्दांत तसं कधीच म्हणत नाही. शेवटी माझ्या इच्छेनंच माझं सगळं वागणं होतं. पण तिच्या मनासारखं!

मला तिच्याकडून नक्की काय हवंय? आज ती माझ्याबरोबर उभी राहत होती. मला मदत करण्यासाठी. हेमांगीच्या असहकारामुळे होणारी माझी कुंचबणा कमी करण्यासाठी! ती अशी नेहमीच वागते. प्रत्यक्ष कृतीच अशी करते, की मी गलबलतो. हेमांगीकडून या अशा साध्या स्नेहाच्या वागण्याला वंचित असलेला मी साधनाच्या साध्या माणुसकीच्या वागण्यानं हुरळून जातो. त्यालाच मी बावळटासारखं प्रेम वगैरे समजतो की काय? त्या अकरा करोडच्या ऑर्डरच्या संकटाच्या वेळी हेमांगीचं वागणं आणि साधनाचं वागणं यांची तुलना खिळा ठोकल्यासारखी मनात रुतून बसली. आपण साधनाच्या बाबतीत जरा जास्तच हळवे झालो, ते याच प्रसंगानंतर!

आज हेमांगीच्या-माझ्या बायकोच्या- जागेवर साधना उभी राहिली, म्हणून गहजब झाला. पण माझी बायकोच जर स्वत:च्या जागेवर उभी राहिली नसेल तर? त्याने साधनाकडे पाहिलं. तिनं डोळे मिटले होते. किती गोड दिसते ही!

गोड बोलते, गोड वागते, गोड वागवून घेते. माणसांना हँडल, टॅकल करते. प्रसंग पार पाडते. तरीही शांत राहते. आक्रस्ताळेपणा नाही. हेमांगीसारखा क्षोभ नाही.

माणसांना, प्रसंगांना ओळखते. आवश्यकता असेल तर आपल्याला काही समजले नाही असे नाटकही चतुरपणे करते. त्यात नाटकीपणापेक्षा बुद्धिमत्तेचा भाग जास्त वाटतो. मधाळ आहे. मला ही आवडतेच. हिच्या गोडव्यामध्ये आपण मिसळून जायला हवं, नाहीतर हिला आणि हिच्या गोडव्याला आपल्या स्वत:मध्ये सामावून घ्यायला हवं. त्यानं हलकेच हाक मारली,

"साधना..."

"जागीच आहे मी. तू माझ्याबद्दल विचार करतो आहेस, हेच सांगायचंय का तुला?"

"तुला झोप आली आहे साधना."

"तुझ्या खांद्यावर डोकं टेकवून झोपू का?"

"चालेल."

ती चारूकडे सरकली. त्याला चिकटून बसली. तिनं चारूच्या खांद्यावर डोकं टेकलं आणि डोळे मिटले.

गाडी पुण्याच्या दिशेनं भरधाव वेगानं पळू लागली.

रत्नागिरीवरून आल्यानंतर साधना चार दिवस लेल्यांबरोबर हॉस्पिटलमध्येच राहिली. वेळ काढून चारू हॉस्पिटलमध्ये जाई. खरंतर लेल्यांना जी औषधे, इंजेक्शन्स, सलाईन वगैरे देत, ती बघत बसण्यापलीकडे तिथे चारूला काहीच रोल नव्हता. त्यामुळे चारूला कधी ते खूपच निरर्थक वाटे. त्यातून त्या हाडांचा सापळा असलेल्या आणि साधनाचं आयुष्य बरबाद केलेल्या लेल्यांबरोबर साधना इतकं गोड बोलत राही, वागत राही की चारूला तिथे खूपच ऑकवर्ड वाटे. कधी कधी चारू तिथे गेल्यानंतरही ती चारूकडे दुर्लक्ष करून लेल्यांशी अत्यंत नाटकी, व्यर्थ आणि वायफळ थाटाचं इतकं बोलत राही, की चारूचा संताप होई. चारू कंटाळला.

चारूला रत्नागिरीची आठवण आली. हेमांगी आणखी चार दिवसांनी पुण्याला येणार होती. रत्नागिरीतल्या वातावरणाची कल्पना करून चारू व्याकूळ झाला. भलामोठा बंगला, भरपूर लोक, हेमांगीचं आणि रवीचं छान जमतं. चेष्टामस्करी, एकमेकांना मारणं, समजावणं, समजून घेणं! सुजा तर कुणालाही

लळा लावील अशी आणि दादा! भरपूर पाहुणे मंडळी, त्यांची मुलं! स्नेहाला खेळायला अशी भरपूर मुलं क्वचितच मिळतात.

दादांनी आचारी आणि त्यांचा पाच-सहा स्त्रीपुरुषांचा ताफा ठेवून घेतला होता. म्हणजे तिथे फार काम करण्याचाही प्रश्न नव्हता. फक्त मजाच मजा! तिथे राहून त्या मजेचा लाभ आपण घ्यायला हवा होता. असा कौटुंबिक थवा जमला की चारू तिथे हवाच! रवीच्या नकलांवर कीर्तनकारांचं भाष्य! अजूनही मी आणि रवी पाच ताससुद्धा सगळ्यांना हसवत ठेवू शकतो. अगदी हेमांगीलासुद्धा. मी तिथे हवाच होतो. दादा खरंतर म्हणालेही होते की साधनाला सोडून लगेच ये.

मी किशोरला तिथेच ठेवलंय. स्नेहाची आवडती टाटा सफारी गाडीही तिथेच आहे. चार दिवसांत ते येतीलही. रात्री फोनवर स्नेहा बोलते. ते गलबलून टाकतं.

हेमांगी बोलत नसली, तरी स्नेहाच्या बाजूलाच ती उभी आहे हे जाणवतं. आपण जायला हवं. चार दिवस मजेत जातील. इथे येऊन मग हेमांगी नॉर्मल होण्याची वाट पाहत बसण्यापेक्षा तिथेच वातावरण निवळेल.

ड्रायव्हर बरोबर घेण्याची कल्पना त्यानं झटकून टाकली. रात्री छान एकट्यानं ड्राइव्ह करायचं. फक्त मित्रा असणार माझ्याबरोबर. त्यानं पटापट फाइल्स पहायला सुरूवात केली. त्यानं अपूर्वाला सांगून मॅनेजमेंट आणि ॲडमिनिस्ट्रेशन हेड्सची एक तातडीची मीटिंग बोलावली. चार दिवसांच्या कामाचं नियोजन करायला हवं.

साधनाला सांगायला हवं! खरंच सांगण्याची काही गरज आहे का? एक मित्र म्हणून? पण ती लेल्यांना घेऊन कुठे कुठे जाते... किंवा खरंतर ती तिची कुठलीही गोष्ट मला विचारून करत नाही. मग मी कशाला तिला काही सांगायचं? विचारायचं? आणि माझ्या माणसांत जायला मला तिची परवानगी कशाला हवी? खरंतर तिच्यापुढे अशी काही परिस्थिती असती तर ती म्हणाली असती, 'चारू, माझे निर्णय मी घेऊ शकते तर तुला कशाला टेन्शन देऊ, संकटात टाकू?' किंवा 'चारू, तुला काही सल्ला देऊन त्याच्या परिणामांच्या जबाबदारीत मी कशाला अडकू? तुझं तू ठरव, तुझं तू बघ.'

चारू असा काही उलटसुलट विचार करत असतानाच अपूर्वानं आत कॉल दिला.

"येस अपूर्वा!"

"फाइल्स आहेत."

"आत ये."

"साधनामॅडम वेटिंग सर."

"फोनवर."

"नाही, इथं प्रत्यक्ष आल्या आहेत."

"दोघीही आत या."

दोघीही आत आल्या. साधना प्रसन्नपणे हसत चारूच्या समोर बसली. अपूर्वानं फाइल्स ठेवीत चारूला 'ब्रीफ' केलं.

"फाइल्स उद्या क्लिअर केल्या तरी चालतील."

"आज क्लिअर केल्या तर?" चारूनं हसत विचारलं.

"सर, त्या फार अर्जंट नाहीत असं मला म्हणायचं होतं." अपूर्वाही हसली तशी साधना म्हणाली,

"अगं अपूर्वा, त्या फाइल्स आजच क्लिअर करून सरांना काही वेगळंच म्हणायचं असेल तर?"

"म्हणजे मॅडम?" अपूर्वानं विचारलं.

"अगं, म्हणजे सरांना आजच रात्री कुठे जायचं असेल. उद्या, परवा, कदाचित चार दिवस सर इथे नसतीलही! हो ना सर?" साधनानं चारूला विचारलं. तसा चारू सटपटला. अपूर्वा बाहेर गेली.

"बोल साधना." चारू शक्यतो नॉर्मल राहत म्हणाला.

"लेल्यांना हॉस्पिटलमधून घरी आणलं दुपारी."

"काय म्हणताएत?"

"म्हणाले, तुला फारच दगदग झाली. चार दिवस कुठे जाऊन ये."

"चांगली आयडिया आहे. जाऊन ये चार दिवस."

"चल, दोघेही जाऊया कुठेतरी."

"लेले म्हणाले, चार दिवस जाऊन ये. चारूबरोबर जाऊन ये असं नाही म्हणाले."

"तुझ्याबरोबर जाऊ नको, असंही नाही म्हणाले."

"एनवी वे, मी आज रात्री रत्नागिरीला चाललोय. मी आता फोन करून तुला सांगणारच होतो."

"त्यात फोन करून एवढं काय सांगायचंय?" ती फटकन म्हणाली.

"मनापासून मैत्री असेल तर एकमेकांचे व्हेअरअबाउट्स माहिती नकोत?"

"एकमेकांच्या जवळपासच असावं ना त्यापेक्षा! नुसते व्हेअरअबाउट्स काय चाटायचेत?"

“तू असं बोलतेस कधी की मनाची स्थिरता राखणंसुद्धा अवघड होऊन जातं.”

“काय देते तुला ही स्थिरता?”

“मी माझ्या भूमिकेचा आणि जबाबदारीचा विचार करू शकतो.’

“आणि मिळवतोस काय? तडफड?”

“तू असं काय समजतेस?”

“मी समजत नाही. ते तुझ्या चेहऱ्यावर दिसतं. कशाला फसवतोस स्वत:ला?’

“अगं, माझं आज रत्नागिरीला जाणं हे तिथे किती आनंदाचं वातावरण निर्माण करणारं आहे!”

“आणि माझ्या आनंदाचं काय? आणि तुझ्या आनंदाचं काय?”

“त्यासाठी रत्नागिरीला जाणं रद्द करू का?”

“तुझं तू ठरव. आजपर्यंत याच सगळ्या लोकांसाठी करत आलास ना? आज माझ्यासाठी कर काहीतरी. आज माझा ‘टर्न’ आहे. तू आज मला वेळ दे. बघ तरी काही सुख-आनंद निर्माण होतोय का?”

“म्हणजे नक्की करायचंय तरी काय?”

“का? एवढी घाबरगुंडी का उडाली?”

“मी सरळपणे विचारतोय.”

“काही करण्याआधीच तुझ्या चेहऱ्यावर अपराधीपणाची, पापाची भावना उमटली आहे, ती कशासाठी?”

“सगळं तूच ठरव!”

“मग तू ठरव. तसं नाही म्हणून सांग. जसं काही तुझं सगळं सत्त्व आणि स्वत्त्वच मी हिरावून घेणार आहे एवढी भयंकर भीती वाटते तुला माझी? मला तू नक्की समजतोस तरी कोण?”

“तुला मी माझीच कुणीतरी समजतो.” तो कसाबसा बोलला.

“मग चल. त्यांच्यासाठी जसा तुझा वेळ देतोस, मन देतोस तसं आज मला दे. आज जाऊ नकोस कुठे दूर माझ्यापासून. कुठेही जाऊया नको. फक्त एकमेकांबरोबर राहूया.”

ती रडू लागली. चारू हतबल झाला. तो शांत बसून राहिला. काही वेळानं साधना स्वत:च रडायची थांबली. तिनं बाहेर अपूर्वाला कॉल देऊन दोन कॉफी आत पाठवायला सांगितल्या. ती चारूकडे पाहू लागली. चारू तिच्याकडे पाहत होताच. चारूचं मन तिच्याविषयीच्या मायेनं भरून आलं. अपूर्वानं आत कॉल

दिला.

“सर, रत्नागिरीवरून फोन आहे.”

“दे... हं बोल हेमा.. बोल ना! रडतेस कशासाठी? स्नेहा ठीक आहे ना?.... रवीकडे फोन दे...”

“दादांना खूप बरं नाहीये.”

“म्हणजे?”

“कावीळ झालीये.”

“बापरे!”

“तुम्ही गेल्यानंतर त्रास झाला. खूप उलट्या, ताप... अन्नाचा कणही घेत नाहीत. चितळेडॉक्टरांनी घरी येऊन सलाईन लावलंय. नर्सही ठेवली आहे एक... ते स्वतःही येत आहेत.”

“अगं, मग ॲडमिट का नाही केलं.”

“दादा ऐकत नाहीयेत. म्हणत आहेत आधी चारूला येऊन बघू देत, मग ठरवू.”

“मी निघतो. रात्री एक-दीडपर्यंत पोचतो.”

“आपण दादांना पुण्याला नेऊ या. फार दगदग झाली आहे त्यांना इथं.”

“त्यांना फोन दे.”

“हं... बरं देते... बोला.”

“दादा, चारू बोलतोय... काय झालं दादा?”

“काही नाही रे! अशक्तपणा. चितळे कावीळ म्हणत आहेत म्हणजे महिनाभर झाडपाला खावा लागेल.”

“दादा, काळजी करू नका. मी रात्री दीड-दोनपर्यंत पोचतो.”

“सकाळी बेतानं निघालास तरी चालेल. अरे शरीर आहे, दुखणं यायचंच. इतकं गडबडून कशाला जायचं?”

“दादा, हेमांगीकडे द्या फोन... हेमा...”

“ड्रायव्हर घ्या बरोबर. नाहीतर विष्णू, अविनाश, पद्माभावोजी, कुणाला तरी बरोबर आणा. एकटे येऊ नका... ठेवते.”

फोन ठेवल्यानंतर चारू शांतपणे बसून राहिला. नंतर साधनाला म्हणाला, “रत्नागिरीला दादा खूप आजारी आहेत. कावीळ झाली आहे. मी जाऊन घेऊन येतो दादांना. इथं ॲडमिट करायला हवं.”

“तुझ्याबरोबर मी येते. कुणीतरी हवं बरोबर.”

"विष्णू, अविनाश, पद्माकर..."

"मी का नको?"

"तू लेल्यांपाशी थांब. उगाच दगदग का करतेस माझ्याबरोबर? अगदी कुणीच येऊ शकत नसेल तर..."

"टाळतो आहेस मला."

"हो."

"का?"

"आत्ता मला ते अनावश्यक वाटतं."

"तुला आवश्यक फक्त त्याच वेळी मी तुझ्याबरोबर असावं, अशी साधनाची व्याख्या करतोस का तू?"

"ही वेळ वाद घालण्याची आहे?"

"तू कुणाला घाबरतो आहेस? मी तिथे तुझ्याबरोबर आले तर लोक काय म्हणतील? ही बया सदानकदा याच्याबरोबर का म्हणून?"

"नक्कीच म्हणतील."

"वयाच्या चौदाव्या वर्षी आमच्या घरी गाठोडं घेऊन आला होतास राहायला... पुण्यात शिकायला.. मी होते पंधरा-सोळा वर्षांची... तेव्हापासूनचं नातं आहे रे आपलं! प्रेमाचं आणि प्रेम फक्त तुझ्यावरच नाही माझं! दादांवर आहे, रवी, सुजावर आहे. दादा मुलगी मानतात मला. आहेच मी मुलगी त्यांची. ते आजारी असताना त्यांना बघायला जायला मला परवानगी हवी तुझी? की हेमांगीची? ठीक आहे. तुझ्याबरोबर येत नाही मी. पण स्वतंत्र येईन. तुझ्याआधी पोचेन तिथं समजलं?"

समोर उभ्या असलेल्या संकटानं चारू पुरता त्रस्त झाला. साधना बरोबर आली काय किंवा एकटी आली काय, हेमांगीच्या मनात जो आगडोंब उसळणार होता त्याला टाळण्याचा कुठलाही मार्ग नव्हता. मग तिला बरोबर येऊ देण्यात कमी नुकसान होतं. व्यवहार म्हणून! पुढे जे होईल त्याला तोंड देऊ. पण आत्ताच्या प्रसंगाला तोंड देणं क्रमप्राप्तच होतं. तो म्हणाला, "चल, आपण दोघं जाऊ. पण ड्रायव्हर आणि मित्राला बरोबर घेऊ."

"थँक्स." ती म्हणाली.

गाडी रत्नागिरीस निघाली.

- ०-०-०-

५

दादांना पुण्यात आणलं आणि एका मोठ्या हॉस्पिटलमध्ये अॅडमिट केलं. तिथले मुख्य फिजिशियन पटवर्धन डॉक्टर हे चारूचे सायन्स कॉलेजमधले क्लासमेट. चारू त्यांना 'पट्या' अशी हाक मारायचा आणि ते चारूला 'काका' अशी हाक मारायचे.

चारू इंजिनिअर, बिझनेसमन झाला तर पट्या पुण्यातला नामांकित फिजिशियन. पण त्यांचं नियमित भेटणं बोलणं होतं. मैत्री टिकून होती. पट्यानं दादांना व्यवस्थित तपासलं. बाहेर आल्यावर चारू म्हणाला,

"पट्या, काळजीचं नाही ना रे काही?"

"तसं नाही रे! पण लिव्हरवर सूज आहे बऱ्यापैकी. संध्याकाळी ब्लडरिपोर्ट्स आल्यावर कळेल प्रमाण किती आहे ते! ट्रीटमेंट तर चालू झालीच आहे. पण अशा वेळी प्रतिकारशक्ती हा महत्त्वाचा फॅक्टर असतो.. एनी वे..."

"पट्या, खरं सांग.."

"तू काय करणार आहेस? आणि तुला काय कळतं यातलं? काय काळजी करायची आणि घ्यायची ती मी घेईन. रिलॅक्स! अरे चारू प्रमाण जरा जास्तच आहे. त्यांच्या अंगावरची बंडी, शर्ट, धोतरसुद्धा पिवळं पडलंय... त्यांचा रिस्पॉन्स बघावा लागेल. पाच-सहा

दिवस धीरानं घ्यावं लागेल. तू पॅनिक होऊ नकोस काका.''

पट्यानं काकाला जवळ घेतलं. काकानं पट्याच्या कुशीत शिरून एक हुंदका दिला. चारू शांत झाल्यावर पट्या हेमांगीला म्हणाला,

''हेमा, दादांना मी ट्रीटमेंट देतो. तू याचं बघ.'' पण या विनोदानं हेमांगी हसली नाही. ती पुरती गंभीर झाली होती. दादांच्या या सगळ्या अवस्थेला चारूच जबाबदार आहे, असं तिनं स्पष्टपणे ठरवून टाकलं. वास्तुशांतीच्या आधी चार दिवस आणि नंतर चार दिवस जर चारू रत्नागिरीला राहिला असता, तर दादांना दगदग झाली नसती, ते आजारी पडले नसते, हा सरळ हिशोब तिनं स्वतःच्या मनात मांडला होता. चारूचा चेहराही पाहण्याची तिची इच्छा होत नव्हती. पुन्हा निर्लज्जासारखा तो त्या बयेला घेऊन आलेला पाहून तिच्या मस्तकात तिडीक गेली होती. पण या क्षणी तिचं सगळं लक्ष दादांच्या तब्येतीकडे होतं. तिनं पट्याला विचारलं,

''भावोजी, दादा पूर्ण बरे होईपर्यंत मी इथं त्यांच्याबरोबर राहीन.''

''हेमा, ही स्पेशल रूम आहे. भरपूर मोठी आहे ॲटॅच आहे. तू काळजी करू नकोस.''

''उमेश- माझा भाऊ, थांबेल. मदतीला एखादा मेल नर्सही ठेवा.''

''सगळं करतो गं हेमा. काळजी करू नकोस.'' ते सगळे पुन्हा आत गेले. पट्या म्हणाला,

''काय दादा, आता या घडीला काय त्रास होतोय?''

''गुडघ्याखाली पाय खूप दुखतात रे! पोटऱ्या अशा पिंजल्या जाताहेत.''

''अशक्तपणामुळे दुखत आहेत. चार-पाच सलायनच्या बाटल्या शरीरात गेल्या, की पाय दुखायचे थांबतील. अच्छा! मी येतोच आहे. काळजी करू नका.''

''तुम्ही एवढे सगळे असताना काळजीचा प्रश्न येतोच कुठे? आणि ही माझी पोर हेमांगी आहे ना माझ्याबरोबर. ती एकटी असली तरी सगळे बरोबर असल्यासारखं वाटतं.'' सगळे हसले तरी हेमांगी मात्र गंभीरच होती. ती चारूला म्हणाली,

''तुम्ही आता फॅक्टरीत जा. स्नेहाला आईकडे सोडा. ती पाहील तिचं शाळेचं. इथलं मी पाहते. इथे मला कसलाही डिस्टर्बन्स नको. तुम्हीसुद्धा अनावश्यक फोन करू नका. विष्णू, अविनाश, पद्माभावोजींना एकदा येऊन जाऊ दे.''

“ठीक आहे.” चारू निमूटपणे तिचं ऐकत होता. मग ती साधनाकडे पाहत म्हणाली,

“पुन्हा पुन्हा इथं कुणी येण्याची आवश्यकता नाही. दादांना त्रास होईल असं काहीही नको.”

ती बोलली तसे तिथून सगळेच निघाले आणि हेमांगी जाऊन दादांजवळ बसली.

“हेमांगी अतीच करतीए रे!” कोल्ड्रिंकचा घोट घेत साधना बोलली. चारूनं एव्हाना व्हिस्कीचा एक पेग संपवला होता. एका स्टार हॉटेलच्या हिरवळीवर टेबल मांडलं होतं. दोघं समोरासमोर बसले होते. साधना पुन्हा तेच म्हणाली,

“हेमांगी अतीच वागतीए जरा..!”

“नक्कीच कुणाचं अती होतंय हाही प्रश्नच आहे.”

“मला बरोबर लागेल असं बोलतो आहेस?”

“खरं?”

“पुन्हा मला ते लागलं का, हेसुद्धा हळूच पाहतो आहेस.”

“नक्की सरबतच घेतीएस ना?”

“बिअर घेऊ देत नाहीस ना तू! दुष्ट! मला घेऊन बघायचंय एकदा काय होतं ते!”

“चाललंय हे ठीक चालतंय.” चारू म्हणाला.

“व्हिस्की पोटात गेल्यावर छान बोलतोस तू.”

“कारण व्हिस्की पोटात गेल्यानंतर माझ्या मनाला जे वाटतं, ते बोलतो मी.”

“पण मग तसं बोलण्यासाठी व्हिस्कीच कशाला प्यायला हवी? एरव्हीसुद्धा स्वत:च्या मनाला वाटेल तसंच बोलता यायला हवं. अदरवाइज ऐकणारा, दारूड्याची बडबड म्हणून सोडून देऊ शकतो.”

“असं सोडून देण्याचा बराच सराव झालेला दिसतोय तुला.”

“लेल्यांबद्दल बोलतो आहेस?”

“टेक इट जोकिंगली!”

“घेतलं रे! जोकिंगलीच घेतलं. लेल्यांपेक्षा हजारपटीनं मला तू महत्त्वाचा आहेसच. मोलाचा आहेस. हवाहवासा आहेस.”

“गेल्या काही दिवसांत तुला...”

"वेड लागलंय मला. तुझं वेड लागलंय. तुला मी आणि मला तू... पर्यायच नाही.. जे चाललंय ते ठीक आहे असं म्हणण्याचा आणि समजण्याचा वीट आलाय मला."

"लेल्यांची आणि हेमांगीची तुलना होऊ शकते?"

"होऊ शकते. तुझ्यावर तिचा जीव जडत नसेल तर ती एक करंटी आणि मी समोर असताना ज्याला दारूत बुडावं वाटतं तो एक करंटा."

चारू बराच वेळ शांत बसला. नंतर एका दमात त्यानं अर्धा ग्लास रिकामा केला. मग थोड्या वेळानं म्हणाला,

"म्हणजे या क्षणाला ती दादांचं खूप करते आहेच. पण सगळ्यांदेखत मला म्हणाली, तुम्ही अनावश्यक फोन करू नका. अनावश्यक इकडे येऊ नका. मी एवढा चुकतो? एवढा अपराधी आहे मी?"

"चारू, तुझ्यावर अन्याय होतो आहे गेली कित्येक वर्षे! तू निमूटपणे तो सहन करतो आहेस. हेमांगीची बदनामी नको म्हणून कुणाला बाहेर बोलत नाहीस. हो ना?"

"हेमांगी या क्षणाला आपला विचारसुद्धा करत नसेल. तिच्या डोक्यात या क्षणी फक्त दादा, त्यांची सेवा, त्यांचं लवकरात लवकर बरं होणं एवढंच असेल. त्यासाठी देवाची प्रार्थना करत असेल ती. तू आणि मी तर नाहीच; पण स्नेहाचाही विचार तिच्या डोक्यात नसेल."

"अप्रत्यक्षरीत्या हेमांगीचं कौतुकच करतो आहेस तू! जी तुला इथं सांभाळती आहे, त्याचं काहीच नाही तुला!"

"तू एका क्षणात अशी गडबडून काय जातेस?"

"माझ्या हातात हात घालून, तू थोडं चालतोस आणि अचानक हात सोडून, पळून जाऊन पुन्हा पहिल्याच जागी जाऊन उभा राहतोस." साधना म्हणाली.

"मला वाटतं, माझ्या जागेवर राहून मी फक्त इतरांच्या प्रवासाकडे पाहत असतो. मला माझा स्वत:चा प्रवास आहेच की!" चारू थंडपणे म्हणाला.

"स्वार्थी आहेस तू!"

"बरं झालं मघाशी, 'माझ्यासाठी तू वेडी झाली. म्हणालीस', त्या वेळी मी हुरळून गेलो नाही."

"मी तुला हेमांगीबद्दल भडकावून देते असं वाटतंय?"

"तू लाख भडकावून देशील, मी भडकलो पाहिजे ना? मी चारूदत्त भावे

आहे.''

"बरं झालं सांगितलंस. मला माहीत नव्हतं.''

"दुसरी गोष्ट. मी स्वत:च हेमांगीवर इतका भडकलो आहे... तेही माझा मीच! कुणाच्याही मदतीशिवाय... तर ते भडकण्याचं श्रेय उगाचच तुला कशाला देईन?'' ती खळाळून हसली म्हणाली,

"बोलावं तूच!''

"ऐकावंही तूच!''

"सॉरी चारू!''

"कशाबद्दल म्हणतीएस ते कळलं नाही. पण इट्स ओके. मला वेगळं वाटलं. कारण हेमांगी मला कधीच सॉरी म्हणत नाही.''

"तिला त्याची गरजच वाटत नसेल.''

"तिला मुळात माझीच गरज वाटत नाही. अगदी कणभरही नाही.''

"तिला कणभर गरज वाटत नसेल तुझी; पण मला डोंगराएवढी वाटते. खरंच! विश्वास ठेव माझ्यावर. तू इतका बुद्धिमान आहेस, भावनाप्रधान आहेस. बघ, माझ्या काळजात आत शिरून बुद्धीनं नाही तर भावनेनं बघ. माझ्या रक्ताच्या थेंबाथेंबावर दिसेल तुला की तुझी मला खरोखर डोंगराएवढी गरज आहे.''

"म्हणून तर मला तू आवडतेस. जवळची वाटतेस. मला तू माझी वाटतेस.''

"खरंच मी तुझी वाटते तुला?''

"खरंच तू मला माझी वाटतेस!''

"माझ्या आयुष्याला आता कणभर तरी अर्थ येईल.''

"कणभरच का? डोंगराएवढा अर्थ येईल.''

"थँक्स माय डिअर चारू.''

"थँक्स माय डिअर साधना.''

दार बंद करून स्नेहाला जवळ घेऊन आणि एसी मशीन फुल ऑन करून बेडरूममध्ये हेमा झोपली होती. दुपारचे दोन वाजलेले. रविवार. चारू दादांना सोडायला रत्नागिरीला गेला होता. आज परत येणार होता.

पंधरा दिवस हेमा दादांबरोबर हॉस्पिटलमध्ये राहिली होती. नंतर तीन आठवडे घरी त्यांची सेवा केली तिनं. दादा छान बरे झाले. हेमा बऱ्यापैकी दमली

होती. पण तिची जिद्द, एकाग्रता, दादांवरची निष्ठा आणि परमेश्वरावरची श्रद्धा...
हे सगळं चारूला खूपच प्रभावित करून गेलं होतं.

हेमाला ट्रीट करण्यामध्ये आपलीच काहीतरी गफलत झाली, असंही
त्याला एकदा वाटून गेलं. पहिल्या रात्रीच आपण तिला स्वत:च्या मनाप्रमाणे
गृहीत धरून जी वचवच केली, त्याऐवजी ती जशी आहे तशी आधी समजावून
घेऊन तिला तिच्या मनाप्रमाणे फुलू दिलं असतं, तर आज कदाचित तिच्या
माझ्यातल्या संबंधांचे रंग काही वेगळेच असते. पण आता तरी तिच्यातल्या चांगल्या
गुणांना, चांगलेपणाला आदरानं सामोरं जायचं, असं त्यानं ठरवून टाकलं.

दादा हॉस्पिटलमध्ये असताना चार वेळा आणि घरी आणल्यावरही चार
वेळा साधना दादांना भेटून गेली. पण एकटीच. चारूबरोबर येऊन हेमाला संताप
देण्याचं तिनं टाळलं असावं. हेमा मनात म्हणाली, "तुला आता काय करायचंय
ते कर. दादांना एकदा बरं वाटू देत! मग बघते तुझ्याकडे. चांगलीच पाहते.''

हेमा झोपली होती खरी. अगदी गाढ झोपण्याच्या इच्छेनं! पण गेल्या
महिन्या दोन महिन्यातल्या अनेक गोष्टी तिच्या सुप्त मनात साठल्या होत्या. त्या
तिला झोपेमध्ये छळत होत्या. ती अधूनमधून दचकून जागी होत होती आणि
एवढ्यात तिचा मोबाईल वाजू लागला. तिनं बळेच डोळे उघडले. कोण असेल?
आई की चारू? तिनं फोन पाहिला आणि हसली.

"बोल रे मनमोहना...''

"झोपली होतीस?''

"मेल्या, झोपमोड केलीच आहेस! आता त्याच्यावर निबंध लिहून मागू
नकोस.''

"अरे वा! माझ्या फोनमुळे आनंद झालेला दिसतोय?''

"का रे? खात्री नसते का? कुठे गायब होतास?''

"अगं, शेड्यूलच असं...''

"ठीक आहे. कथा फोनवर सांगू नकोस. घरी येऊ शकतोस?''

"येतो. प्रयोग रात्री आहे.''

"ये मेल्या! तुझं येणं तूच सजवू नकोस.''

"येतो.'' तिनं फोन ठेवला.

मोहनच्या फोनमुळे तिला खूप आनंद झाला. चारूच्या वागण्याबद्दल
कुणाला तरी सांगायलाच हवं. अविनाश, विष्णू... चारूचे भक्त! पद्माभावोजी
म्हणजे अंगार! मोहन परवडला. चारूबद्दल खरंच सांगायलाच हवं याच स्टेजला!

चारू खरंच मनानं दूर जातोय का माझ्यापासून?

या विचारासरशी ती खडबडून जागी झाली आणि बेडवर उठून बसली. असं होईल? माझ्या वागण्यानं तो निराश होतो, खचतो. मला माहीत आहे. कारण त्याच्या मनाची शेफारलेली अवस्था मला अशी ठेचावीच लागते; नाही तर तीच घात करेल त्याचा. ती म्हणजे साधना तर नाही ना? ती का हल्ली फार जवळ यायचा प्रयत्न करते आहे चारूच्या?

तिच्या आयुष्यात तिच्या वाट्याला फार काही आलं नाही. म्हणून माझ्या वाट्याचं हिसकावून घेण्याचा प्रयत्न नाही ना? त्याचसाठी तर चारूला प्रेमाचा काही वेगळा प्रत्यय देतीए का ती? म्हणजे आधार, सोबत, सहवास, सहानुभूती वगैरे! तिला हे शोभूनच दिसेल म्हणा! अस्थिपंजर दारुड्या नवरा. ती तरी काय करेल?

पण चारूचं काय? त्याच्या दुखऱ्या, हळव्या आणि दुबळ्या मनानं कच खाल्ली तर? या चारूचं सहन तरी काय काय करायचं?

किती बेताल वागतो? म्हणजे नॉर्मल माणसाच्या मनोव्यापारात न बसणारं! एकूण नॉर्मल जीवनप्रवाहाशी, प्रवासाशी तर्कविसंगत! हे सगळं मी केवळ माझा नवरा आहे म्हणून स्वीकारायचं? आणि सहन करायचं? पुन्हा वर त्याच्याशी समर्पणाच्या भूमिकेतून वागायचं? यातून नक्की कुठल्या त्यागाचा अनुभव मिळवायचाय? आणि कशासाठी?

तो नवरा आहे, तर मी बायको आहे. तो चारूदत्त आहे तर मी हेमांगी आहे. माझा रोल, जबाबदारी, भूमिका विचार... माझं स्वतंत्र अस्तित्व? त्याचं काय करू? चारूचं आणि माझं गणित पहिल्याच रात्री बिघडलं. दोष कुणाचा? याचं उत्तर तो वेगळं देईल. मी वेगळं देईन. पण होमाला फेऱ्या मारून आणि सप्तपदी घालून संसार टिकवण्याची शपथ घेतली त्याचं काय? त्या शपथेचं स्वत:ला स्मरण असल्याचा पुरावा चारूनं वारंवार दिला असं त्याला वाटत असेल, तर मग तसा पुरावा वारंवार मीसुद्धा दिला आहे.

मग चारू एवढ्यातच दमला की काय? असं कसं रे चारू? अजून काय झालंय? स्नेहा केवढी चिमुरडी आहे अजून? संसार...संसार तो काय झालाय अजून? माझ्या हट्टापायीच स्नेहा उशिरा झाली हे मान्य आहे; पण आता स्नेहाला एखादा भाऊ नको का? तिचं तिलाच हसू आलं... काय हरकत आहे? चारू आत्ताशी चाळिशीत आहे. मी पस्तीस. चारूचं भरकटू घातलेलं मन पुन्हा घराभोवती पिंगा घालत ठेवायचं असेल तर कुणी चिंट्या-पिंट्या हवाच!

ती जोरजोरानं हसू लागली. हाच तो जालीम मार्ग आहे. चर्चा, वाद-विवाद, भांडणे यातून काहीही निष्पन्न होणार नाही. आता चमत्कार हवा आणि तो चमत्कार आता फक्त चिंट्या किंवा पिंट्याच करू शकतो.

नाहीतर फसेल तिच्यात तो! फसेल? मी कसा फसू देईन? मला सोडून साधना साधना करतो. तिच्याबरोबर फिरतो. तिच्यावर प्रेमबीम करायला लागला की काय? या विचाराबरोबरच तिच्या डोळ्यांतून पाण्याच्या धारा वाहू लागल्या. क्षणातच त्या तप्त झाल्या. इतक्या तप्त झाल्या की त्यातून आग बाहेर पडू लागली. त्या पाण्याची तप्त वाफ होऊन तिचे डोळे कोरडे झाले.

अरे जा! कर तिच्यावर प्रेम! करून दाखवच तिच्यावर प्रेम. तिच्यावर प्रेम करण्यासाठी आधी तुझ्या मनावर तुझी स्वत:ची मालकी तर हवी? कुठाय ती? मी कधीच ती हिरावून घेतली आहे. चारू, मला चॅलेंज करू नकोस. तुझं मन दुबळं विकलांग करीन मी. अपंग करीन त्याला. चेंदामेंदा करीन त्याचा. तुझ्या मनाला भोसकून रक्तबंबाळ करीन. जखमाच जखमा करीन तुझ्या मनाला. आरपार हल्ले करीन तुझ्या मनावर. मारून मारून खलास करीन त्याला आणि मग?

कसं प्रेम करशील मग तिच्यावर? कुणावर प्रेम करण्याची एक कणभर, एक थेंबभरही ताकद ऊरू देणार नाही तुझ्या मनात! तुझ्या मनाची आधीच थोडी भंग पावलेली आकृती, माझ्या जबरदस्त पकडीत चिरडून टाकीन. मग करशील तिच्यावर प्रेम? कसा करशील?

लक्षात ठेवा चारूदत्त भावे, हेमांगी केळकर म्हणतात मला! माझ्या, पर्यायानं एका स्त्रीचा अंतिम क्रोध म्हणजे काय असतो, हे माहीत नाही तुला. हा एका पत्नीचा क्रोध आहे. आईचा क्रोध आहे आणि एका प्रेयसीचा क्रोध आहे. शी! चारू, काय हे! प्रेम म्हणजे काय ते अजून कसं कळत नाही तुला? अरे बावळटा, साधना करते ते प्रेम नाहीए. मी करते ते प्रेम आहे. तुझ्या मेंदूतल्या त्या पेशी आपल्या लग्नाआधीच मेल्या का रे? प्रेमाचं आकलन होणाऱ्या पेशी! मी काय करू? तुला बायको कळत नाही. तुला प्रेम कळत नाही. तुला हेमांगी कळत नाही...

दारावरची बेल वाजत राहिली. सुमन दार उघडण्यासाठी गेल्याचं तिला जाणवलं. मनमोहन येणार होता. चारू तर आला नसेल? पण त्याच्या गाडीचा हॉर्न... वेडा! माझ्यासाठी वाजवतो, पण मी कधीच जात नाही दार उघडायला. आजपासून जायला हवं. ती उठली. बेडरूमचं दार उघडून बाहेर आली. एव्हाना

सुमननं दार उघडलं होतं. दारात चार-पाच लोक उभे.

"नमस्कार! 'उत्तुंग' पुणे या संस्थेचे आम्ही पदाधिकारी आहोत."

"आत या. बसा." हेमांगीनं बोलावल्यावर सगळे आत आले. बसले.

"मी मिसेस हेमांगी भावे. चारुदत्त भाव्यांची पत्नी."

"सॉरी, आम्ही कुठलाही फोन वगैरे न करता आलो."

"इट्स ओके."

"आम्ही मुद्दामच असे आलो. म्हणजे दरवर्षी ज्यांच्याकडे जायचं, त्यांना अशी कुठलीही पूर्वसूचना न देता जातो."

"हरकत नाही."

"भावेसाहेब आहेत?"

"ते रत्नागिरीहून निघालेत. तासा-दोन तासांत पोचतील. मला सांगितलंत तरी चालेल."

"आमच्या 'उत्तुंग' पुणे या संस्थेतर्फे दरवर्षी दिला जाणारा 'उत्तुंग' हा पुरस्कार या वर्षी आम्ही चारुदत्त भावे यांना देण्याचं नक्की केलं आहे. आपली त्यास संमती हवी आहे."

"चारुदत्त भावे यांच्यातर्फे मी आपले मनापासून आभार मानते. कृतज्ञता व्यक्त करते." गहिवरलेली हेमांगी बोलली.

"केवळ कर्तृत्व हाच बेस असलेला हा पुरस्कार आहे. खूपच कसोट्या लावतो आम्ही. भावेसाहेबांचा अगदी बालपणापासूनचा ते आजपर्यंतचा बायोडेटा आम्ही उपलब्ध करून घेतला. खूपच थक्क करणारी भरारी मारली आहे साहेबांनी."

"काय बोलू मी आता! अशा व्यक्तीची पत्नी होण्याचं सौभाग्य लाभलं... हा मी माझाच खूप मोठा सन्मान समजते." पुन्हा ती गहिवरली.

"आम्ही उलट समजतो. तुमच्यासारखी पत्नी मिळाली म्हणून भावेसाहेब ही उंची वेगानं गाठू शकले. मॅडम, साहेबांबरोबर आम्ही आपलाही सत्कार करणार आहोत. आपल्यालाही तो स्वीकारायचाय."

"मी कुठल्या शब्दांत आता माझ्या भावना व्यक्त करू? मला खरंच खूप जड जातंय."

"असू दे! हा पुरस्कार आणि सत्कार स्वीकारल्याचं एक फॉर्मल पत्र द्या. म्हणजे प्रेस कॉन्फरन्स घेऊन ते डिक्लेअर करता येईल. शक्यतो उद्याच वर्तमानपत्रात यावं अशी इच्छा आहे. समारंभाची तारीख निश्चित करायची आहे... प्रमुख पाहुणे म्हणून शक्यतो टाटा..."

हेमांगीनं फ्रिजमधून बर्फीचा बॉक्स काढला. बटाट्याचा चिवडा आणि बर्फी त्यांना दिली. कॉफी घेऊन हास्यविनोद करीत मंडळी निघून गेली.

आनंद हेमांगीच्या मनात मावत नव्हता! खूप दिवसांनी आला होता असा क्षण! तिनं सुमनला मिठी मारून गोल गोल फिरवलं. स्नेहाला पाठीवर बसवून घरभर नाचवलं. कधी एकदा चारू येतो असं तिला झालं होतं. गेले दीड महिना तिनं त्याला तिरस्काराच्या धारेवर धरलं होतं. तरी आज तिला त्या गोष्टीची फिकीर वाटत नव्हती. माझं चारूवरचं प्रेम खरं आहे. त्यात त्याला मी विरघळून टाकीन.

बेल वाजली. चारूच! अगं बाई, हॉर्न नाही दिला शहाण्यानं. हेमांगीनं पळत जाऊन दार उघडलं. चारूकडे पाहून ती मधाळ हसली. लगबगीनं चारूच्या हातातली बॅग घेतली. चारू आत येऊन बूट काढू लागला.

"गरम पाणी लावते अंघोळीला. तोपर्यंत चहा होईलच." तिनं पुन्हा प्रेमळ पत्नीसारखं चारूकडे पाहिलं. मध्ये काहीच न घडल्यासारखा चारूही हसला.

"हेमा, बस जरा दोन मिनिटं." चारू बोलला.

"बसते. दादांशी बोलले मघाशीच."

"पप्या कुठाय आपला?"

"लपून बसलाय. तुम्ही शोधायला येणार आहात म्हणून." चारू पुन्हा हसला. ऐन उन्हाळ्यात दीड-एक महिना बंद पडलेलं एअर कंडिशनरचं मशीन अचानक सुरू व्हावं तसा थंडावा सगळीकडे निर्माण झाला. हा थंडावा तसा ओळखीचा होता. या थंडाव्यानं दीड महिना रजा घेतली होती.

"पप्याला शोधायला जाताय ना?"

"हो!" चारू उठला. उगाच इकडेतिकडे शोधलं आधी. मग स्नेहाची लपण्याची आवडती जागा! स्नेहा त्याला घट्ट बिलगली. गमतीच्या गप्पा झाल्या. चहा झाला. चारू अंघोळ करून बाथरूमच्या बाहेर आल्या आल्या हेमांगीनं त्याच्या कपाळावर कुंकवाचा नाम ओढला. निरांजनाच्या ज्योतीनं त्याला ओवाळलं. चारूला कळेना.

"हेमा, काय झालंय?" त्यानं विचारलं. पण तिनं काही सांगण्याऐवजी त्याला ओढत देवघरात नेलं. चारूनं देवाला नमस्कार केला.

"अभिनंदन चारू! तुला या वर्षीचा 'उत्तुंग' पुणे हा पुरस्कार मिळाला."

हेमा म्हणाली.

"अभिनंदन पप्पा!" चारूनं दोघींना जवळ घेतलं. हेमांगीच्या डोळयांत सुख तरळू लागलं.

"खरंतर खूप मोठमोठ्या लोकांना मिळालाय हा पुरस्कार. आज मला त्या रांगेत बसवलं. गॉड इज ग्रेट!" चारू म्हणाला.

"यू आर आल्सो ग्रेट चारू." हेमा म्हणाली.

"येस पप्पा, यू आर आल्सो ग्रेट!" स्नेहा म्हणाली.

आनंदाला उधाण आलं. किशोरनं मिठाईचे बॉक्स आणून सगळ्यांना वाटले. हेमानं नैवेद्य करून देवाला दाखवला. सगळे बाहेर पडले. छानदार हॉटेलात जेवले. जेवून आल्यावर चारू-हेमा, पार्किंगमध्येच सर्व्हंट क्वार्टरमधल्या सगळ्यांशी बोलत थांबले. सुमननं पेंगणाऱ्या स्नेहाला वर आणून झोपवलं. हेमा सोफ्यावर चारूजवळ बसली.

"कशी आहेस हेमा?" चारू म्हणाला मात्र हेमानं त्याच्या कुशीत शिरून मनसोक्त रडून घेतलं.

"हेमा, मला माफ करू नकोस." चारूचा आवाज कंप पावू लागला.

"चारू, प्लीज माझ्या मनाचे तुकडे करू नकोस. तुलाच ते जोडावे लागतील. नको ते सगळं!"

"मी खरंच उत्तुंग, कर्तृत्ववान पुरुष आहे?"

"जरा जास्तच आहेस." असं म्हणत तिनं चारूचं चुंबन घेतलं. तिच्याबद्दलची एक अमर्याद ओढ चारूच्या सर्वांगातून उफाळून आली. त्यानं तिला जवळ घेतलं. तिच्या ओठांचं दीर्घ चुंबन घेतलं.

"चल आत." ती म्हणाली. दोघं आत जाऊन बेडवर बसले.

"बोल ना काहीतरी!" चारू म्हणाला.

"नको चारू, मी आता काहीही बोलणार नाही आणि तू तर अजिबात बोलू नकोस." हेमा म्हणाली मात्र...

आणि आता शब्दांना काही अर्थ उरलाच नव्हता. चारूनं तिच्या डोक्यावरून हात फिरवला अणि तो तिच्या गालावर हात फिरवू लागला. हेमांगीनं तिचं शहारलेलं अंग सावकाश सैल केलं. चारूचा हात मानेपाशी येताच तिच्या हृदयामध्ये पडघम वाजू लागला. दोन्ही हातांनी तिन चारूचा हात मानेपाशीच घट्ट दाबून धरला. चारू हात सोडविण्याचा प्रयत्न करीत होता. ती आणखी घट्ट दाबून ठेवीत होती. या खेळात एका क्षणी तिनं त्याचा हात सोडून दिला आणि

नजरेच्या टप्प्यात आलेल्या घरट्यात पक्षी जसा भुर्रकन शिरतो तशी ती चारूच्या मिठीत शिरली. तिनं दीर्घ श्वास घेत चारूला इतकं घट्ट धरलं, की चारू मात्र श्वास घेण्याचं विसरला. त्यानं हलकेच तिला दोन्ही हातांनी वेढून धरलं. त्याच्या छातीवर मस्तक घुसळीत दबक्या आवाजात ती म्हणाली,

"चारू, मला घट्ट धरून ठेव."

"आणखी किती घट्ट?" चारूनं विचारलं.

"आणखी खूप..."

"आता आणखी किती?" त्यानं तिला आणखी जवळ ओढत विचारलं.

"आणखी घट्ट धर. माझ्या हाडांचा चुरा व्हायला हवा. माझा पण चुरा व्हायला हवा. मी मलाही दिसणार नाही आणि तुलाही दिसणार नाही, इतकी तुझ्या आत मला सामावून घे. तुझ्या खूप आत मला जागा दे. मला विरघळून टाक. मी कुणालाही दिसता कामा नये, अशा जागी मला लपव तुझ्या आत. म्हणजे मग मी कुणाला सापडणार नाही. कुणी मला तुझ्यातून बाहेर काढू शकणार नाही."

"किती हळवी झाली आहेस तू ! कशाची एवढी धास्ती वाटतीय तुला? माझ्या अगदी आतच आहेस तू." चारू म्हणाला आणि त्याला सगळ्या जगाचा विसर पडला. तो पुढे म्हणाला, "विश्वास ठेव हेमू, हा चारू फक्त तुझाच आहे. फक्त तुझा."

तिनं हलकेच मिठी सैल केली आणि चारूच्या डोळ्यांत खूप वेळ रोखून पाहिलं. तोही तिच्या डोळ्यांत रोखून पाहू लागला. तसे तिनं चारूच्या ओठावर ओठ ठेवले. शक्तिनिशी चारूचे ओठ स्वतःच्या ओठात ओढून घेतले आणि बस! बराच वेळ झाला तरी ओठ काही विलग होईनासे झाले.

लग्नानंतर प्रत्येक रात्री ज्या सुखाचा तो प्रत्येक रात्री ध्यास घेत होता, तेच सुख आता त्याच्या अंगावर धो धो कोसळत होतं. क्षणभरानं हेमांगी हलकेच विलग झाली आणि पुन्हा डोळे भरून त्याच्याकडे पाहू लागली. तोही तिच्याकडे डोळे भरून पाहू लागला.

तिच्या सर्वांगाला तो त्याच्या प्रेमाचा स्पर्श देऊ लागला. तिच्या मनाचे अनंत तुषार झाले. त्या तुषारांवर चारूच्या मायेचे प्रेमाचे तरंग उठू लागले. तिनंही तिच्या अस्सल स्त्रीत्वाचा स्पर्श त्याच्या सर्वांगावर उधळला. त्या स्पर्शाची अनुभूती त्याला स्वतःच्या अस्तित्वापासून खूप उंच उंच निळ्या गर्द आकाशात घेऊन गेली. त्या गर्द निळ्या आकाशाच्या पटलावर त्याला सगळीकडे हेमांगी

दिसू लागली. सोन्याच्या कांतीची! निळ्या रंगावर सोन्यानं वेलबुट्टी काढावी तशी! स्पर्श करावा तिथे हेमांगीच. स्पर्श तरी कुठे कुठे करू? घट्ट तरी कुठे कुठे पकडून ठेवू? हे अमर्याद आनंद सोनं लुटू तरी किती?... खरंतर एक जन्म अपुराच आहे.

"कुठे हरवलात?" आपल्या बोटांच्या नाजूक चिमटीत त्याचा गाल पकडून तिनं विचारलं.

"तुझ्यात हरवलोय. आता स्वत:लाच सापडत नाहीए."

"तू आता माझ्याजवळ आहेस."

"काय करणार आहेस तू माझं?"

"माझं छोटं छोटं बाळ आहेस तू! छोटं पिल्लू आहेस तू! तुला छातीशी घेऊन तुझे खूप पापे घेणार आहे. पण मस्ती नाही हं करायची. छान शहाण्या मुलासारखं वागायचं."

तिनं छातीशी ओढलं त्याला! डोळे मिटून गालातल्या गालात हसत ती पडून राहिली. हेमाच्या या उफाळून येण्याचा अर्थ फक्त आवेग हाच नाही, असं चारूला खात्रीनं वाटलं. यापेक्षा वेगळी काही नाजूक कळी तिच्या मनामध्ये उमलते आहे, हे चारूच्या लक्षात आलं.

"अरे पिल्ला, बस आता! किती हावरटपणा करशील?" तिनं चारूच्या डोक्यात कुरवाळलं. त्याच्या कपाळाचं चुंबन घेतलं.

मिलनासाठी तडफडणाऱ्या पण हटवादीपणे काही काळ समांतर चाललेल्या दोन वाटांनी, असह्य झालेलं विरहाचं ओझं फेकून दिलं होतं. झपाटून त्या दोन वाटा एकमेकांजवळ सरकल्या. खेटल्या. लपेटल्या. निमिषमात्र सुस्कारा टाकण्याइतपत विसावल्या आणि त्यांनी एकमेकांना छेद दिला. पुन्हा त्या क्षणभर विसावल्या. मग एकमेकात मिसळल्या. दोन वाटांची आता एकच वाट झाली. पुढे पुढे सरकू लागली. सावकाश, संथपणे! गर्द झाडीतून, निळ्या डोहातून, टिपूर चांदण्यामधून! वाट सरकत राहिली, पुढे पुढे! आणखी पुढे. वाट दमेना. काही केल्या दमेना! वाट थांबेना! काही केल्या थांबेना!

अहो 'उत्तुंग पुरुष!' हेमांगी त्याच्या पाठीवरून दोन्ही हात फिरवत त्याच्याकडे कौतुकानं पाहत म्हणाली. "तुम्हाला 'उत्तुंग' हा पुरस्कार देताना, तुमचा हा आत्ताचा परफॉर्मन्ससुद्धा काउंट केला होता का?" ती हसली. त्याहीपेक्षा खदखदून तोही हसला. आपल्या पार्टनरनं थेट अशी दाद दिल्यानंतर पुरुषी मनाला काय गुदगुल्या होतात, त्या त्यानं पहिल्यांदा अनुभवल्या. हा क्षण

असाच पकडून ठेवता आला पाहिजे.

"हेमू, खूपच इमोशनली सिक्युअर वाटतंय तुझ्या मिठीत.''

"वाटायलाच हवं, इथंच असतं ते!'' चारू गडगडाट करत हसू लागला.

"चारू, ही तुझी हसण्याची पद्धत? रात्रीचा एक वाजलाय?''

"तसं नव्हे. हे सत्य सांगायला तू किती अचूक वेळ निवडलीस, त्याचं
कौतुक वाटलं.''

"चारू, तुझे वेडे चाळे वाढत चाललेत. चारू... चारू रिलॅक्स! ... तो
दिवा पाहिलास? किती प्रखर होत चाललाय! मोठा मोठा होत चाललाय.''

"कुठाय गं तो दिवा?''

"दगड रे दगड तू!'' ती अर्धवट हसत त्याला मारू लागली. तिच्या
अत्यंत प्रखर होत चाललेल्या प्रतिसादानं चारू पुन्हा उफाळून आला. वाट पुन्हा
वेगानं पळू लागली. तुफान वेगानं सगळं मागे टाकू लागली. श्वास-निश्वासांच्या
सुरांवर हुंकारांनी ताल धरला. आलाप उंच उंच जाऊ लागले आणि हळूहळू स्वर
खाली येऊ लागले. संगीत मंद होऊ लागलं. तबल्यावर, तालासाठी एक
शेवटचा धा-धिनचा जोरात आवाज झाला आणि गाणं थांबलं.

चारू आणि हेमांगी एकमेकांना घट्ट पकडून एकमेकांचे निश्वास ऐकू
लागले. मोजू लागले. हळूहळू निश्वासही स्थिरावू लागले. श्वास रूळू लागले.
हेमांगीनं दोन्ही हातांच्या ओंजळीत चारूचा चेहरा धरून ठेवला आणि ती पाहत
राहिली. हसत राहिली. काही वेळानं चारू चुळबुळ करतोय असं वाटताच तिनं
पुन्हा एकदा त्याला ओढून घेतलं आणि घट्ट पकडून ठेवलं.

"असंच राहायचं रात्रभर! कुठेही लांब जायचं नाही माझ्यापासून.''

"ठीक आहे. नाही जात.'' तोही तिच्या मिठीत पडून राहिला.

"चारू, कॉफी प्यायची?'' हेमानं विचारलं.

"माझ्याही मनात तेच होतं.''

"कधीपासून?''

"म्हणजे?''

"तू इतका वेळ माझ्यात होतास की कॉफीत होतास?''

चारू पुन्हा गडगडाट करत हसू लागला.

"चल, स्नेहाचा पापा घेऊया.''

"चल.''

-०-०-०-

६

चारूच्या सत्कारसोहळ्याच्या आदल्या दिवशीच रत्नागिरीहून मिनी बस भरून आली. हेमांगीनं पुण्यातही अगदी आवर्जून आमंत्रणं केली होती. मनमोहनला सांगितलं होतं. एखादं मंगलकार्य घरात असावं, अशा उत्साहात हेमांगी वावरत होती. बागडत होती. सगळ्यांशी भरभरून बोलत होती.

प्रत्यक्ष समारंभात हेमांगी चारूशेजारी स्टेजवर बसली होती. स्नेहा दादांच्या मांडीवर, सभागृहात पहिल्या रांगेत बसली होती. व्यासपीठावर 'उत्तुंग' संस्थेचे पदाधिकारी बसले होते. पुण्याचे महापौर, थोर इंडस्ट्रियॅलिस्ट टाटा आणि राज्याचे औद्योगिक मंत्री बसले होते.

सभागृहात पुण्यामधील सर्व क्षेत्रांतल्या नामांकित व्यक्ती हजर होत्या. सगळ्या क्षेत्रांतील उच्च, अत्युच्च पदावरच्या व्यक्ती हजर होत्या. पुण्यातील बहुतेक सगळ्या क्षेत्रांतील मान्यवरांना आज चारूची ओळख एक कर्तृत्ववान उद्योगपती म्हणून होत होती.

प्रेक्षागृहामध्ये पाचव्या रांगेमध्ये साधना बसली होती. चारू हा किती महत्त्वाचा माणूस आहे, मोठा माणूस आहे, याचा ती जणू काही नव्यानं अनुभव घेत होती आणि हा तो महत्त्वाचा माणूस आपला कुणीतरी आहे, या कल्पनेनं सुखावत होती. पण अलीकडे जरा शेफारलाय! मेला तुटक

वागतो कधी कधी! तिचं मन भरून येत होतं.

अरे चारू, हायस्कूलमध्ये होतास तेव्हा आलास ना आमच्या घरी राहायला! माझ्याबरोबर खेळलास. वेड्या, खरंतर तेव्हापासून मी जपलाय तुला. तुझ्या भावनांना जपलंय.. खरं सांगू?... प्रेम केलंय रे तुझ्यावर खूप! खूप प्रेम केलंय. करत आले आणि आज आत्ता या क्षणालाही जगातली कुठलीही व्यक्ती करत नसेल, इतकं प्रेम करते रे तुझ्यावर!

मला कळतंय रे! तुझ्या योग्यतेची बायको नाही मिळाली तुला. तुझ्या मनासारखी, तुझ्या आवडीची! आणि वेड्या ती मिळेलच कशी? तुझ्या योग्यतेची, तुझ्या आवडीची, तुझ्या मनासारखी ती मीच! केवळ मी! पण मग गेली चौदा वर्षे तुझ्या दुखऱ्या मनावर मायेची, प्रेमाची फुंकर कोण घालतंय? मीच!

तुला आता जो मानसन्मान मिळतोय, महत्त्व मिळतंय त्यामुळं आनंदून जाण्याचा, हरखून जाण्याचा पहिला मान माझा आहे. कारण चारू, अरे खरंच मी आजही या क्षणालाही तुझ्यावर खरं खरं प्रेम करते आहे! तुझ्या होणाऱ्या कौतुकाचा आणि तुला मिळणाऱ्या मानसन्मानाचा मी एक अविभाज्य भाग आहे. हेमांगीला काय होतंय नुसतंच मिरवायला! तुझ्यासाठी काहीही न करता, उलट त्रास देऊन नुसतंच मिरवायला तिचं जातंय काय? मिरव... खुशाल मिरवून घे. चारूच्या मनात मात्र या क्षणापर्यंत मीच मिरवते आहे. माझा हक्कच आहे तो! आणि चारूवर खरं खरं प्रेम करून तो हक्क मी मिळवला आहे. असे काही उलट-सुलट विचार करत साधना समारंभाकडे पाहत होती.

'उत्तुंग' या संस्थेच्या अध्यक्षांचं प्रास्ताविकपर भाषण झालं. पुरस्कारामागची कल्पना आणि त्या पुरस्काराला साजेसं चारूचं कर्तृत्व, त्याची झेप, भरारी यांबाबत ते बोलले. मग चारूच्या सत्काराचा कार्यक्रम झाला आणि विशेष म्हणजे हेमांगीचाही सत्कार झाला. त्यानंतर महापौर बोलले. कार्यक्रमाचे प्रमुख पाहुणे म्हणून उद्योगपती श्री. टाटा बोलले. त्यानंतर कार्यक्रमाचे अध्यक्ष म्हणून उद्योगमंत्री बोलले. सगळ्यांनी चारूचं कौतुक केलं आणि चारूबरोबरच हेमांगीचंही कौतुक केलं. आदर्श पत्नी वगैरे! कर्तृत्ववान पुरुषामागे स्त्री उभी असते वगैरे! दादांचं अंत:करण भरून येत होतं. सगळ्यात शेवटी चारूनं सत्काराला उत्तर दिलं. नम्रपणे सगळ्यांबद्दल कृतज्ञता व्यक्त केली. आणखी चांगलं काम करण्याचं आश्वासन दिलं. या कार्यक्रमानंतर निमंत्रितांसाठी जेवण आणि नंतर काही गाण्याचे, करमणुकीचे कार्यक्रम झाले. रात्री दीड-दोन वाजता मंडळी घरी आली.

हेमांगीनं चार दिवस सगळ्यांना आग्रहानं ठेवून घेतलं. मंडळी पुन्हा

रत्नागिरीला गेली. पांगली. दैनंदिन व्यवहार चालू झाला. या कार्यक्रमाच्या दगदगीनं हेमांगी खरोखरच खूप दमली होती. तिला विश्रांतीची गरज होती. चारूही दमला होता. सत्कारानंतर सगळी मंडळी घरातच असल्यानं तो फॅक्टरीतही गेला नव्हता. फोनवरूनच फॅक्टरीत सगळ्यांना सूचना देत होता. तरीही फॅक्टरीतील बरीच कामे पेंडिंग पडली होती.

हेमांगीनं चार दिवस माहेरी जाऊन विश्रांती घ्यावी, असं चारूनं सुचवल्यावर तिलाही आनंद झाला. हेमांगीला व स्नेहाला माहेरी सोडून चारू फॅक्टरीत आला. पेंडिंग पडलेली काम उरकण्यात गर्क झाला. दुपारच्या लंचचा सायरन झाला. अपूर्वा आज तिथेच जागेवरच जेवायला सुरुवात करणार, तेवढ्यात साधना तिथे आली. अपूर्वाशी जरा हसून बोलून चारूच्या केबिनमध्ये शिरलीसुद्धा!

"ये साधना, बस." चारूनं हसून तिचं स्वागत केलं.

"जेवायचं नाही का?" साधनाही मनापासून हसत होती.

"काम किती पेंडिंग पडलंय बघ."

"माहीत आहे. आज आलास फॅक्टरीत तर फोन नाही करायचा?"

"करणारच होतो आणि कार्यक्रमानंतर पुन्हा का आली नाहीस घरी? दादा विचारत होते. त्यांना यायचं होतं तुझ्या घरी."

"कशाला? त्या दारुड्याला बघायला? मीच टाळलं."

"जे आहे ते आहे! कशासाठी टाळायचं?"

"जाऊ दे रे! छान झाला तुझा पुरस्काराचा कार्यक्रम!

"खूप सुंदर! व्हेरी वेल अरेंज्ड. फॅक्टरीतर्फे मी त्या 'उत्तुंग' च्या लोकांना कार्यक्रम छान केला म्हणून एक कौतुकाचं पत्र पाठवूनही दिलं."

"अरे वा! हे फक्त तुलाच जमतं."

"का रे? एकदम एवढा खुशीत आलास?"

"गेले चार दिवस मी हा विचार करत होतो. तू काम करूनही मोकळी झालीस."

"दिस इज, व्हॉट इज कॉल्ड ॲज साधना! समजलं?" ती तोऱ्यात म्हणाली, तसा चारू तिच्याकडे एकटक कौतुकानं पाहू लागला.

"असा बघू नकोस नुसता माझ्याकडे. मला समजतं तुझ्या मनातलं!"

"फक्त तुलाच समजतं."

"गप रे! गोडबोल्या." तिनं चारूच्या जवळ येत त्याच्या डोक्यात टप्पल मारली. "माझ्या मनातलं कधी विचारतोस? जाणून घेतोस?" ती म्हणाली.

"त्यात लगेच एवढं गंभीर होण्यासारखं काय आहे?"

"माझ्या मनाची अवस्था..." ती खाली पाहून गप्प बसली. तिच्या डोळ्यांतून पाणी आलं, तेव्हा चारूही गंभीर झाला. तिच्या हातावर हात ठेवीत चारूनं विचारलं.

"साधना, काय झालं?" तिनं त्याचा हात घट्ट पकडला. छातीशी धरला. चारू गडबडलाच.

"साधना बोल काहीतरी.' तो म्हणाला. तिनं हलकेच त्याच्याकडे पाहिलं. नंतर एकटक त्याच्याकडे पाहत म्हणाली,

"चारू, मी पुन्हा एकदा प्रेमात पडले रे तुझ्या!"

"असं नको गं म्हणूस."

"का नको म्हणू? जे खरं आहे ते खरं आहे."

"मला किती वाईट वाटतं."

"कशाचं? मी तुझ्यावर प्रेम करते याचं?"

"नाही गं?"

"मग? तू माझ्यावर करत नाहीस याचं?"

"तसं नाही तर..."

"म्हणजे तू पण प्रेम करतोस माझ्यावर?"

"हे निबंध लिहून सांगायचंच का तुला?"

"चारू... माझा चारू! सगळं काही मनातच घेऊन जगतो. का? का रे? दोन वेगळ्या ठिकाणी आपण दोघांनी झुरायचं, तडफडायचं, मन मारायचं. जे काही मुळातच नाहीए प्रपंचात, ते शोधायचा खोटा हट्ट करायचा. का, चारू का? खरंतर आपण अजूनही तडफडतो आहोत एकमेकांसाठी. खरं ना? चारू, आपण आजही एकमेकांसाठी वेडे आहोत... खरं ना?" ती एकटक चारूच्या डोळ्यांतच पाहत होती. चारू भांबावला होता. या अचानक हल्ल्यानं गडबडला होता. त्याचा घसा कोरडा पडला. त्याला शब्दही सुचेना. तो कसाबसा बोलला.

"बाहेर अपूर्वा आहे ना?" धरण फुटल्यासारखी साधना हसू लागली.

चारू त्या खळाळणाऱ्या साधनाकडे पाहू लागला. साधना देखणी होती. बुद्धिमान होती, छान व्यक्तिमत्त्वाची होती. उंच बांध्याची, सुडौल, खूप कर्तृत्व, खूप क्षमता असलेली होती. अजूनही तारुण्यानं, यौवनानं रसरसलेली होती. अशी स्त्री स्पष्टपणे तिच्या चारूवर असलेल्या प्रेमाची कबुली देत होती. साधना अजूनही हसत होती. हसतच म्हणाली,

"चारू, मला तुझा हा घाबरटपणा फार आवडतो."

"घाबरट नाही मी." - चारू.

"नाहीस ना? मग ये चल, मला जवळ घे."

"साधना... जरा धीरानं.."

"तुझ्याशिवाय मी नाही जगू शकत! काय करू सांग?"

चारूच्या पुरुषी मनाला विलक्षण बरं वाटू लागलं. अशा शब्दांत कुठल्याही स्त्रीनं आजपर्यंत चारूवरील प्रेम व्यक्त केलं नव्हतं आणि व्यक्त तरी कोण करणार होतं? हेमांगी असं कधी बोलली नव्हती आणि भविष्यात असं काही बोलण्याची शक्यताही नव्हती. असं बोलण्याचे दिवस हेमांगीनं तिच्या अडाणी, आडमुठ्या वागण्यानं ठरवून मातीत घातले होते. आपल्या आयुष्याचं कधीही भरून न येणारं नुकसान तिनं केलं होतं.

सध्या हेमांगी खूपच चांगली वागते. अगदी आज सकाळी मी तिला माहेरी सोडलं तेव्हाही चांगलीच वागत होती. मला सोडून जायचं म्हणून व्याकूळ झाली होती. आपलंही मन द्रवलं होतं. मग आत्ता या क्षणाला हेमाबद्दल मनात पुन्हा तक्रार का उभी राहिली आहे?

साधना समोर आली की आपला गोंधळ का होतो? हेमाबद्दलची तक्रार डोकं वर काढते. साधना समोर आली की आपण आयुष्यात नक्की काय गमावलंय, याचाच पदोपदी प्रत्यय येतो. साधनासारख्या रसरशीत, विद्वान, बुद्धिमान, कार्यक्षम स्त्रीनं खूष व्हावं असे आपण! आपलं व्यक्तिमत्त्व आणि कर्तृत्व!

मग लग्नानंतर चौदा वर्षे हेमांगीनं आपली उपेक्षा केली ती कशासाठी? उपेक्षा, सतत उपेक्षा, फक्त उपेक्षा! प्रियकर म्हणून उपेक्षा, नवरा म्हणून उपेक्षा आणि पुरुष म्हणूनही उपेक्षा! आपण सहनही केली. पण त्याचा अर्थ काय? अन्याय, केवळ अन्याय!

एका बाजूला हे सगळं खरं आहेच. पण साधना आत्ता या क्षणाला कुठल्या रस्त्यावर खेचू पाहते आहे? हा रस्ता जाणार तरी कुठे? कुठपर्यंत? आणि ही शहाणी स्वत: आधीच त्या रस्त्यावर जाऊन उभीसुद्धा राहिली आहे आणि हे सगळं पाहून माझी जीभ जड का झालीए? मलाही तो रस्ता खुणावतो आहे की काय? आणि तसं नसेल तर हे सगळं नाकारण्यासाठी मला शब्द का सुचत नाहीत? तो विचारात सापडलेला असतानाच साधना म्हणाली, "कसला विचार करतो आहेस?"

"अर्थातच तुझा!" शांतपणे चारुदत्त म्हणाला.

"खरं चारू? तू माझा विचार करतो आहेस?"

"त्यात एवढं हुरळून जाण्यासारखं काय आहे? तुझा विचार मी नेहमीच करतो."

'मी आत्ता जे बोलले त्याचा विचार करतो आहेस?"

"तू भावनेच्या भरात... तुझ्या भावनेचा मी आदर..... हीच भावना मनात किती काळ..."

"मला पोपटपंची नको. मी तुझ्यावर प्रेम करते. तुला पहिल्यांदा पाहिल्या-पासून ते आत्ता या क्षणापर्यंत. तू करतोस माझ्यावर प्रेम?"

"अर्थात! त्यात संशयच कसला?"

"पुन्हा नीट सांग!"

'मी करतो प्रेम तुझ्यावर, करत आलोय. तुला प्रथम पाहिल्यापासून आत्ता या क्षणापर्यंत!"

"माझा चारू!"

"आज पहिल्यांदाच ही गोष्ट तुला समजल्यासारखं का वागतीएस?"

"प्लीज...उठून... असा... माझ्यासमोर उभा राहा ना!"

"हा घे!" चारू उठून तिच्यासमोर उभा राहिला.

"डोळे बंद कर."

"बापरे! हे बघ केले."

"नीट बंद कर डोळे. मी तुझा खून करणार नाहीए."

चारूनं डोळे बंद केले. अतिशय हळुवारपणे साधना त्याच्या मिठीत शिरली. तिचे उष्ण उरोज चारूच्या छातीवर हलकेच दाबले गेले. स्वत:चा गाल चारूच्या गालावर टेकत तिनं चारूला हलकेच आणखी जवळ ओढलं. त्या वेगळ्या स्पर्शानं चारू क्षणभर स्वत:लाच विसरला. खूपच वेगळं सगळं! मऊ, उबदार, रेशमी, तलम, तरीही समृद्ध, संपन्न, श्रीमंत, विपुल... वेगळेपणाचा हा पहिलाच अनुभव! हा स्पर्श त्याला मनातून कुठेतरी हलवू लागला. असा स्पर्श असतो? अशीही मिठी असते?

त्याच्याही नकळत त्याचा हात तिच्या डोक्यावर आणि पाठीवर फिरू लागला. तिनं त्याच्या कपाळावर, गालावर स्वत:च्या ओठांनी तीव्रपणे दाबून - दाबून स्पर्श केला. ही ओल, हा ओलावा काही वेगळाच होता. तो मनातून आणखी हलून गेला. तिनं मिठी आणखीनच घट्ट केली. त्याच्या छातीवर तिचे

स्तन चांगलेच घुसळले गेले आणि त्याच्या शरीराचा कुठलाही प्रतिसाद येण्यापूर्वी साधनानं त्याच्या ओठांमध्ये स्वत:चे ओठ मिसळून टाकले. स्वत:च्या ओठांनी ती चारूच्या ओठांना कुरवाळू लागली. तीव्रतेनं घुसळू लागली. चारूच्या अंगावर सरसरून काटा उभा राहिला. ती त्याला अधिकाधिक बिलगू लागली. तो मनानंही तिच्या अधिक जवळ जातोय असं त्याला वाटत असतानाच अपूर्वानं आत कॉल दिला. दोघेही एकदम दूर झाले. चारूनं गडबडीनं फोन उचलला.

"येस अपूर्वा."

"बिझी सर?"

"एनीथिंग अर्जंट?"

"नथिंग सर. मघाशी हेमांगी मॅडमचा फोन होता."

"आत का दिला नाहीस?"

"त्या म्हणाल्या, साहेब एकटे असतील तरच दे."

"तू काय सांगितलंस?"

"आत साधना मॅडम आहेत असं सांगितलं."

"मग?"

"सर, तुम्हाला घरी फोन करायला सांगितलंय."

"ठीक आहे अपूर्वा!"

चारू पुरता शरमून गेला. जिला आपण मुलगी म्हणतो, ती बाहेर आहे. आपण कारखान्याचे मालक. आत साधना माझ्या मिठीत आणि बाहेर आलेला हेमांगीचा फोन. चारू गडबडला. त्यानं एअर कंडिशनचं मशीन फुल ऑन केलं. बाथरूममध्ये जाऊन तोंड स्वच्छ धुतलं. पुसलं. केसावर कंगवा फिरवला. बाहेर आला तर साधना उठून निघूनही गेली होती. म्हणजे काय? तो आणखी गडबडला आणि त्यानं हेमाला फोन लावला.

"काय गं हेमा?"

"साधना आत्ता गेली वाटतं बाहेर."

"हं, जरा जास्तच बोलत होती, आज."

"कशाचं?"

"तेच नेहमीचं! लेल्यांचं! रडतही होती."

"तुम्ही असे तासभर लेल्यांचं घेऊन रडत बसता. मग फॅक्टरीचं काम केव्हा करता?"

"एवढी रागावलीएस कशासाठी?"

"मी आईकडे राहत नाहीए आज."

"का?"

"करमत नाहीए मला इकडे. मी तिकडेच येतीये स्नेहाला घेऊन आणि लवकर या घरी आणि आता ठेवा फोन. मला आवरायचंय." तिनं फोन ठेवून दिला. तिला काय वाटलं असेल नक्की? हाच विचार करत सायंकाळची वाट पाहण्यापेक्षा काही वेगळं करावं म्हणून तो कंपनीमध्ये राउंडसाठी बाहेर पडला.

घरी येताना कारमध्ये तो नॅपकीनने पुन्हा पुन्हा गालावर, कपाळावर ओठांवर खसाखसा पुसू लागला. शर्टाचा पुढचा भाग नॅपकिनने पुन्हा पुन्हा पुसू लागला, तसं किशोरनं विचारलं,

"काय झालं सर?"

"काही नाही रे! फाउंड्रीमध्ये थांबलो होतो बराच वेळ. सँड उडालीय अंगावर."

"सर ॲप्रन नव्हता घातलात?"

"कंटाळा केला." असं त्रोटक बोलून तो गप्प बसला. किशोरनंही पुढे काही विचारलं नाही.

तो घरात आल्या आल्या स्नेहा पळत येऊन त्याला बिलगली तेव्हा त्याला बरं वाटलं. नंतर हेमा समोर आली तेव्हा बळेच अवसान आणून तो काही बोलणार, तेवढ्यात हेमाच म्हणाली,

"तू फ्रेश हो लवकर. ढोकळा करून ठेवलाय. बाहेर जायचंय आपल्याला."

"अरे वा!" चारू अर्धवट शंका आणि अर्धवट आनंद असा ओरडला.

"देवीची ओटी भरायची राहिली बघ. या तुझ्या कार्यक्रमात ते राहिलं रे! सारखं मनात येत होतं. आज करूया. तू अंघोळ कर हं... मी पण करते. बाहेर खाऊ आज चायनीज! बरेच दिवसांत खाल्लं नाही. स्नेहालाही पिझ्झा खायचाय... कुठे ते तू ठरव. पण पटापट आवरूया.." असं म्हणून ती आत निघून पण गेली.

चारूचा दगड होऊन गेला. मग त्यानं त्या दगडाला खुर्चीत बसवलं. त्या दगडानं नंतर एक सिगारेट पेटवली.

हेमांगीचा अंदाज येत नव्हता. दुपारच्या विषयाची रेघही तिच्या चेहऱ्यावर नव्हती. हे खरं की खोटं? देवीची ओटी भरायची. मला नमस्कार करून आणायचं. खायला घालायचं आणि नंतर माझी कत्तल करण्याचा विचार नाही ना?

अंघोळ वगैरे करून सगळ्यांनी पटापट आवरलं. मुळात अंघोळ करण्याच्या कल्पनेनं चारूला खूप बरं वाटलं. त्याला बाहेरून तरी स्वच्छ झाल्यासारखं वाटलं. थोडं अवसान आलं. ते सगळे मंदिरात गेले. हेमांगीनं यथासांग देवीची ओटी भरली. चारूला देवीकडे पाहताना घाबरायला झालं. त्याने डोळे झाकून देवीला नमस्कार केला. डोळे उघडताच लख्खकन देवीचा चेहरा चमकला. देवीचं भव्य कपाळ लाल कुंकवानं माखलं होतं. तिचे डोळे भेदक दिसत होते. हेमांगीनंही स्वत:च्या कपाळावर भरपूर कुंकू लावलं होतं. तिचेही डोळे भेदक दिसत होते. चारूनं मनोमन देवीची क्षमा मागितली. मनातूनच हेमांगीचीही क्षमा मागितली. त्याला थोडं आणखी बरं वाटू लागलं. त्याचा आवाज जरा सुधारला. मग फिरणं झालं. छान जेवण झालं. घरी येऊन टी. व्ही. बघणं झालं. स्नेहा झोपली.

इंजेक्शनापूर्वीचा मऊ आणि थंडगार बोळा मघापासून चारूच्या अंगावर फिरत होता. आता इंजेक्शन घेऊनच ती येणार अशी कल्पना करत, चारू हॉलमध्येच इकडेतिकडे करत होता. ती बाहेर येत म्हणाली,

"चल रे आत." असं म्हणून ती आत गेलीसुद्धा. चारू भांबावल्यासारखा तिच्या मागून गेला आणि पलंगावर बसला.

"बोला... चारुदत्त भावे." हेमांगी म्हणाली.

"काही बोलायचंय का?" तो घाबरत म्हणाला.

"नाही बोलायचंय का?" ती.

"तू म्हणशील तसं.."

"मग काय? आधी 'प्रोग्रॅम' करायचाय का?" ती इतक्या सहजपणे म्हणाली, की चारू एकदम घाबरलाच. भीतीमुळे आपल्याला काही जमेल का? असं त्याच्या मनात येऊ लागलं.

"हेमांगी, आधी बोलूया! बोल. हवं ते बोल. विचार..."

"साधनाबरोबर तू माझी तुलना करतोस का?"

"नाही."

"मनातच उत्पन्न होत नाही, की उत्पन्न झाली तरी करत नाहीस?"

"निरर्थक गोष्टींसाठी इतका वेळ दिला असता, तर आज हा कारखाना ना मला मिळाला असता ना चालवता आला असता."

"माझ्या जागी कधी कुणा इतर व्यक्तीची कल्पना करून पाहतोस?"

"तू करतेस का असं?"

"आपण चर्चा करतो आहोत चारू. प्रश्नाला उत्तर दे. प्रतिप्रश्न नको.''

"नाही करत कुणाची कल्पना.''

"माझं वागणं, बोलणं तुला आवडत नाही.''

"सुरुवातीला आवडत नव्हतं.''

"आता?''

"मागे पडल्या त्या गोष्टी!''

"माझ्याशी लग्न झाल्याचा पश्चात्ताप होतो?''

"हेही खूप मागे पडलेलं आणि निरर्थक आहे.''

"कोण चाललं असतं तुला माझ्या जागी? संध्या, आरती की साधना?''

"तू हा विचार करण्यात गेली कित्येक वर्षे घालवलीस का? त्यापेक्षा स्वत:चा अहंकार बाजूला ठेवून मला बरं वाटेल, माझ्या मनासारखं, माझ्या सुखाचं असं वागली असतीस, तर आपल्या दोघांनाही बरं गेलं असतं, इतकाच माझा साधा विचार आहे आणि तेवढाच साधा इथून मागेही होता.''

"मी का वागावं असं?''

"कारण मी तसं वागलो आजपर्यंत आणि आजही तसंच वागतो.'' चारू ठामपणे म्हणाला.

"मनात भावना, प्रेम नसताना केवळ एक धोरण म्हणून तुझ्या मनासारखं मी वागले, माझ्या माहेरचे वागले, सगळं जग वागले. तर मग तुला बरं वाटेल का? सगळे तुला सुख देताएत, प्रेम देताएत असं वाटेल का?'' हेमांगी वादात खोल शिरली.

"अच्छा! म्हणजे एखादा माणूस मला बिलकूल महत्त्व देत नाही, माझ्या मनासारखं वागत नाही, माझ्या सुखाचं बोलत नाही... तरी तो माणूस केवळ एक धोरण म्हणून माझ्यावर प्रेम करणारा असू शकतो?''

"ऑफकोर्स असू शकतो!'' हेमा पुन्हा ठामपणे म्हणाली.

"तशी तू आहेस असं तुला बळेच सिद्ध करायचंय. त्यापेक्षा सरळ सरळ प्रेमच करावं एकमेकांवर. एकमेकांना सुखाचं ते सरळ वागावंच ना?''

"साधना तसं वागते का हल्ली?'' हेमांगीनं विचारलंच.

"तू प्रत्येक गोष्ट तिच्याशी ताडून का बघते आहेस?''

"का? राग येतो?'' ती त्याच्या डोळ्यांत रोखून पाहू लागली.

"नाही.''

"तिचा आपल्याशी फार संबंध असायची काय गरज आहे?''

“हेमा, तू आता ‘टिपिकल’ संशयी आणि जेलस स्त्रीसारखी बोलते आहेस.”

“साधना नाही ए का तशी?”

“पुन्हा तेच? साधना समंजस, व्यवहारी आहे. प्रॅक्टिकल, प्रोफेशनल आहे. ती मला कधीही दोष देत नाही. नावे ठेवीत नाही. मला जे सुखाचं वाटतं ते करण्यासाठी धडपडते..”

“पण तिच्या मनात तुझ्याबद्दल तिरस्कारही असू शकतो. हे तुला कधीच समजणार नाही. चारू, स्पष्ट बोलते, तू खूप कर्तृत्ववान वगैरे आहेस. माणसाच्या सुखाचा विषय कुठलाही असावा; पण तुझ्या दुःखाचा विषय इतका किरकोळ असावा याचं वाईट वाटतं! एवढा मोठा कर्तबगार कारखानदार आणि घरात रडत कशासाठी बसलाय तर? छे! सगळंच ऑड वाटतं.”

“तू उगाच माझे शब्द केवळ चुकीचे ठरवते आहेस.”

“नाही चारू! मी केवळ तुझा अर्थ चुकीचा ठरवते आहे.”

“तुला माणसांचा एवढा तिरस्कार का?”

“माणसांचा म्हणजे कुणाचा? साधनाचाच ना?”

“गेली चौदा वर्षे तुला ना तर माझं सुख दिसलं, ना साधनाशी माझी सलगी दिसली. आताच हे कशासाठी?”

“मला आत्ताशा ते गंभीर वाटायला लागलंय. साधना तुला तुझ्या संसारा-पासून, मी, स्नेहा, आणि एकूणच तुझ्या विश्वापासून दूर घेऊन जाईल, असं मला वाटतं.”

“का वाटतं?”

“कारण तू दुखावलेला आहेस. माझ्याकडून दुखावलेला आहेस. या तुझ्या हळव्या मन:स्थितीचा ती गैरफायदा घेऊ शकते.”

“ही तुझ्या मनातली अपराधी भावना. हा तुझा न्यूनगंड. हे तुझ्या मनाचे दोष आहेत. ते सुधार तू. पण त्या दोषांसाठी तू मला का वेठीला धरते आहेस? तुझं वागणं, बोलणं, विचार यांच्या पायाला खूपच काही अनैसर्गिक तर्कसंगती आहे आणि त्याचा महाभयानक त्रास मी तुझ्या सहवासात अनुभवला आहे. आणि आताही तेच चालू आहे.”

“चारू, मी माझ्या कर्तव्यात कुठलीही कसूर ठेवलेली नाही.”

“हो! पण त्या कर्तव्याची व्याख्या तू केलीस तुझ्यापुरती.”

“अर्थातच! कारण त्या कर्तव्याची व्याख्या करताना जर तुमच्या अपेक्षांचा

विचार केला असता तर मी तुमच्यासाठी काही करते आहे, असा अहंकार माझ्या मनात निर्माण झाला असता.''

''धन्य आहेस! अशा विचारशैलीनं गेली चौदा वर्षे तू जगून दाखवलं आहेस. आता मला काही बोलायचंच नाही.''

''का?''

''तुझ्या असंबद्ध अतार्किक वागण्याची भीती वाटते मला.''

''इतका वैतागला आहेस तू मला? मला कल्पना नव्हती रे!'' ती म्हणाली, मात्र तिचे डोळे आसवांनी भरून गेले. ती आवाज न करता पण बराच वेळ रडत राहिली. चारू सुन्न होऊन बसून राहिला. नंतर रडू थांबवत ती म्हणाली,

''संपलं की आहे आणखी काही?'' तो खूप विचार करून म्हणाला.

''चर्चेची पण शरम वाटते. पण एकदा बोललेलं बरं! शरीरसुखाच्या बाबतीत गेले महिनाभर जसं तू मला सुखाच्या शिखरावर ठेवलं आहेस, तसं लग्नानंतरची चौदा वर्षे का नाही वागलीस? तुला ते छान जमतं याची फक्त मला प्रचिती द्यायची आणि नंतर मला दिवसेंदिवस त्यासाठी तडफडत ठेवायचं, असा घृणास्पद खेळ खेळलीस तू माझ्याशी तो का? चौदा वर्षे त्या सुखाला मुकलो. वाया गेली आयुष्यातली चौदा वर्षे माझी. कोण भरून देणार हे नुकसान?''

''अर्थातच मी?'' ती खळाळून हसत म्हणाली,

''मी देईन भरून आणि मीच देईन. दुसऱ्या कुणाची ताकदच नाही आणि त्यासाठी का तू आता साधनाकडे पाहतो आहेस? शक्यच नाही. चारू, तू माझा आहेस. फक्त माझा.''

''हेमा, रागावू नकोस. मी असं काही बोलतो म्हणून! खरंतर गेले काही दिवस इतकं छान चाललंय आपलं. तू उगाच ही चर्चा एनिशिएट केलीस आज. मला असलं काही बोलायचं नव्हतं आज... आणि रादर कधीच. फक्त सध्या आपलं जसं चाललंय, तसंच चालू रहावं एवढंच वाटतं मला.''

''राहील रे! आपलं असंच नव्हे यापेक्षा चांगलं होईल. चांगलं चालेल आणि तुझ्या बोलण्याचं म्हणशील तर बरं झालं, तुझं मन तरी बोलून स्वच्छ झालं. मला राग नाही त्याचा. उलट, तू खूप प्रेम करतोस माझ्यावर. त्याचं अप्रूप आहे मला. चढून जाशील म्हणून कधी बोलले नाही, पण दुसऱ्यावर प्रेम कसं करावं हे आमच्या चारूकडून शिकावं. तुझं प्रेम ही माझी इस्टेट आहे. माझं वैभव आहे. मला त्यात वाटेकरी नकोय हं.''

''वेडाबाई आहेस हेमू... मला तुझा अनेकदा राग आलाय. तू मला मूर्ख,

चुकीचीही वाटलीस. पण एक सांगू? तू मला कायमच खूप खरी वाटलीस. इतकं खरं राहणं खरंच अवघड आहे. माझ्या पाहण्यात तरी एक नंबर तुझाच आहे. हे तुझं खरेपण मला खूप आवडतं. तुझ्याशी कायमच बांधून ठेवतं... मी मात्र बऱ्यापैकी चालू आहे बरं का!''

"मला माहीत आहेच की! वर आणि सांगतोस कशाला? मी खरी असल्यामुळं मला कुणी फसवेल, त्रास देईल अशी माझी काळजी पण वाटते ना तुला?''

"मनातलं ओळखतेस तू माझ्या.''

"मला पण तुझी काळजी वाटते. तू सेन्टीमेन्टल आहेस, इमोशनल आहेस. साधना फसवेल तुला. तू तिच्याबरोबरचे संबंध तोडून टाक.''

"हेमा, खरंतर हे वाक्य चर्चेच्या शेवटी बोलण्याऐवजी सुरुवातीला बोलली असतीस तरी चाललं असतं!'' हसत हसत तो पुढं बोलला,

"मला वाटतं, खरंतर या एकाच वाक्यासाठी होती ही सगळी चर्चा.''

"तसं समज. पण तिच्याशी संबंध तोड.''

चारू हसत असतानाच त्याचा मोबाईल वाजू लागला. रात्रीचे दोन वाजलेले. साधनाचा फोन...

'हेमा, साधनाचा फोन आहे.''

"घेऊ नकोस.''

"अगं, असं कसं? काहीही असू शकतं.''

"तुझी इच्छा.''

चारूचं फोनवर बोलणं संपतं.

"हेमा, लेले सिरीयस झालेत. त्यांना हॉस्पिटलमध्ये ॲडमिट करायचंय.''

"किशोरला आणि आणखी कुणाला तरी पाठवून द्या. ते दोघे करतील सगळं.''

'तिनं मला बोलावलंय.''

"सांगा, म्हणावं, या क्षणी माझ्या बायकोला माझी गरज आहे आणि लेल्यांपेक्षा ते जास्त महत्त्वाचं आहे.''

"असं सांगायचं?''

"तुम्हाला जमत नसेल तर मी सांगते.''

"हेमू, तुझ्या ठिकाणी तुझं सगळं बरोबर आहे. अगं पण बर्वेकाकांची मुलगी ती. त्यांच्यामुळे मी आज या स्थानावर आहे आणि मी असं सांगायचं?''

"मग?"

"मला गेलंच पाहिजे. इथं काही गंभीर परिस्थिती असती तर नसतो गेलो. पण उगाचच? खोटं बोलून? छे छे! या वेळी माझी तिला मदत न होणं? म्हणजे मी मुद्दाम टाळणं? छे छे! .. रिलॅक्स हेमा, मी चलतो. दार नीट लावून घे."

कपडे करून, गाडीची किल्ली घेऊन पळतच तो जिना उतरला. गाडी स्टार्ट झाली. चारू बंगल्याच्या फाटकाबाहेर पडला.

-०-०-०-

७

आठवडाभर चारूची धावपळ चालू होती. दिवसभर फॅक्टरी, संध्याकाळी घरी येऊन स्नेहाशी जरा बोलणं, खेळणं! सुमनच्या हातचा चहा पिऊन पुन्हा साधनाच्या घरी. तिथून तिला घेऊन हॉस्पिटलमध्ये! लेल्यांच्या सेवेला. तशी सेवा वगैरे काही नव्हतीच. लेले निपचित पडून रहायचे. डॉक्टर, नर्स त्यांना इंजेक्शन, गोळ्या, सलाइन वगैरे देत रहायचे. चारू आणि साधना कधी खोलीत, कधी खोलीबाहेरील बाकड्यावर बोलत रहायचे.

हॉस्पिटलमधून घरी यायला रात्रीचे अकरा, बारा व्हायचे. कधी रात्रीचा एक तर पहाटे साडेचार-पाच. या दरम्यान हेमांगीनं सुमनला वरतीच झोपायला बोलावलं होतं. रात्री चारूसाठी दार उघडायलासुद्धा सुमनच उठत असे. त्याला जेवायचं वगैरे विचारत असे.

लेल्यांना ॲडमिट केल्याच्या दुसऱ्याच दिवशी चारूनं हेमाला हे सगळं समजावून सांगण्याचा प्रयत्न केला. ती एवढंच म्हणाली,

''प्लीज! मला त्याबद्दल काहीही सांगू नका. मला त्यात काडीचाही रस नाही. मला आता खरंतर तुमच्यातच काही रस नाही. तुमच्याशी बोलण्याजोगं आणि तुमच्याकडून ऐकण्याजोगं आता खरंच काही उरलं नाही.''

चारू त्रस्त झाला होता. कुणाला समरसून मदत

करायची म्हटलं, की हिचं मन असं असूयेनं आणि शंकेनं भरून का जातं? हिच्यासाठीही करत असतोच ना? गेली चौदा वर्षे हिनं मला तुच्छतेनंच वागवलं. त्या वेळी मनात आलं नाही की नवऱ्याशी असं वागलं, तर तो दुसऱ्या कुठल्या स्त्रीकडे पाहू शकतो आणि आजही खरंतर दुसरी स्त्रीच माझ्याकडे पाहते आहे. आता का? का सहन होत नाही?

आठ दिवसांनी डॉक्टरांनी डिसचार्ज दिला. डिसचार्ज देताना त्यांनी किडनी फंक्शनिंग, लिव्हर इंफिसिंएसी वगैरे नेहमीचं लेक्चर दिलंच. पण त्याचबरोबर लेल्यांना फायनल सांगितलं की, "मिस्टर लेले, यापुढे एक थेंबभर जरी प्यायलात तरी तुमचा काउंटडाउन सुरू झालाय असं समजा...प्यायलात तर फार फार तर एक वर्ष! नाही प्यायलात तरच एक वर्षापेक्षा जास्त! तुमचं तुम्ही ठरवा."

डिसचार्ज घेऊन रात्री नऊपर्यंत चारू, साधना, लेले हे सगळे लेल्यांच्या घरी आले. साधनानं लेल्यांना काही फळं वगैरे दिली. चारूचा आणि स्वत:चा स्वयंपाक तिनं दुपारीच करून ठेवला होता. साधना लेल्यांना म्हणाली,

"मी आणि चारू वर गच्चीत बसून गप्पा मारतो जरा वेळ. तुम्ही पण गच्चीत येताय की इथेच आराम करताय?"

"मी इथेच आराम करतो. भावेसाहेब, नमस्कार, तुमचे आभार कसे मानावेत तेच कळत नाही."

"जास्त बोलू नका. तुम्हाला धाप लागतीय." चारू म्हणाला.

"जाऊ दे भावेसाहेब! आता धाप लागली काय आणि कायमची संपली काय, अर्थ एकच. एक बोलू द्या मला. साधनाचा तुमच्यावर जेवढा विश्वास आहे त्याच्या शंभरपटीनं विश्वास माझा तुमच्यावर आहे. मी आज आहे, उद्या नाही. माझ्यानंतर साधनाला एकटं पडू देऊ नका. तिची काळजी घ्या. तिला आधार द्या. सोबत करा."

"लेलेसाहेब, तुम्हाला काहीही होणार नाही. तुम्ही ठणठणीत बरे होणार आहात. रिलॅक्स!" चारू म्हणाला. "तुमच्या भावनेबद्दल आभारी आहे मी तुमचा. असो. तुम्ही पडा आता जरा."

लेले बिछान्यावर आडवे झाले. साधनानं काही वेळ त्यांच्या कपाळावर डोक्यावर हात फिरवला. लेल्यांनी डोळे मिटून घेतले. साधना अणि चारू गच्चीत आले. गच्चीतलं दृश्य पाहून चारू आश्चर्यात पडला. एक मोठं टी-पॉय, त्यावर चारूच्या आवडीची व्हिस्कीची बाटली, सोडा, पाणी, बर्फ, तीन चार

डिशमधून काही खाण्यासाठी ठेवलेलं.

"साधना, हे कुणासाठी?"

"तुझ्यासाठी. म्हटलं आठवडाभर फारच दगदग झालीए तुला. आज जरा निवान्त..."

"लेल्यांनाही आग्रह करत होतीस वर येण्याचा."

"ते येणार नाहीत, हे मला माहीत होतं."

दोघे बसल्यावर चारूनं क्षणभरही वाया न घालवता, तिच्याकडे न पाहता स्वत:साठी एक लार्ज ड्रिंक तयारही केलं. नंतर डोळे मिटून दोन-तीन मोठे 'सिप' घेतले. ग्लास खाली ठेवला आणि मग साधनाकडे पाहिलं. साधना त्याच्याकडेच एकटक कौतुकानं बघत होती.

"काय झालं?" त्यानं विचारलं.

"हावरट आहेस. मला विचारलं पण नाहीस?"

"मुस्काटात देईन." तो म्हणाला आणि साधना खूप वेळ हसत राहिली. नंतर म्हणाली, "अरे शहाण्या, तुला ड्रिंक्स तयार करून देणार होते माझ्या हातून... आणि प्यायचं म्हणशील तर चारू, मला बिअर प्यायला खूप आवडते. मी प्यायलेली पण खूप वेळा! पण आता सगळं लेलेसंस्थान समोर असल्यानं त्यातली चव, मजा गेली... आयुष्याचीच चव गेली. जाऊ दे... तुझी चव घालवत नाही मी... पण चारू, एकदा तुझ्याबरोबर मला प्यायची रे बिअर!"

"साधना, एक विचारू... लेल्यांना हे असं इतकं व्यसन असण्याचं काही निश्चित कारण?"

"चारू, मी सांगू शकेन. पण आता तो इतिहास झाला आहे. त्याला काही अर्थ नाही."

"तुला ते सगळं आठवताना त्रास होणार असेल, तर नको सांगूस."

"प्रश्न तो नाही आहे रे! पण ते सगळं ऐकून लेल्यांबद्दल कसलीही सहानुभूती वाटणं शक्य नाही. त्यांच्या जिवंत देहाला अग्नी देता येत नाही, एवढाच काय तो त्यांच्या जगण्याचा हिशोब."

"त्यांच्या मरण्याची वाट पाहते आहेस?"

"एवढी माणुसकी सोडली नाही रे अजून! अजूनही त्यांचा औषधोपचार करते आहेच. सुधार केंद्रात घेऊन जाते आहेच."

"खचू नकोस. किडनी बदलली जाऊ शकते. इव्हन लिव्हरही बदलतात. खर्चिक आहे. इन करोड्स! अमेरिका वगैरे! पण मी करीन खर्च."

"करोडो रुपये खर्च करून हा माणूस जगवायचा तो कशासाठी? पुन्हा पिण्यासाठी? त्यापेक्षा लेट हीम डाय पीसफुली!"

"केवढ्या थंडपणे बोलतीएस?"

"मला तर वाटतं, आता डॉक्टरांचं काहीही न ऐकता त्यांना हवं ते करू द्यावं. खाऊपिऊ द्यावं. बेसिकली पिऊ द्यावं."

"का व्यसन लागलं म्हणे..."

"ऐक... ही लेले फॅमिली नागपूरची. लेल्यांच्या आधीच्या चार पिढ्यांपासून घरात श्रीमंती नांदती आहे. जवळपास दोनशे एकर वडिलोपार्जित शेती आहे. फळांवर रासायनिक प्रक्रिया करणारा कारखाना आहे. कापसापासून सरकी वेगळा करणारी जिनिंग फॅक्टरी आहे. एखादा राजवाडा शोभेल असं राहण्याचं घर आहे. लेल्यांचे वडील नागपुरातले प्रख्यात डॉक्टर आहेत. त्यांना एकूण चार मुलं. तीन मुलगे आणि एक मुलगी. लेले सगळ्यात धाकटे."

"मग लाडके असतील." चारू रस घेऊन ऐकू लागला.

"नाही रे! दुर्दैव. डॉक्टरांना नको होतं हे अपत्य. अबॉर्शनसाठी त्यांनी माझ्या सासूबाईंवर खूप बळजबरी केली म्हणे! अगदी मारहाणसुद्धा!"

"स्वतः डॉक्टर असूनही?"

"चारू, मला सांगायला शरम वाटते. पण त्या वेळी म्हणे अशी कुजबुज होती की डॉक्टरांना सासूबाईंबद्दल शंका निर्माण झाली होती. पोटात असलेले लेले हे स्वतःचं अपत्य नाही, असं डॉक्टरांना वाटत होतं. म्हणून हा सगळा अबॉर्शनचा खटाटोप."

"बाप रे!"

"पण सासूबाईही तेवढ्याच उर्मट होत्या म्हणे! डॉक्टरांच्या नाकावर टिच्चून त्यांनी लेल्यांना जन्म दिलाच... पण जन्मानंतर डॉक्टरांनी स्वतःचा धाक, दरारा वापरून इतर मुलांना, लेले आणि स्वतःच्या बायकोबद्दल असं काही सांगितलं, की लेले आणि त्यांची आई काही दिवसांतच घरात एकटे पडले... नंतर नंतर घरातले टाकाऊ झाले."

"बापरे! साधना, खरंच सांगतो हे सगळंच अजब आहे. म्हणजे मी कधीही अशी काही कल्पना केली नव्हती."

"लेल्यांची आई त्यांच्यासाठी जिद्दीनं जगत होती. लेले असामान्य बुद्धिमत्तेचे होते. एस. एस. सी., बारावी वगैरे मेरिट लिस्टमध्ये होते. पुण्यात बी. ई. झाले. मुंबईत एम. टेक. झाले. इथं याच बंगल्यात रहायचे. एकटे! लेल्यांच्या वडिलांनी

पुण्यात सहज म्हणून घेतलेला हा बंगला. कधी पुण्यात आले तर राहण्यासाठी. अर्थात लेले इथे आल्यानंतर कुणीही इकडे फिरकलं नाही.''

''हे तर सगळं चांगलं आहे.''

''दिसायला! पण लेले जसजसे मोठे होत होते, तसं त्यांच्या लक्षात यायला लागलं. त्यांची उपेक्षा, आईची उपेक्षा. मुंबईत ते एकटेपणा टाळण्यासाठी चुकीच्या लोकांच्या संपर्कात गेले. ड्रिंक्स वगैरे घेऊ लागले. त्या वेळी व्यसन वगैरे नव्हतं. पण एम. टेक. होऊन ते पुन्हा नागपूरला गेले आणि पुन्हा घरातलं वातावरण पाहून बिथरले. त्यांच्या वडिलांनी, भावांनी त्यांना कशाही प्रकारे सामावून घेण्यास नकार दिला. फॅक्टरीमध्ये काही जबाबदारी दिली नाही. नवीन व्यवसाय काढून दिला नाही. लेले एकटे पडू लागले. आईकडे पाहून दुःखी होऊ लागले. मग पिऊ लागले. प्याल्यानंतर भावांना, वडिलांना शिव्या देऊ लागले... दुर्दैव! अचानक आई गेली आणि लेल्यांमधलं बळच संपलं. त्यानंतर काही दिवसांनी त्यांच्याकरता घरात अन्न शिजवणंही बंद झालं.''

''इतकं असू शकतं? घडू शकतं?''

''इतकं आहे, चारू. इतकं घडलेलं आहे. त्यांची दारू पिण्याची सवय वाढेल असं वातावरण त्यांच्याभोवती सतत निर्माण केलं जाई. एक दिवस लेले खूप पिऊन घरी आले. वडिलांशी कडाक्याचं भांडण केलं. वडिलांना प्रचंड शिवीगाळ केली. मग लेल्यांचे भाऊ पुढे सरसावले. त्यांनी लेल्यांना रक्त निघेपर्यंत मारले... मग लेले पुण्यात आले. या बंगल्यात राहू लागले. पुन्हा नागपूरला गेले नाहीत.''

''खरंच... एखाद्या व्यक्तीमागे एखादा चित्रपट उभा असतो.'' चारू म्हणाला

''एखाद्या व्यक्तीमागे का? प्रत्येक व्यक्तीमागेच असा एखादा चित्रपट उभा असतो.. इथं आल्यावर लेले छान नोकरीला लागले. बाबांच्या संपर्कात आले. लेल्यांच्या ज्ञानावर बाबा भाळले. त्यांच्या व्यसनाबद्दल बाबांना माहीत नव्हतं. अभिजितला माहीत असावं. पण त्यानं बाबांना सांगितलं नाही. बाबांनी लेल्यांच्या वडिलांशी संपर्क साधला. लेल्यांचे वडील नागपुराहून इथं आले. नागपूरच्या त्यांच्या वैभवाचं वर्णन बाबांना ऐकवलं. आपण मुलीचं कल्याण करतो आहोत. या भावनेनं बाबांनी माझं लेल्यांशी लग्न लावून दिलं.''

''त्या वेळी तू स्वतः काहीच विचार केला नाहीस?''

''तुझं-माझं होणार नाही हे निश्चित झाल्यामुळे माझा इंटरेस्ट संपला

होता. मी कसलीही चौकशी केली नाही. चारू हे लोक इतके डँबिस आहेत! अरे, लग्न लागलं त्यादिवशीसुद्धा रात्री कुणी इथं थांबले नाहीत. सगळे नागपूरला निघून गेले. उरले फक्त मी, हा बंगला, लेले आणि लेल्यांची दारू!''

"भयानक आहे सगळं!'' चारू म्हणाला.

"खरं भयानक ते पुढे सुरू झालं. आजतागायत त्या लोकांनी एकदाही इकडे ढुंकूनही पाहिलं नाही. कुणी आलं नाही. आम्हाला तिकडे येऊ दिलं नाही. मी पुन्हापुन्हा लेल्यांच्या वडिलांना फोन करायचे. त्यांच्या संपर्कात राहण्याचा प्रयत्न करायचे. एकदा वैतागून ते म्हणाले, तुमचा-आमचा संबंध नाही. मग मी थांबले. लेल्यांची नोकरी गेली तरी कळवलं नाही. त्यांच्या आजारपणाचं कळवलं नाही. आता कळवायचं ते लेले जातील त्या दिवशी! कुणी येईल असं वाटत नाही. पण कळवायचं.''

"बस् साधना!'' चारू कळवळला.

"अरे बाबा, मी भोगत आले, हे सगळं. कुणाला दोष देशील आता?''

"कळत नाही साधना. खरंच कळत नाही, की आपण सुखापासून वंचित का?''

"आपण म्हणालास?''

"हो! म्हणालो...''

"याचं कारण एकच की आपल्याला सुखी होण्याचा अधिकार आहे. असं आपल्या दुबळ्या मनाला अजून पटत नव्हतं. मला आता पटायला लागलंय. पेलायलाही लागलंय. तुलाही पटतंय. पण अजून पेलत नाही तुला.'' चारू एकदम अस्वस्थ झाला. साधनाकडची नजर त्यानं दुसरीकडे वळवली. तो अवघडून म्हणाला,

"साधना, तू गेल्या काही दिवसांपासून जरा वेगळी वागतेस. कुठल्यातरी दुसऱ्याच दुनियेत घेऊन जाणारं. तुझ्या आक्रमक धोरणानं मी कधी गोंधळात पडतो.''

"उगाच वेड घेऊन पेडगावला जाऊ नकोस. आणि तुझ्या मनाची दारं नीट उघड. अशा छोट्या फटीतून माझ्याकडे पाहू नकोस.''

"साधना, भीती वाटते.''

"माझी?''

"तू जवळ येण्याची!''

"तुला मी हवी पण आहे आणि नकोही आहे. माझं तसं नाही. मला तू

हवाच आहेस. कसाही, कुठेही, कितीही!''

''वेडी झालीस तू!''

''तुझ्यासाठी आणि तूही झाला आहेस माझ्यासाठी. पण आता तुझ्याकडे मलाच सरकावं लागेल.''

''साधना, या नागपूरच्या उल्लेखामुळे एक गोष्ट आठवली.''

''विषय बदलतो आहेस का? तुला आठवलेली गोष्ट मी तुझ्याजवळ बसूनही ऐकू शकते.''

''ऐक तर... अजून पंधरा दिवसांनी नागपूरमध्ये एक सेमिनार आहे. एक आठवड्याचा. सात पेपर प्रेझेंट होणार आहेत.''

''आणि त्यातला एक पेपर तुझा आहे.''

''येस्! मी तयार केलाय. अपूर्वा येतीए माझ्याबरोबर. आपल्या फॅक्टरीतले चार एक्झिक्युटिव्हससुद्धा येताएत.''

''किती आनंद होतोय तुला! विषय काय म्हणे?''

''फॅक्टरी ले आउट अ‍ॅन्ड एनव्हायोरेमेंट.''

''एवढा ढोबळ विषय? आणि तू त्यातला एक्स्पर्ट का? अरे हा तर माझा विषय आहे.''

''तू बघून घे एकदा.''

''मी बघणार तर आहेच. नंतर मला हवा तसा बदलणार पण आहे आणि या सेमिनारला मी पण आठ दिवस नागपुरात येणार आहे.''

''ये ना! अवश्य.''

''मी तुझ्याबरोबर येणार आहे आणि तुझ्याबरोबरच राहणार आहे.''

''माझं पेपर प्रेझेंटेशन प्रोजेक्ट करणे वगैरे गोष्टी अपूर्वा करणार आहे.''

''अपूर्वा नाही. मी करणार आहे.''

''तिची तशी प्रॅक्टिस पण झाली आहे.''

''मला प्रॅक्टिसची गरज नाही.''

''तिच्याबरोबर तूही चल.''

''तिच्याबरोबर नाही. तुझ्याबरोबर. आणि ती येणार नाही हे फायनल.''

चारूचा जीव कळवळला. अपूर्वा ही त्याची मानलेली मुलगीच होती. तिला विमानानं नागपूरला घेऊन जायचं त्यानं कबूल केलं होतं. तिची समजूत कशी काढायची, या विचाराला त्यानं सुरुवात केली. कारण साधना त्याच्याबरोबर येणार, हे आता निश्चितच होतं.

चारू एकटक तिच्याकडे पाहत राहिला. खरंच ही बरोबर राहणार आपल्या? आठवडाभर? एकमेकांशेजारच्या व्हीआयपी सूटमध्ये? मी ठरवलं तर एकाच सूटमध्ये. खूप काही दृश्यांची मालिका त्याच्या डोळ्यांसमोर सरकून गेली. दृश्यांचा क्रम सारखा बदलत होता. तो तिच्याकडे एकटक पाहत असला तरी मनानं तो तिथं नव्हताच. तिच्या लक्षात आल्यानं तिनं पटकन नजर काढली आणि तो भानावर आला. त्यानं निश्वास सोडला.

"साडेअकरा वाजून गेले का गं?" त्यानं साधनाकडे पाहण्याचा प्रयत्न करत विचारलं.

"का? कशाचा मुहूर्त होता तो?" ती संतापून म्हणाली.

"निघू का मी घरी?" तो अस्वस्थ होऊ लागला.

"तुझा स्वयंपाक केलाय मी इथं!"

"अगं, आता पितानाच इतकं खाल्लंय... आता काय जेवणार आणखी?"

"मग नुसताच बसून रहा इथेच! माझ्याबरोबर रात्रभर. सकाळी जा." तिनं त्याचा हात पकडून म्हटलं.

"आपल्याला नागपुरात राहायचं ना आठवडाभर? मग मला त्याची तयारी आत्तापासून करायला हवी. त्यासाठी मला इथून आत्ता लगेच जायला हवं." तो पटकन उठला. चावी घेऊन त्यानं पटापट जिना उतरला. साधनाचा आनंद गगनात मावेनासा झाला होता. चारू तिला स्वत:बरोबर आठवडाभर नागपूरला न्यायला तयार झाला होता. ती आनंदानं वेडीपिशी झाली होती. पण चारू तिच्याकडे न पाहताच जिना उतरला होता. तिची प्रतिक्रिया पाहणं त्यानं हेतपुरस्सर टाळलं होतं. ती लटकी रागावली होती. चारूच्या मागोमाग पळतच तिनं जिना उतरला.

त्यानं खाली हॉलमध्ये झोपलेल्या लेल्यांकडे पाहिलं. ते उताणे झोपले होते. इतके अशक्त झाले होते, की त्यांच्या पोटाची हालचाल होते आहे की नाही, हेसुद्धा चारूच्या नीटसं लक्षात येईना. थोडाफार व्हिस्कीचाही अंमल होताच. त्यानं डोळे खसखसा चोळून पुन्हा लेल्यांच्या पोटाकडे पाहिलं. साधनाच्या ते लक्षात आल्यानं ती हसत म्हणाली,

"आहेत."

"असं बोलू नये साधना."

"हाक मारू? अरे, कदाचित जागेही असतील."

"नको." असं म्हणत तो बंगल्याच्या दारापाशी आला. साधना लगबगीने

त्याच्या मागे येऊन थांबली. चारू वाट पाहू लागला. त्याला वाटलं. दार साधना उघडणार आहे. मागे उभ्या असणाऱ्या साधनाचा धपापणारा श्वास चारूला जाणवत होता. त्यानं मागे वळून पाहिलं मात्र, साधना आवेगानं त्याला बिलगली. चारूच्या मनात आत बिछान्यावर पडलेली लेल्यांची कृश आकृती तरळू लागली. साधनाचं बिलगणं त्याला 'ऑकवर्ड' होत असतानाच त्याच्या ओठांत आपले ओठ मिसळत तिनं चारूला घट्ट मिठी मारली. चारू आणखी अवघडू लागला. साधना तीव्रतेनं त्याचं चुंबन घेऊ लागली. चारूची थंड प्रतिक्रिया, तिचा संताप, तिची चिडचिड होऊ लागली. चारू तिच्या मिठीतून सुटण्यासाठी चुळबुळ करू लागला. तशी तिनं मिठी सैल केली. ओठ विलग केले. ''नाहीए का तुझ्या मनात?'' चारूच्या डोळ्यांत डोळे घालून तिनं विचारलं आणि चारूचा थरकाप उडाला.

''आत लेले आहेत साधना.'' तो कसाबसा बोलला.

''तू कारणं सांगू नकोस. तुझ्या मनात नसेल तर तसं स्पष्ट सांग.''

''लेले जागे होतील साधना.''

''तू जा आता.'' ती फणकाऱ्यानं बोलली. दार उघडलं. चारू बाहेर पडला. कार स्टार्ट केली. जाताना तिच्याकडे पाहिलं. ती समाधानानं हसत होती.

चारूच्या डोक्यात गांधीलमाशांचं मोहोळ नाचू लागलं. त्याच्या डोक्यात आता माशा चावू लागल्या. आपण असं का बोललो की, आत लेले आहेत. ते जागे होतील? असं का नाही बोललो की, हे योग्य नाही. योग्य कसं नाही? माझ्या मनात अजूनही भरभरून प्रेम तसंच वापराशिवाय पडलेलं. फ्रेश, ताजं, टवटवीत, हिरवंगार! नो रोमांस, अंगावर रोमांच उभी करणारी ती हुरहुर ती अगतिकता! तो साद-प्रतिसाद. ती लय, तो नाद, ती भाषा, तो स्पर्श, ते काव्य! महाकाव्य! प्रणयाचं, शृंगाराचं. लग्नाआधीपासून मी साठवून ठेवलं होतं ते. माझ्या बायकोवर उधळण्यासाठी. पण दुर्दैव माझं! मला बायको मिळाली ती यातलं काहीही न कळणारी.

साधना वारंवार माझ्या मनातल्या या धनाला खुणावते, बोलावते. हाका मारते, इशारे करते. आवाहन करते नाहीतर आव्हानही देते. कारण या धनास पुरेपूर पूरक असं धन तिच्याकडे आहे. तिला ते माझ्यावर उधळायचं आहे. कारण तिलाही ते कुणावर उधळता आलेलं नाही. तिची आणि माझी अवस्था एकच आहे. हेमांगीकडे काय आहे? गेल्या काही दिवसांचा अपवाद सोडला, तर मला फक्त छळण्याची वृत्ती! केवळ विकृतीच म्हणावं अशी. कुठल्याही कारणाशिवाय

मला कणभर जरी सुख मिळण्यास ती कारणीभूत झाली, तरी तिला ते माझ्यावर उपकाराचं आणि तिच्यावर अन्यायाचं वाटतं. असली कसली ही निसर्गाविरुद्ध जाणारी भावना? छे! साधना हवीच. इथून मागचं सगळं अपयश आणि नुकसान भरून काढण्यासाठी साधना हवीच. साधनाच हवी.

चारूची गाडी पार्किंगमध्ये येऊन उभी राहिली. वाऱ्यामुळे मस्तकात व्हिस्कीचा अंमल भिनला होता. तो बऱ्यापैकी बेदरकार आणि बेजबाबदार झाला होता. तो छान डुलत जिना चढून वर गेला. सुमननं दार उघडलं आणि ती खाली निघून गेली. चारू त्याच्या स्टडीरूममध्ये गेला. कपडे बदलले. तो बाथरूममध्ये जाऊन वॉश घेऊ लागला. हातपाय धुताना त्याच्या अंगावर सरसरून काटा आला. त्याचा तोल जाऊ लागला. अंगात खूप ताप भरल्याची त्याला जाणीव झाली. तो लटपटू लागला. तो कसाबसा पुन्हा स्टडीरूममध्ये पोचला आणि बिछान्यावर आडवा झाला. किचनमध्ये जाऊन जेवावं, असं त्याला वाटेना. बेडरूममध्ये जाऊन स्नेहाला बघण्याची इच्छाही त्यानं दाबली. कारण तिच्याशेजारी असणाऱ्या हेमाला त्याला पहायचं नव्हतं. त्याच्या डोळ्यांसमोर अंधारून आलं. तो ग्लानीच्या अधीन झाला.

त्याला पुन्हा जाग आली, तेव्हा रात्रीचा दीड वाजला होता. म्हणजे त्याला दीड तास झोप लागली होती. व्हिस्कीचा अंमल कमी झाला होता. पण त्याच्या अंगात भरलेल्या तापाचे चटके त्यालाच सहन होत नव्हते. त्यानं मोठ्यांदा हेमांगी, हेमा अशा हाका मारल्या. हेमांगी उठून स्टडीरूमच्या दाराशी गेली. स्वत:च्या डोळ्यांनी त्याच्या अंगावर आग ओकत म्हणाली,

"ओरडता आहात कशासाठी?"

"ओरडत नाहीए. तुला हाक मारतोय."

"कशासाठी?"

"माझ्या अंगात खूप ताप भरलाय."

"मी काय करू?"

"थर्मामीटरनं पाहतेस का जरा?"

"माझा काय संबंध?"

"हेमांगी प्लीज! माझ्या अंगात खरंच खूप ताप भरलाय. मला सहन होत नाहीए. प्लीज वाद नको घालूस. श्यामला फोन करतेस का?"

"मी का करू? गेला आठवडा ज्यांच्या सेवेत होता, त्यांना सांगा. नाहीतर जिच्यासोबत होतात तिला सांगा."

"तू जा तुझ्या बेडरूममध्ये."

"बोलावलंत कशाला? मी काही स्वत:हून आले नव्हते." वगैरे बडबडत ती निघून गेली.

चारूला ताप सहन होईना. काय करावं काही कळेना. किशोर, सुमनपर्यंत जाण्याचं त्याच्यामध्ये त्राण नव्हतंच आणि त्याचा आवाजही तिथपर्यंत जाणार नव्हता. फोन करणंच आवश्यक होतं. त्यानं मोबाईल उचलला. कुणाला करावा? किशोर, विष्णू, अविनाश, पद्माकर... त्यानं मोबाईलवरची बटणं दाबली. तिकडून आवाज आला,

"हॅलो!" साधनाचा आवाज? आपण तिचा नंबर फिरवला की काय?

"साधना..." तो कसाबसा बोलला.

"बोल चारू. तुझा आवाज असा का येतोय?"

"माझ्या अंगात ताप भरलाय खूप. तू प्लीज श्यामला घेऊन येतेस का?"

"पंधरा मिनिटांत येते. शांत पडून रहा." चारूनं फोन बंद केला. अर्ध्या तासात साधनाच्या गाडीनं हॉर्न दिला. मित्रा फाटकाशी पळाला. किशोरनं जाऊन दार उघडलं. दुसऱ्या गाडीत डॉ. श्याम जोशींना पाहून किशोरही गडबडला. सुमन, किशोरसह सगळे वर आले. हेमांगीनं दार उघडलं, पण तिथे क्षणभरही न थांबता ती तिच्या बेडरूममध्ये निघून गेली.

डॉ. श्याम हा चारूचा टेनिस कोर्टवरचा मित्र होता. व्हिस्की घेतल्याचं चारूनं श्यामला सांगितलं. श्यामनं चारूला नीट तपासलं. तो नामांकित फिजिशियन तर होताच, पण चारूवर मनापासून प्रेम करणारा होता. त्यानं एक मोठा टॉवेल गार पाण्यात बुडवून चारूला अगदी उघडा करून पुसून घेतलं. फॅन जोरात चालू केला. तो म्हणाला,

"चारू, गंभीर काही नाही. पण तुझ्या शरीरात अल्कोहोल असेपर्यंत आत काहीही इंजेक्ट करून उपयोग नाही. एक लिक्विड लिहून देतो ते घेऊन या."

"हॉस्पिटलचे मेडीकल असेल चालू. भांडंभर पाण्यात आठ-दहा थेंब टाका आणि त्या पाण्यानं दर तासानं पुसून घ्या. कपाळावर पट्ट्या ठेवल्या तरी चालतील. मी सकाळी आठ वाजेपर्यंत एकदा बघून जाईन. उद्या संध्याकाळी ब्लड, युरीन वगैरे गरज पडली तर चेक करू. आता येतो मी. काळजीचं काहीही कारण नाही." तो सगळं साधनाकडे पाहत बोलत होता. साधनाही मन लावून ऐकत होती. मान डोलावत होती. श्याम उठून उभा राहिला. किशोर त्याला

गाडीपर्यंत सोडून परत आला.

साधना, किशोर, सुमन सगळे चारूच्या उशापायथ्याशी बसले. त्याच्या कपाळावर पट्ट्या ठेवू लागले. त्याचं अंग पुसू लागले. दोन तासांनंतर चारूचा ताप चांगलाच उतरला. तो शांत आणि स्वस्थ वाटू लागला. व्यवस्थित बोलू लागला. सुमननं खूप आग्रह करून साधनास घरी जाण्यास सांगितलं. तिला कंपनी म्हणून किशोर दुसऱ्या गाडीतून तिच्या घरापर्यंत जाऊन आला. जरा वेळानं चारूनं सुमन आणि किशोरलाही खाली जाऊन झोपायला सांगितलं. ते दोघे गेल्यानंतर चारू डोळे मिटून शांतपणे पडून राहिला. त्याला भूक जाणवत होती. चहा प्यावा असं वाटत होतं.

काही वेळानं हेमांगी त्या खोलीत आली. ती आल्याचं जाणवूनही चारूनं डोळे उघडले नाहीत. क्षणभर इकडचा तिकडे होतो न होतो, तोच कानाला दडे बसावेत इतक्या जोरात हेमांगी किंचाळली.

''डोळे उघड तुझ्यात हिंमत असेल तर!'' ती इतक्या जोरात किंचाळली, की जरा कुठे पडायच्या बेतात असलेले सुमन आणि किशोर पुन्हा वर पळत आले. चारूनं अत्यंत नाखुशीने डोळे उघडले. तो शांतपणे म्हणाला,

''बोल. काय झालं तुला?''

''झाली का तुझी नाटकं करून? की आणखी काही बाकी आहे?''

''आणखी?''

''निर्लज्ज, नाटकी...''

''अजून.''

''नीच, नालायक, हलकट...'' ती कडाडली. सुमन तिला आवरू लागली. 'बाईसाहेब शांत व्हा' म्हणू लागली. किशोर चारूला 'सर प्लीज'... वगैरे म्हणू लागला.

''बाई, तुम्ही आत जाऊन पडा. माझं ऐका.'' सुमन म्हणाली.

''सुमन, कुणाला सांगते आहेस?'' चारू म्हणाला.

''मला सांगती आहे ती!'' हेमांगी ओरडत म्हणाली.

''सुमन, काहीही सांगू नकोस. ती कुणाचं ऐकणाऱ्या माणसांतली नाही. लग्नानंतर आजतागायत जिनं माझं एकही वाक्य ऐकलं नाही, तिला कशासाठी काय सांगता आहात? त्यापेक्षा तिला एकदाच काय ओरडायचंय ते ओरडू द्यात.''

चारू म्हणाला मात्र, वातावरण आणखीनच चिघळलं. हेमांगीचा स्वतःवरचा ताबा सुटला. ती थरथर कापू लागली. तिला संताप सहन होईना.

“एकदाचं ओरडू द्यात म्हणजे काय?”

“काय तुझ्यात ताकत असेल तेवढी एकदाच ओरड. मलाही एकदा बघू देत. मला फार फरक पडेल, असं तुला जे वाटतं, तो भ्रम डोक्यातून निघून जाईल.”

“तुला काय फरक पडायचाय? नंबर एकचा नालायक माणूस आहेस तू!”

“नंबर दोनची नालायक तू का?”

“तू नालायकच आहेस. मी नाहीच. कारण तू लाचार आहेस. स्वाभिमान-शून्य आहेस. पुन्हा पुन्हा त्या हलकट बाईच्या पुढे नाक घासायला जातोस.”

“तिच्या अडचणीच्या वेळी, ती बोलावते म्हणून मी तिला मदत करतो. मलाही ती मदत करते. आम्हा सभ्य लोकांच्या भाषेत याला माणुसकी म्हणतात. तुम्हा अडाणी लोकांकडे या पद्धती नसतील, तर तो दोष तुमचा आहे. आमचा नाही.”

“का तिला फोन करून बोलावलंत?” जवळजवळ त्याच्या अंगावर जात तिनं विचारलं.

“तुला मी बोलावलं, ताप पहा असं विचारलं, तुला ते जमलं नाही. तुझा संबंध नाही म्हणालीस. आता हे कशासाठी विचारते आहेस?”

“तिलाच का बोलावलं? दुसरं कुणी नव्हतं?”

“त्याची तू का चिंता करतेस? तुझा मला कसलाही उपयोग नाही, हे गेली चौदा वर्षे सिद्ध झालंय... अशा वेळीही तुझा उपयोग होऊ नये? मग होणार केव्हा? मी मेल्यावर?”

“एकदाचे मराच! जिवंत राहूनही त्या बाईपुढेच लाळ सांडणार असाल, तर मेलेलेच बरे!”

“आणि मग तू काय करणार?”

“मी निघून जाईन इथून. माझी या घराला ना गरज आहे, ना उपयोग आहे.”

“गरज आहे. उपयोग मात्र नाही.”

“मग मी इथं राहून तरी काय उपयोग?”

“आता या क्षणाला बाहेर पड. तुला हवं तिकडे जा.” सुमन आणि किशोर सावरण्याचा खूप प्रयत्न करत होते. पण दोघेही ऐकण्यापलीकडे होते. परिस्थिती नियंत्रणापलीकडे होती. हेमाचा आरडाओरडा सगळ्यांना परिचयाचा होता. पण आज चारूचीही सहनशक्ती संपल्यासारखी वाटत होती. एरव्हीचा चारू वेगळा होता. संवेदनशील, प्रेमळ, हळवा, कनवाळू! हेमापुढे दुबळा, घाबरट, गडबडून जाणारा चारू! आज मात्र सर्व शक्तिनिशी लढाईला सज्ज झाला होता.

तो अतिशय शांतपणे बोलत होता. कठोरपणे बोलत होता. त्याचा आवाज वाढत नव्हता. त्याचा आवाज थरथरत नव्हता. काय व्हायचं ते होऊन जाऊ दे, असा त्याचा पवित्रा होता.

"ठीक आहे... ठीक आहे..." हेमांगी किंचाळू लागली. तिचा तोल सुटला. ती वेडसरासारखी दिसू लागली. वस्तू इकडेतिकडे फेकू लागली. तिला घट्ट पकडून ठेवण्याचा सुमननं खूप प्रयत्न केला. ती चारूच्या अंगावर धावून जाण्याचा प्रयत्न करू लागली. तसा चारू कडाडला,

"सोडा तिला सुमनताई... सोडा." सुमननं घाबरून तिला सोडलं. चारूचा भयंकर आवाज आणि रागानं भयंकर झालेली मुद्रा पाहून हेमांगीचं अवसानच गळालं. चारू पुन्हा कडाडला, "काय करणार आहेस तू? लाथा घालून हाकलून देईन तुला. नाहीतर या क्षणी गळा दाबून जीव घेईन तुझा! समजलं? आवाज बंद!"

"अरे जा! तू कशाला जीव घेतोस माझा? मीच जाऊन जीव देते. स्नेहालाही बरोबर नेते."

"तुला जायचं तिकडे जा. स्नेहाला हातसुद्धा लावायचा नाही."

"स्नेहा, चल माझ्याबरोबर." दाराशी घाबरून उभ्या असलेल्या स्नेहाला तिनं खसकन ओढून कडेवर घेतलं आणि ती तरातरा जिना उतरून खाली गेली. स्नेहानं अगम्य नजरेनं चारूकडे पाहिलं. सुमननं आणि किशोरनं तिला अडवण्याचा प्रयत्न केला. ती बंगल्याच्या फाटकाबाहेर पडली. पहाटेचे साडेपाच होऊन गेले होते. जोरात जाणाऱ्या एका रिक्षाला तिनं हात केला आणि त्यात बसून ती निघून गेली. चारूनं एक सिगारेट पेटवली. तो सोफ्यावर बसला. किशोर आणि सुमन खाली जमिनीवर बसले.

हेमांगी माहेरी जाऊन आठवडा झाला. तिनं फोन केला नाही. स्नेहा तिकडूनच शाळेला जात होती. हेमाच्या आईचाही फोन आला नाही. भावाचा, बहिणीचा नाही. स्नेहाचा आवाजही आठवडाभर कानावर न पडल्यानं त्याला चैन पडत नव्हतं.

उद्याच नागपूरला निघायचं होतं. हा आठवडा घरात व्यवस्थित गेला असता, तर अत्यंत आत्मविश्वासानं नागपूरला जाता आलं असतं. साधनाबरोबर आठ दिवस तिथं राहण्याची सगळी मजाच निघून गेली होती. त्याचा जीव स्नेहासाठी आणि हेमांगीसाठीही तुटत होता.

साधना हवी होती, पण हेमांगीला न दुखावता! हेमांगीबद्दल मनात तक्रार होती. म्हणूनच साधना हवी होती... पण हेमांगीबरोबर समोरासमोर दोन हात करून नव्हे. त्यानं विचार केला. खरंतर मला कुणाची भीती आहे? आणि का? कुठल्याही सर्वसामान्य माणसाला, नॉर्मल माणसाला सेक्सची गरज असते. मलाही आहे. माझी बायको ठरवून माझी उपासमार करते. मग मी का साधनाकडे जाऊ नये? आणि साधनाकडेच का? तर इतर कुठल्याही स्त्रीकडे जाऊ शकतो. मला कुणीही काहीही विचारू शकत नाही.

हेमांगी? खरंतर एकदा बेदम मारायला हवी तिला. अंग फुटेपर्यंत मारायला हवी आणि खरंतर तिनं केलेल्या माझ्या नुकसानीबद्दल मीच जाब विचारायला हवा तिला. बस्!

पण हे तर कुठल्याही मार्गाने केस जिंकणाऱ्या वकिलाचं स्टेटमेंट झालं. आपल्या मनात असलेल्या माणुसकीचं काय? माझ्या प्राणप्रिय स्नेहाची आई म्हणून राबणाऱ्या एका व्यक्तीचं काय? तिची व्यथा तिनं मांडण्याचा प्रयत्नही केला. पण आपण त्यास अडाणीपणा हे नाव देऊन केराची टोपली दाखवली.

खरंतर पहिल्या दिवसापासून हेमांगीकडे पूर्ण प्रेमानं पाहिलं असतं, पूर्ण आपलेपणानं पाहिलं असतं, तिचं व्यक्तिमत्त्व आहे तसं स्वीकारलं असतं, तिच्यामधील कुठल्या उणिवा, दोष दाखवले नसते, तिची कुणाहीबरोबर तुलना केली नसती... तर कदाचित फार आत्मविश्वासानं ती पाय रोवून उभी राहिली असती. माझ्या आधारानं उभं राहून पुन्हापुन्हा मला आधार दिला असता. साधनाची गरजही वाटली नसती... म्हणजे आपलं चुकलं की काय?

पद्माकरला बोलावून घ्यावं? तो काय सांगणार? तो फक्त म्हणणार. 'काय करायचं आणि काय नाही, हा सर्वस्वी तुझा प्रश्न आहे. त्यातून काहीही निष्पन्न होऊ देत, ते निस्तरणं हे माझं काम आहे. चार-पाच लफडी कर आणि निस्तरायला मला सांग. लफडं करू का नको, असले नपुंसक प्रश्न मला विचारू नकोस... मी तुझ्यासाठी चार-पाच मुडदेही पाडीन; पण तू आधी काहीतरी कर, अशा विचारसरणीचा आणि प्रत्यक्ष कृती करण्याचीही धमक असलेला पद्माकर! त्याच्याशी बोलण्यापेक्षा दोन पेग व्हिस्की घ्यावी हे उत्तम!

त्यानं व्हिस्की घेण्यास सुरुवात केली त्याला हळूहळू स्वस्थ वाटू लागलं. आरामशीर वाटू लागलं. आत्मविश्वासाचं वाटू लागलं. असं वाटू लागलं, की आता फोन करावा. स्नेहाशी बोलावं. आत्ता फोन करावा. हेमाशी बोलावं... आत्ता नक्की बोलेल. तिलाही करमत नसेल माझ्याशिवाय. काय बोलेल? आपण काय

बोलायचं?

''पण मग तिच्याशी प्रेमानं लाडानं बोललो, तर आपल्याला उद्या साधना-बरोबर जाण्याची इच्छा राहील का? खरंतर हेमांगीबद्दलच्या तिरस्कारावर स्वार होऊनच तर साधनाबरोबर नागपूरला जायचं ना? मग हा फोन झाल्यावर शक्य होईल?

तरी पण स्नेहाशी न बोलता हेमांगीशी न बोलता जाणं होईल? घरात कसं वातावरण व्यवस्थित हवं. खोटं-खोटं का होईना, पण प्रेमाचं आणि खेळीमेळीचं हवं. म्हणजे मग नागपूरला असं वागताना मनावर ताण नाही यायचा!

छे! आपण फारच थर्डक्लास विचार करतो आहोत. आपली नैतिकता आणि प्रामाणिकपणा हे आपलं मुख्य भांडवल असेल, तर तेच आपण मोडायला निघालो आहोत. अर्थात या भांडवलानं आजवर ना मनाची आग शमवली ना शरीराची. पाहिजे कशाला हे असलं भांडवलं? फुंकून टाकावं हे उत्तम!

असे उलट सुलट विचार करून तो मनाच्या थोडा बेदरकार अवस्थेत आला आणि त्याला एकदम सशक्त वाटू लागलं. हेमांगीशी बोलून तिची चक्क माफी मागावी आणि तिला खूष करावं. तिच्यावर केलेले सगळे आरोप हळूहळू मागे घ्यावेत. तिच्याकडून असलेल्या सगळ्या अपेक्षा हळूहळू कमी करत आणाव्यात. घरात तिच्या-माझ्यात छान खोटं-खोटं प्रेमाचं, गोड वातावरण तयार करावं, तिच्या मनासारखं खोटं-खोटं का होईना वागावं. तिला समजेल असं साधनाला भेटू नये, बोलू नये. फोन नको हे उत्तम! दृष्टीआड सृष्टी. खरे वागून-बोलून पोळलो. आता खोटं वागून-बोलून सगळं मनासारखं घडवून घ्यावं हे उत्तम.

त्याला आणखी बरं वाटू लागलं. त्यानं तिसरा पेग तयार केला. आता हा सावकाश घेत घेत हेमांगीशी बोलावं, स्नेहाशी बोलावं असा खूप 'रिलॅक्स' विचार तो करत असतानाच फोन वाजला. त्यानं फोन घेतला.

''हॅलो...''

''हॅलो! चारू, मी हेमांगी'' त्याच्या मनात-काळजात लकाकलंच. याला काय म्हणायचं? तो खूपच उत्तेजित झाला.

''सो स्वीट ऑफ यू हेमू! काय आणि कसं बोलू? तू फोन करून माझ्या मनावरचा मोठा दगडच दूर केलास. मला कशातच काही स्वारस्य वाटत नव्हतं. मला जगण्यातच मजा वाटत नव्हती. तुझ्याशिवाय जगणं ही कल्पनाच खोटी आहे. मी नाही तुझ्याशिवाय जगू शकत.''

"बहुतेक तिसरा पेग बोलतोय."

"एक्झॅक्टली! तिसरा पेग सुरू केलाय..."

"येऊ तिकडे?"

"खरंच ये. तुला, स्नेहाला पाहिल्याशिवाय मी नाही जाऊ शकत नागपूरला."

"कधी निघणार आहेस?"

"उद्या दुपारची आहे फ्लाइट."

"मग येते तिकडे. आठ दिवस नाहीएस ना इथे. आज रात्रभर घट्ट धरून ठेवते."

"ये, खरंच ये."

"काय रे? साधना पण आठ दिवस नागपुरात आहे म्हणे!"

"हो! तिलाही त्या सेमिनारचं आमंत्रण आहे. आणि तिच्याबरोबर आणखीही चार ऑफिसर्स आहेत आपल्या कंपनीतले."

"एक आनंदाची बातमी सांगण्याची इच्छा आहे. ऐकण्याच्या मूडमध्ये आहेस?"

"बोल."

"तुझ्या सोनूला, स्नेहाला बक्षीस मिळालं आज शाळेत. भाषणाचा विषय होता, 'माझे पप्पा'!"

"भाषण तू लिहून दिलं होतंस?"

"मग तुझ्याविषयी इतकं अचूक कोण लिहिणार?"

"आणि चांगलंसुद्धा..."

"आणखी एक आनंदाची बातमी आहे."

"बोल."

"स्नेहाचा लहान भाऊ सहा आठवड्यांचा झाला."

"कुठे?"

"माझ्या पोटात."

"खरं हेमा?" चारू किंचाळलाच.

"किती मठ्ठ रे तू? अशा गोष्टी कुणी खोटं बोलतं का? आजच मी प्रेग्नंसी टेस्ट करून आले. पॉझिटिव्ह आहे."

"हेमू, फार लेट होत नाही ना गं?"

"का रे?"

"एकदम टेन्शन आलं."

"तू पण एक बाळच. माझं बाळ! तुला टेन्शन आलं तर मी आहे ना तुझी आई!"

"तू खूष आहेस ना हेमू?"

"आधी तुझं सांग."

"असं इकडून फोनवर सांगून समजेल?"

"तू कितीही गोड बोललास तरी मी येणार नाही तिकडे आज. उद्याही येणार नाही... चारू, मला पाहिलंस की तू नागपूरला जाऊ शकणार नाहीस. तुझा सेमिनार, तुझं पेपर प्रेझेंटेशन सगळंच राहील रे!"

"कसं असेल गं आपलं पिल्लू? स्नेहासारखं? तुझ्यासारखं? की माझ्या-सारखं?"

"तुझ्यासारखं असेल!"

"म्हणजे कसं?"

"उत्तुंग!"

"तुला उत्तुंग पुरस्कार मिळाल्यानंतर तुझ्या मनात, शरीरात जे सळसळलं, त्याची पावती आहे ही."

"सळसळ तर माझ्या शरीरात, मनात कायमच असते. गेले दोन महिने त्याला तू जो प्रतिसाद दिलास, त्याचाच प्रसाद आहे हा."

"ओ. के.! प्रसाद हे नाव फायनल." ती म्हणाली.

"तू रडतीएस हेमा. फोन ठेव आता. मी येतो सकाळी."

"प्लीज येऊ नकोस. मला भेटू नकोस. मला पाहू नकोस. पण एक लक्षात ठेव चारू, माझं जे काही आहे ते सगळं तुझ्यापाशी आहे. तुझ्या अवतीभवती आहे. तुझ्याशिवाय माझं या जगात कुणीही नाही. आजपर्यंत माझ्यावर सर्वांत अधिक प्रेम चारू, तू केलं आहेस. माझ्या आई-वडिलांनंतर मला तूच आहेस माझ्या आई वडिलांपेक्षाही जास्त प्रेम चारू, तू केलं आहेस माझ्यावर. केवळ तू! आणि आजही करतो आहेस आणि मी मरेपर्यंत करतच राहणार आहेस तू!"

"किती रडणार आहेस तू हेमा?"

"मला नाही रे जमत तुझ्यासारखं प्रेम करायला. तुझ्याइतकं तर नाहीच. मी खूपच कमी पडते रे तुझ्यावर सर्वस्व उधळायला!"

"हे आणि नवीनच!"

"खोटं वाटतंय? हेच ते खरं आहे... नाराज होतोस ना माझ्यावर? मला सोडून देण्याचा विचार करतोस..?"

''कधीच नाही!''

''चारू, तू पण किती दुबळा आहेस रे? माझ्याबरोबर तुला सपशेल खरंही बोलता येत नाही. सपशेल खोटंही बोलता येत नाही.''

''ठेव आता फोन हेमू! मी पूर्णपणे सुन्न, बधिर झालोय.''

''चारू, मला सोडू नकोस कधी. दूर नको लोटूस आणि कायम माझाच रहा... बस! एवढंच मागते तुला मी. चल बाय! ठेवते.''

तिनं फोन बंद केला. चारू निश्चल होऊन बसून राहिला. सिगारेट पेटविण्याचीही त्याची इच्छा होईना. हेमांगीबद्दल खूप मग्रूर होऊन तो साधनाबरोबर नागपूरला चालला होता. हेमांगीच्या एका फोननं त्याच्या मनाची रचना पूर्ण विस्कटून गेली. तो टोकाचा हळवा झाला. बोलताना हेमांगीनं, ती माहेरी जाताना घडलेल्या प्रसंगाची कणभरही आठवण दिली नव्हती. एकूण सलग आयुष्याच्या हिशोबात ते काहीतरी क्षुल्लक असल्याच्या आत्मविश्वासात ती बोलली होती. चारू हलला होता. प्रसादच्या आगमनाच्या चाहुलीनं डोलला होता. त्याची नागपूरची तयारी डगमगायला लागली होती.

चारू उठला. त्यानं कपाटातून व्हिस्कीची बाटली काढली. मोठ्ठाले दोन पेग त्यानं भराभरा प्याले. वेड्यावाकड्या विचारांमुळे आणि व्हिस्कीच्या अतिरेकामुळे त्याचा मेंदू आपोआपच ग्लानीच्या अधीन झाला. त्यालाच झोप समजून तो नकळत झोपून गेला.

- ०- ०- ०-

८

आधी ठरल्याप्रमाणे नागपूरच्या विमानतळावर चारुदत्त आणि साधना यांना घेऊन जाण्यासाठी संयोजकांची कार उभीच होती. एक मोठा अधिकारी स्वागतासाठी हजर होता.

तो अधिकारी ड्रायव्हरच्या शेजारी बसला. चारू आणि साधना मागे बसले. गाडी रेस्टहाउसच्या दिशेनं निघाली. सायंकाळचे चार वाजले होते. उद्या सेमिनारचा पहिला दिवस होता. शिष्टाचार म्हणून त्या अधिकाऱ्यानं बोलायला सुरुवात केली.

"सर, कसा झाला प्रवास?"

"छान." चारू म्हणाला,

"थँक यू."

"नंबर तीन बंगलोमध्ये तुमच्यासाठी दोन सूट आहेत."

"थँक्यू."

"दिवसभर आपण सेमिनार साइटलाच असू. इथे रेस्टहाउसमध्ये रात्रीचं जेवण आहे. व्हेज-नॉनव्हेज दोन्हीही आहे. बार फॅसिलिटी आहे."

"थँक्स."

"छोटासा प्रॉब्लेम आहे."

"कसला?"

“रेस्टहाउसची दहा बंगल्यांची रांग जशी आहे, तशीच त्याला समांतर एक मोठी कॉलनी आहे. रेसिडन्स झोन. तिथे एक मोठं मंदिर आहे आणि भव्य मंडप हॉल आहे. सर, त्या मंदिरात दहा-पंधरा देव एकत्र राहतात.”

सगळे हसू लागले.

“मग यात प्रॉब्लेम कसला?”

“सर, नेमका आजपासूनच तिथे अखंड हरिनाम सप्ताह चालू झाला आहे.”

“अरे वा! मग चांगलं आहे की!”

“सर, पहाटे चार वाजल्यापासून भूपाळी, काकडआरती, पूजा, ज्ञानेश्वरी, वाचन, भजन, कीर्तन आणि रात्री नऊ ते अकरा मनाच्या श्लोकांवर प्रवचन.”

“दॅट्स फाइन. मला आवडेल.” चारू म्हणाला.

“मलाही आवडेल. म्हणजे आवाजाचा वगैरे काही त्रास होणार नाही मला.” साधना म्हणाली.

रेस्टहाउसवर आल्यानंतर दोघांनी आपापल्या सूटमध्ये बॅग, कपडे वगैरे लावून घेतले. त्या अधिकाऱ्यानं त्यांच्याबरोबर चहा घेतला. दुसऱ्या दिवशी साडेआठ वाजता गाडी न्यायला येईल, असं सांगून तो निघून गेला.

त्याच्या बडबडीतून मोकळा झाल्यावर त्याला मंदिरातून भजनाचा आवाज ऐकू येऊ लागला. आवाज लांबून येत असला, हळू ऐकू येत असला, तरी त्यातला तालसूर सगळं काही छान होतं. रेस्टहाउसच्या व्हरांड्यात मांडलेल्या वेताच्या खुर्चीवर बसत त्यानं सिगारेट पेटवली. साधनाला एकटेपणा असह्य होऊन ती तणतणली, “मी बरोबर आहे हे आत्तापासूनच विसरतो आहेस.”

“तसं नाही गं! पण आपण असे इथे शेजारी राहणार...”

“शेजारी नव्हे एकत्र!” ती ठामपणे म्हणाली.

“तेच... म्हणजे तो मघाचा अधिकारी... किंवा आपल्याबरोबर कंपनीतले इतर चार अधिकारी आहेत... ते उद्यापासून रोज सेमिनारला दिवसभर आपल्याबरोबर असतीलच...”

“असू दे रे! तू आता दुधामध्ये मिठाचा खडा टाकू नकोस. आपल्या समस्या सोडवायला कुणीही येत नाही. आता विचार फक्त आपल्या दोघांचा करूया. इट्स अ पार्ट ऑफ लाइफ. आपल्या आयुष्याचाच तो एक भाग आहे. सगळ्यांना सगळं माहीत असतं. सगळ्यांनी सगळं गृहीत धरलेलं असतं. फक्त आपण सगळ्यांनीच एकमेकांसमोर सभ्यता पाळायची असते. मनातलं मनातच

ठेवायचं असतं. उघड बोलायचं नसतं... तू इतका कसा रे मठ्ठ! तुला काहीच कसं कळत नाही?''

नंतर हास्यविनोद चालू झाले. गप्पा चालू झाल्या. मध्येच रेस्टहाउसचा माणूस आला. त्याला जेवणाचं सांगितलं. व्हिस्की आली. खरंतर कालच्या व्हिस्की प्रकरणामुळे त्याचं डोकं अजूनही दुखत होतं. पण आज तर व्हिस्की प्यायल्याशिवाय आपल्या मनावरचा ताण कमी होणार नाही, हे त्याला जाणवू लागलं.

व्हिस्की घेत घेत तो बोलू लागला. तो जुनं आठवू लागला. रत्नागिरीतलं त्याचं घर, त्याचं लहानपण! साधनाच्या घरी तो राहत असताना त्यानं कितीतरी वेळा साधनाला ते सांगितलं होतं. आज पुन्हा तेच आठवताना त्याला खूप निवान्त वाटत होतं. मोकळं मोकळं वाटत होतं. त्याला स्वत:वर आणि स्वत:च्या सांगण्यावर आज काही हक्क वाटत होता.

त्याला कुणीही थांबवत नव्हतं. त्याला उपद्रव करत नव्हतं. त्याला कंटाळत नव्हतं. त्याच्यामुळे बोअर होत नव्हतं. त्याला नावे ठेवत नव्हतं. आजच्या व्हिस्कीची चव वेगळी लागत होती. त्याला वेगळी जाणवत होती. त्याच्या मनाला तरलतेचा, हलकेपणाचा, आनंदाचा स्पर्श करत होती. खूप दिवसांनंतर त्याला स्वत:च्या मनासारखं काही घडत असल्याचं जाणवत होतं.

साधना मंत्रमुग्ध होऊन, जिवाचा कान करून ऐकत होती. दादांबद्दल, रविबद्दल, सुजाबद्दल... रत्नागिरीबद्दल तो बोलत होता. रत्नागिरी... तिथलं घर, तिथलं दारिद्र्य आणि तिथली श्रीमंती, त्याच काळात मनाची झालेली समृद्ध अवस्था, अनुभव स्वीकारण्याची मनानं ठरवलेली एक विशिष्ट शैली, पुढे त्या शैलीनं जीवनव्यवहाराशी केलेलं सख्य! तो बोलतच होता.

ड्रिंक्स संपलं. जेवण आलं. दोघेही भरपूर जेवले. आवराआवर करून रेस्ट हाउसचा माणूसही निघून गेला. चारू आणि साधना दोघांनीही वॉश घेतले. चारू बेडवर, मागे लोडाला टेकून छान बसला. त्याची बडबड आता कमी झाली होती. साधना येऊन त्याच्या पायाशी बसली. बराच वेळ स्तब्धतेत गेला. कुणी कुणाशी काहीच बोलेना.....

इकडे हेमांगीनं घरभर धूप फिरवला. रात्रीचे नऊ वाजून गेले होते. रडून थकून स्नेहा झोपून गेली होती. आज संध्याकाळीच त्या दोघी सदाशिवपेठेतून इकडे आल्या होत्या. हॉलमध्ये बसून सुमन टी. व्ही. पाहत होती. संपूर्ण घरभर

धूप फिरवून झाल्यानंतर तिनं देवासमोर एका पाटावर ताम्हण मांडले. त्यामध्ये तांदूळ घातले. देवघरातून गणपतीची पितळी मूर्ती काढून ताम्हणामध्ये मांडली. त्या मूर्तीस हळद-कुंकू वाहिले. हात जोडले. डोळे मिटले. मनात म्हणाली, 'हे परमेश्वरा, माझा गोंधळ होतो आहे. मला सांभाळा, मला सांगा लग्न म्हणजे काय? लग्नमंडपामध्ये आचार्यांबरोबर मी चारूला तीन वेळा वचन मागितले,

'धर्मेच अर्थेच कामेच

न अतिचरितव्या

त्वया अहम् ।

''धर्म, अर्थ आणि काम या तिन्हीमध्ये माझी आपणाकडून अतिक्रमा न होओ. आपण एकनिष्ठ असू, असे वचन द्या आणि आचार्यांसमवेत चारूनं मला तीन वेळा वचन दिलं-

'धर्मेच अर्थेच कामेच

न अतिचरामि ।

'धर्म, अर्थ, काम या कशातच मी तुझी अतिक्रमा करणार नाही. सदैव एकनिष्ठ राहीन.

'हे दयाळू परमेश्वरा, माझा चारू आत्ता या क्षणाला त्या बयेबरोबरच आहे. नागपुरात एकाकी! त्या बयेच्या आहारी न जाण्याचं त्याला सामर्थ्य द्या. त्याला माझी आठवण द्या. मला दिलेल्या वचनाची आठवण द्या. स्नेहाची आठवण द्या. माझ्या पोटात वाढणाऱ्या त्याच्या बाळाची आठवण द्या. त्याला त्या बाईच्या प्रभावापासून अलिप्त ठेवा. त्याला फक्त माझाच ठेवा. फक्त माझा!

'लग्नमंडपात त्याच्याबरोबर मी सात पावले चालले. एका विचाराने, एका निश्चयाने सात पाऊले एकत्र चाललो आम्ही. खरंतर संसाराच्या प्रवासामध्ये एका निश्चयानं आणि एका विचारानं एक पाऊल जरी एकत्र चाललं, तरी अंतरी जिवाभावाचं सख्य होतं. सख्य दृढ होतं. प्रत्येक पाऊल चालण्यासाठी चारू, तू मला हाक दिलीस. माझ्या पाठोपाठ ये, अशी साद घातलीस. कशासाठी आपण पाऊल टाकतो आहोत, हेही मला समजावलंस आणि मग मीही चालले प्रत्येक पाऊल. अत्यंत खंबीरपणे! विचारानं, निश्चयानं, निग्रहानं, इच्छेनं आणि समजुतीनं!

'हे दयाळू परमेश्वरा, त्या प्रत्येक पावलाची आठवण माझ्या चारूला पदोपदी द्या. हा आठवडा त्याला त्या सप्तपदीच्या आठवानं हलवून सोडा, जागवून सोडा. हे करुणाकरा, मी त्याच्याबरोबर पहिले पाऊल उचलावे म्हणून चारू आचार्यांबरोबर म्हणाला होता,

'इषे एकपदी भव ।

सा माम अनुव्रता भव ।

हे सुमुखि! अन्नलाभासाठी तू मजबरोबर एक पाऊल टाक.

'मी टाकले हो देवा, ते पहिले पाऊल! मी चालले ते पहिले पाऊल आणि चारू, ते तुझ्याबरोबर चालले. मग मी तुझी झाले. तू माझा झालास. आजपासून कुठेही दूर असलास तरी अन्नाच्या प्रत्येक घासापूर्वी, पाण्याच्या प्रत्येक घोटापूर्वी मला आधी तुझ्यात सामावून जावं लागतं. नाहीतर तुला माझ्यात विरघळून टाकावं लागतं. तरच तो अन्नाचा घास, पाण्याचा घोट माझ्या शरीराला मान्य होतो...

'हे परमेश्वरा, माझी ही आणि अशीच आठवण माझ्या चारूला दे! ती डोळे मिटून गणपतीपुढे बसून स्तोत्र म्हणू लागली.....'

एकमेकांशी न बोलता चारू आणि साधना अजूनही बेडवर बसून होते. मंदिरातून अचानक लाउड स्पीकर चालू झाला. रात्री नऊपर्यंत स्पीकर बंद असे. रात्री नऊ वाजता मनाच्या श्लोकांवरील प्रवचनासाठी स्पीकर मोठ्या आवाजात चालू ठेवायचा, असा संयोजकांचा प्लान होता. साधारणपणे ज्ञानेश्वरीमधील ओव्यांवर सगळीकडे प्रवचन होत असतं. मनाच्या श्लोकांवर प्रवचन आयोजित करून या वेळी संयोजकांनी वेगळेपणा दाखवला होता. सातही दिवस वेगवेगळ्या ज्ञानी लोकांना आमंत्रित केलं होतं. कॉलनीतील वृद्ध स्त्री-पुरुष घरात बसूनसुद्धा स्पीकरवरून हे प्रवचन ऐकू शकणार होते.

आज पहिलाच दिवस! थोडा उशीर झाला होता. स्पीकर ऑन केले, तेव्हा साडेनऊ वाजून गेले होते. प्रवचन थोड्याच वेळात सुरू होत आहे, वगैरे अनाउन्समेंट सुरू झाली. आज प्राध्यापक महेश साने यांचं प्रवचन होतं. स्पीकरवरचा कोलाहल वाढत जाऊन हळूहळू शांत आणि स्थिर व्हायला लागला. प्राध्यापक साने मंदिरात आले असावेत, असा तर्क चारूनं व्यक्त करताच साधना म्हणाली,

"तू प्रवचन ऐकायला उत्सुक झाला आहेस की काय?"

"तसं नाही गं... पण कानावर येतंच आहे ना?"

"मी इतका वेळ तुझ्या पायथ्याशी बसून आहे त्याचं काय?"

"सॉरी! कंटाळलीस का? झोप येतीए का?"

"शहाणपणा करू नकोस." ती संतापली.

"एवढं चिडायला काय झालं?" ती पुढे काही बोलणार तोच स्पीकरवरून

प्राध्यापक सान्यांचा रसाळ, प्रासादिक स्वर कानी पडू लागला-

'मना वासना दुष्ट कामा नये रे ।
मना सर्वथा पापबुद्धी नको रे ।
मना धर्मता नीति सोडू नको हो ।
मना अंतरी सार वीचार राहो ।

'हे मना, दुष्ट वासना ठेवू नकोस. पापबुद्धी मुळीच वागवू नकोस. नीतिधर्माचे आचरण सोडू नकोस. जीवनात जे खरोखर चांगले व श्रेष्ठ आहे, त्याचा विचार अंतर्यामी करत जा.'

"वा! साने काय अर्थपूर्ण बोलताएत!" चारू म्हणाला.

"यांना नुसतं सांगायला काय होतंय? पोपटपंची सगळी... स्वत: खरंच हे असं आचरणात आणत असतील?"

"सांगण्याचं सामर्थ्य तर आहे ना त्यांच्यात? आपण ते आचरणात आणू शकू असं वाटल्यामुळे ते सांगतायेत."

"तू घे स्वत:चा उद्धार करून. मी झोपायला जाते."

"तरी ऐकू येणारच."

"तिकडेच जाऊन का बसत नाहीस?"

"माझ्यासारख्या वयस्कर लोकांना अंथरुणावर पडूनच ते ऐकता यावं म्हणून तर स्पीकरचा आवाज मोठा केलाय ना!" ती त्याच्याकडे रागाने पाहत असताना तो मोठ्यांदा हसू लागला. ती तप्त होत म्हणाली, "तुझ्या सगळ्या इच्छा अशाच नाटकी हसण्यामध्ये जिरवतोस का?"

"तुला जसं वाटतं तसंच ते गृहीत धरतेस का?"

"तसं असतंच ते!"

वाद-विवाद करण्याची चारूची इच्छा संपली. त्यानं डोळे मिटून घेतले. प्राध्यापक सान्यांची रसाळ वाणी त्याच्या कानावर आदळत होती. मनावर आदळत होती. पण त्यांच्या बोलण्यानं मनावरचा ताण हलका होण्यापेक्षा मनात गोंधळ वाढत होता. साधनाच्या सडेतोड आरोपावर त्याला उत्तर सापडेना. तिचं चुकत नसून स्वत:चंच चुकतंय असा विचार मनात आल्याबरोबर तो खचून गेला. त्याच्या आंतरमनानं आर्तपणे दादांना साद घातली. दादांची आकृती समोर उभी राहिली. तो मनातल्या मनात त्यांच्याशी संवाद करू लागला,

"दादा, काय-काय शिकवलंत मला लहानपणी? संस्कार, नीती आणि

चारित्र्य! छे! माझ्या मनाचा एक कठीण साचेबंद गोळा करून टाकलात. दुसऱ्याला देण्याचं प्रशिक्षण दिलंत. दुसऱ्याला सुख देण्याचं, प्रेम देण्याचं! दुसऱ्याकडून घेण्याचं शिक्षण का नाही दिलंत दादा? दुसऱ्याकडून सुख घेण्याचं, प्रेम घेण्याचं? दादा, मी दुसऱ्याला सुख आणि प्रेम देऊ शकत असेन, तर साधनाला का नाही? तिला गरज आहे हो त्याची. कशासाठी मनाने श्लोक पाठ करून घेतलेत? मन म्हणजे काय हे समजण्यापूर्वीच मनाचे विकार म्हणजे काय ते समजावलंत. आयुष्य जगायला शिकण्याआधीच आयुष्य त्यागण्याची मानसिक तयारी करून घेतलीत, ती कशासाठी? ती साधना खूप मजेत आहे माझ्यापेक्षा. तिच्या मनात कसलाही गोंधळ नाही. बर्वेकाकांनी तिला काहीही न शिकवल्यामुळं तिला जसं उलगडेल तसं आयुष्य ती स्वीकारत आली आहे. तिच्या मतीप्रमाणे आणि मताप्रमाणे ती वागते, व्यवहार करते. तुमचं पाप-पुण्य, नीती-अनीती, धर्म-अधर्म यांच्याशी तिला कसलंही घेणंदेणं नाही. वाट्याला जे काही आलं, ते तरी ती मुक्तपणे जगू शकते. माझ्या मनाला तुम्हीच लहानपणी बांधून टाकलंत. मलाही त्या वेळी न कळणाऱ्या साखळदंडांनी! त्या साखळदंडांनी माझ्या मनाला दिली फक्त तडफड, झुरणं, मन मारणं! दादा, का केलंत असं?'

"चारू, झोपलास का?" त्याच्या पायावर फडाफडा मारत साधनानं विचारलं.

"झोपलो नाही गं... पण मघापासून प्रवचनाचा आवाज का येत नाहीए?"

"अरे, दिवे गेलेत इथले सगळे! तू खरोखरचा झोपला आहेस. मीच निर्लज्ज. तुझ्या पायाशी बसून राहिले. झोप तू. माझ्या सूटमध्ये जाऊन मीही झोपते."

"फक्त पाच मिनिटं गप्प बसतेस का?"

"उद्या सकाळपर्यंत आता गप्पच बसते. रात्रीचा इकडे विव्हळलास तरी येणार नाही... अगदी माझे पाय दाबून दिलेस, तरी तुझ्याशी बोलणार नाही."

ती उठून फणकाऱ्यानं स्वत:च्या सूटमध्ये निघून गेली. आपण जागेच आहोत हे चारूला कळावं म्हणून बराच वेळ कशाकशाचे आवाज करत राहिली.

स्वत:च्या अवस्थेचं चारू आकलन करू लागला. चारू स्वत:च्या मनाला कुरवाळून बघू लागला. कसे आहोत आपण नक्की? नॉर्मल की ॲबनॉर्मल? या क्षणी आपल्या जागी दुसरा कुणी असता, तर कसा वागला असता? या घडीला सगळीच परिस्थिती माझ्या बाजूनं आहे. शरीरसुखापासून मी वर्षानुवर्षे वंचित

आहेच. उगाचच वंचित नाही तर माझ्या करंट्या बायकोनं मला तसं वंचित ठेवलं आहे. मुद्दाम मला छळायचं म्हणून!

दुसरी एक स्त्रीसुद्धा या सुखापासून वर्षानुवर्षे वंचित आहे. तिच्या नवऱ्याची शारीरिक दुर्बलता म्हणून! ती स्त्री आत्ता या क्षणाला पलीकडच्या खोलीत आहे. तिचं माझ्यावर मनापासून प्रेम आहे. ते प्रेम तिनं स्पष्ट शब्दांत व्यक्त केलं आहे. मला स्वत:ला ती आवडते. तिचं बोलणं, तिचा सहवास... तिचं सगळंच आवडतं. मला सुख देण्याची तिची इच्छा आहे. माझ्याकडून सुख मिळण्यावर तिचा विश्वास आहे. तिचा मुळात माझ्यावरच प्रचंड विश्वास आहे. घरापासून पाचशे किलोमीटरवर ती आठ दिवस माझ्याबरोबर राहणार, या गोष्टीबद्दल तिच्या नवऱ्याला कसलीही खेद-खंत नाही.

मी आता फक्त तिला जवळ घ्यायचं आहे. त्या क्षणाची प्रतीक्षा तिला असह्य होत आहे. माझ्याही मनात कामवासना प्रबळ होत चालली आहे. तिला मी फक्त स्पर्श करायचा अवकाश, की इथे सुखाचा मुसळधार पाऊस पडणार आहे. मग मी तिला स्पर्श करत नाही, तो नक्की कुठल्या कारणासाठी?

भित्रा आहे का मी? घाबरट आहे मी? मोठ्या दिमाखात तर तिला मी इथं घेऊन आलो आणि आता आठ दिवस एकत्र राहणार. फॅक्टरीतले चार ऑफिसर्स इथे आहेत. आता मी तिला स्पर्श केला किंवा न केला... त्याला लोकांच्या दृष्टीनं आता कसलाही अर्थ नाही. आमच्या दोघांच्या शारीरिक संबंधावर एव्हाना शिक्कामोर्तब झालंही असेल. त्यामुळे आता इतर कुणासाठी शुद्ध, पवित्र किंवा सो कॉल्ड चारित्र्यवान राहण्यात काही अर्थ नाही.

माझ्याबरोबर इथं येऊन माझ्याबरोबर आठवडाभर राहण्यातला उद्देश तिनं लपवला नव्हता. उलट, आपल्यापर्यंत स्पष्टपणे पोचवला होता. तरीही मी तिला इथं घेऊन आलो. स्पष्टपणे नाही म्हणालो नाही. तोडलं नाही. त्यामुळे तिनं पुढच्या दिवसांमध्ये घडणाऱ्या घटना सहजपणे गृहीत धरल्या असतील. पुढच्या काही आयुष्याची गणितं माझ्याबरोबर मांडून पाहिली असतील आणि आपल्या मनाची तर कसलीच तयारी नाही. तिला इथं आणण्यात आपण नक्की पुरुषार्थ तरी कुठला दाखवला?

आपण कसेही वागलो, तरीही स्वत:च्याच मनात निर्लज्ज आणि कोडगे होणार आहोत. आपल्या व्यक्तिमत्त्वाची आणि स्वत:ला असलेल्या स्वत:च्याच ओळखीची आता अपरिमित हानी होणार आहे. त्यातून दिशाहीन विचारांची निर्मिती होणार आहे. ते क्षणभरही स्थिर राहणार नाहीत.

आता या क्षणाला परिस्थितीला सरळपणे बळी पडायचं हे समर्थन स्वत:लाच खरं वाटत नाहीए. पुढे हे समर्थन स्वत:च स्वत:ची जाणीवपूर्वक केलेली फसवणूक वाटेल. मनाला न पटणाऱ्या गोष्टी थांबवण्याची क्षमता आपल्यात आहे. आत्ताही आहे. विवेक मजबूत आहे. त्याच्याशी बेइमानी करता येणार नाही. मग तो हलकटपणा ठरेल. तो हलकटपणाच आत्ता या क्षणाला मनात विरघळून टाकता येत नाहीए.

आत्ता सगळं काही घडेल, पण घडलेलं पुढे आयुष्याला प्रयोजन म्हणून पुरणार नाही. त्यासाठी दुसरं फार असं काही जिव्हाळ्याचं, ते मनातून बाहेर जाऊ शकेल. तो त्याग परवडणार नाही. कारण तो एका दुबळ्या माणसावर लादलेला त्याग ठरेल किंवा एखाद्या विकाराला बळी पडलेल्या माणसाला झालेली शिक्षा ठरेल.

मग अशा दुर्दैवी माणसाचं आयुष्य जगून कुठल्या सुखाचा महापूर आपल्या भोवती येणार आहे? अशा संधिसाधूपणा न करणाऱ्या लोकांच्या आयुष्याचा हेवा वाटेल. आपला आत्मनाश होऊ शकेल. मनातल्या मनात आयुष्याच्या उरलेल्या घटका मोजाव्या लागतील. संपेल सगळं एक दिवस. एक कर्तृत्ववान माणूस वाया गेला, अशी चर्चा करून लोक त्यांच्या नित्य उद्योगाला लागतील.

चारूनं त्याच्या दृष्टीनं त्याच्या मनात दडलेल्या भीतीचा, असा उलगडा केल्यानंतर त्याला जरा हलकं वाटलं आणि एकदम दिवे आले. चारूला एकदम उत्साह आल्यानं त्यानं साधनाला हाक मारली.

"साधना, झोपलीस का गं?"

"नाही रे! थांब, आले." ती बाहेर आली.

"चल, जरा फिरून येऊ." चारू म्हणाला.

दोघेही पटकन तयार झाले. फिरण्यासाठी बाहेर पडले. कुणीही कुणाशी काही बोलत नव्हतं. त्या मंदिरातून सान्यांचा आवाज येतच होता. दोघेही त्या मंदिराच्या दिशेने चालत गेले. पण मंदिरापासून खूप अलीकडे कॉलनीतल्या एका कट्ट्यावर एकमेकांशेजारी बसून राहिले. चारू प्राध्यापक सान्यांचं ऐकण्याचा प्रयत्न करत होता. साधनाला चारूच्या शेजारी असं छान बिलगून बसायला मिळाल्यानं ती खूष होती.

दोघेही बऱ्याच वेळानं पुन्हा रेस्टहाउसवर आले. दार आतून लावून घेतलं. चारू म्हणाला,

"चला... काय करायचं आता? झोपूया आता?" तो म्हणाला मात्र, साधनाला हसू आवरलं नाही. ती खो-खो हसू लागली. चारूही थोडा रिलॅक्स होऊन हसू लागला. त्यानं तिच्या डोक्यात टप्पल मारलं. साधनानं पटकन तोच हात पकडला. त्या हाताचं चुंबन घेत ती म्हणाली,

"एवढा का घाबरतो आहेस? एवढा का गोंधळात पडतो आहेस? तुझ्या आयुष्यात परस्त्रीला स्पर्श करण्याचा पहिलाच प्रसंग म्हणूनच ना? अरे राजा, माझ्याही आयुष्यातला हा पहिलाच प्रसंग. तुझ्या शप्पथ चारू! फरक एवढाच आहे की माझ्या मनाची पूर्ण तयारी झाली आहे. तुझ्या मनाची अजून तयारी होत नाहीए. ठीक आहे रे! तू मनावर एवढा ताण कशासाठी घेतो आहेस? रिलॅक्स चारू! रिलॅक्स. अरे, मी आहे ना तुझ्याबरोबर! तुला समजावून घ्यायला, तुला समजावून सांगायला! तुला साथसोबत करायला. तुला आधार द्यायला. मी आहे ना तुझ्याबरोबर! तू घाबरतोस कसला? डगमगतोस कसला? मी म्हणजे तुझ्यावर आलेलं संकट समजतोस की काय? अरे, उलट तुझ्यावर कुठलंही संकट आलं, तर प्रसंगी स्वत:चा जीव देऊन तुझ्यावरचं संकट दूर करणारा एक हमखास, जालीम इलाज आहे मी! वेडा! ये... ये माझ्या जवळ... ये!" तिनं दोन्ही हात पसरून त्याला अलगद जवळ घेतलं. तो तिच्या कुशीत विसावला. स्थिरावला. ती पुढे म्हणाली, "किती चांगला आहेस रे तू चारू! स्त्रीसहवासासाठी वखवखलेल्या नजरा आम्ही कितीतरी पाहतो आजूबाजूला वावरताना. लोक संधीची वाटच पाहत असतात. किंवा संधीसाठी धडपडतात. आणि एकीकडे माझा चारू. माझं छोटं बाळच ते! किती गोड, किती शहाणं! माझ्यासाठी कळवळणारं, माझ्यावर प्रेम करणारं! चारू मला तर तू नेहमीच खूप आवडतोस. आज आणखी आवडलास. माझ्या मनात आणखी मोठा झालास."

चारूच्या डोळ्यांत पाणी जमा झालं. तो रडायला लागला आणि मग साधनाला घट्ट बिलगत तो मनसोक्त रडला. साधनानंही त्याला घट्ट पकडून ठेवलं. मग त्याच्या डोक्यावरून हात फिरवला. थोपटलं, कुरवाळलं. त्याच्या डोळ्यांतली आसवं पुसली. चारू हळूहळू शांत झाला. साधना म्हणाली, "चल, पटकन वॉश घे."

मग चारूनं जाऊन वॉश घेतला. टॉवेलनं डोकं, तोंड, हात-पाय पुसले आणि बेडवर बसला. साधना तोवर तिच्या बॅगेतून तेलाची बाटली घेऊन आली. त्याच्या डोक्याला तेल लावलं आणि पाच-दहा मिनिटं हलकेच त्याचं डोकं चोळत राहिली. चारू अधिकाधिक हलका होत गेला. "बस् आता, हात दुखतील

तुझे.'' तो म्हणाला.

"झोपशील आता शांत?'' तिनं विचारलं.

"आणि तू?''

"मी काय?''

"तू तिकडे एकटीच झोपणार?''

"त्याचं काय एवढं?''

"नको गं! मला कसंतरीच वाटतं. मला काळजी वाटते तुझी.''

"मग?''

"मी पण तिकडेच येऊन झोपतो. ही छोटी गादी आहे बघ. तिकडे आणून खाली घालतो.''

"वेडाच आहेस बाबा! अरे, तिकडे दोन वेगवेगळे बेड आहेत. चल.''

चारू तिच्याबरोबर तिच्या सूटमध्ये गेला. दोघेही वेगवेगळ्या बेडवर झोपले. बराच वेळ दोघेही खोलीच्या छताकडे शांत, एकटक पाहत राहिले.

"गुड नाइट साधना.'' चारू म्हणाला.

"गुड नाइट डिअर!'' ती म्हणाली. दोघांनीही डोळे मिटले आणि दोघेही शांतपणे झोपून गेले.

दुसरा सबंध दिवस सेमिनारमध्ये मजेत गेला. उत्कृष्ट सभागृह, अद्ययावत सोयी, साउंड सिस्टिम्स, कॉम्प्यूटर एडेड प्रोजेक्शन फॅसिलिटीज, खाण्यापिण्याची रेलचेल!

पहिला पेपर वाचणारे तज्ज्ञ दिल्लीचे होते. खूपच प्रभावीपणे वाचला त्यांनी पेपर. त्यानंतर प्रश्नोत्तरे झाली. त्यांनीही त्यांच्या ज्ञानाचं दर्शन देत उत्तरं दिली. चारूनं एक प्रश्न विचारला, तेव्हा तो स्वत:च दहा मिनिटं बोलत होता.

त्याला उत्तर देताना ते एक्सपर्ट म्हणाले, "मिस्टर भावे, मला आजपर्यंत कुणी असा प्रश्न विचारला नाही. असा प्रश्न एक एक्स्ट्रॉऑर्डिनरी एक्सलंट इंजिनिअरच विचारू शकतो.'' सगळ्यांनी टाळ्या वाजवल्या.

साधना चारूकडे पाहतच राहिली. हाच का रात्रीचा चारू? आपल्या मिठीत शिरून लहान मुलासारखा रडणारा? विद्वान आणि बुद्धिमान तर तो आहेच; पण जगताना प्रॅक्टिकली जात नाहीए. हरकत नाही. अजून सहा रात्री आहेत. मी वाया जाऊ देणार नाही.

हेमांगी इंडस्ट्रीमधले इतर चार इंजिनिअर्स भेटले. चारूनं त्यांच्या व्यवस्थेची अगत्यानं चौकशी केली. साधनाला चारूबरोबर पाहून कुणालाही आश्चर्य वाटलं

नाही. चेहऱ्यावर नाराजी किंवा कुचेष्टा उमटली नाही. अर्थात या सगळ्यांचं चारूवर तेवढं प्रेमच होतं. साधनाचं चारूबरोबर असणं हा त्यांचा विषय नसून, त्या दोघांची नागपुरातली व्यवस्था, सुरक्षा हा त्यांचा विषय होता. 'सर, तुमचा पेपर गाजणार,' अशी शुभेच्छा देऊन ते सगळेजण गेले.

सायंकाळपर्यंत सेमिनारमध्ये आनंद घेऊन साधना आणि चारू रेस्टहाउसवर आले. चहापाणी झाल्यानंतर दोघेही आपापल्या सूटमध्ये जाऊन आडवे झाले. साधनाचा डोळा लागला. रात्रीचं जागरण, दिवसभराची दगदग!

इकडे चारूला या वेळी फॅक्टरीतून आल्यानंतर त्याच्या अंगावर यथेच्छ लोळणाऱ्या स्नेहाची आठवण झाली. तो गलबलला. त्या दिवशी पहाटे हेमांगीनं तिला खसकन ओढून नेलं. त्या वेळी ज्या पद्धतीनं स्नेहानं चारूकडे पाहिलं होतं, ते आठवून तो आतून तुटू लागला.

रानटी, अडाणी, वेडी बाई! कधी अक्कल येणार हिला? कधीही नाही. तिच्या खुळचट शिष्टपणाचे आणि पारंपरिक मनुष्यद्वेष्टेपणाचे आपण मात्र बळी ठरलो आहेत. आपल्या संचिताचा फेरा. दुसरं काय? याला कुठलाही उपाय नाही.

यावर साधना हा तर उपाय नाहीच. साधना हे औषध नाहीच आणि असेलच तरी मूळ आजाराची तीव्रता कमी करून चार इतरच आजार मागे लावून देणारं आहे. त्यानं पटकन उठून साधनाच्या सूटमध्ये डोकावलं. डोळ्यांवर हात ओढून ती झोपली होती. मग चारूही डोळे मिटून गुंगीच्या अधीन होऊ लागला...

इकडे हेमांगीनं संपूर्ण दिवस आनंदात, उत्साहात घालवला. स्नेहाची शाळा, तिचा अभ्यास, सुमन-किशोर यांच्याशी बोलणं, चेष्टामस्करी! काही विशेष घडल्याचा लवलेशही तिच्या वागण्या-बोलण्यात नव्हता. इकडे आपण देवापुढे बसल्यानंतर तिकडे चारूच्या हातून काही घडूच शकत नाही. कालही घडलं नाही. उद्या... परवा केव्हाच घडणार नाही, या आत्मविश्वासानं ती सुखावू लागली. तिनं घरभर धूप फिरवला. त्या धूपानं भारलेलं वातावरण तिला आणखी साथ करू लागलं.

तिनं हात जोडले म्हणाली, "हे परमेश्वरा, चारूबरोबर मी दुसरे पाऊल चालावे म्हणून चारू आचार्यांबरोबर मला म्हणाला होता,

'ऊर्जे द्विपदी भव ।

सा माम् अनुव्रता भव ।

हे वधू, बलप्राप्तीसाठी तू मजबरोबर दुसरे पाऊल टाक. तू माझ्या मागोमाग ये.

"आणि हे करुणाकरा, मी उचलले हो दुसरे पाऊल. माझ्या चारूला बळ देण्यासाठी मी काहीही करायचं बाकी ठेवलं नाही. स्त्री म्हणून मला माझ्या सामर्थ्याची चांगली ओळख आहे आणि त्या सामर्थ्याचा रास्त गर्वही आहे. हे सामर्थ्य मला चारूच्या अस्थिर आणि चंचल मनामध्ये ओतायचं होतं; पण इतरांनी त्याच्या मनातलं उष्टावलेलं, खरकटं तो माझ्या मनामध्ये ओतण्याचा प्रयत्न करू लागला. मला असह्य झालं ते! ते किळसवाणं नाकारण्यामध्ये माझं किती बल खर्ची पडलं. त्याच्या मनातलं बल तर मला मिळालं नाहीच. म्हणजे बलप्राप्ती तर नाहीच. शक्तिपात झाला. आधी माझा झाला आणि मग माझी बेभान वेडावलेली अवस्था पाहून चारूच्या मनाचा कुंभ तडकला. कुंभाला पडलेल्या छिद्रातून त्याचं बल मातीत सांडून गेलं. कसली आली बलप्राप्ती? उलट, दोघांनाही निराशेनं घेरलं.

"आणि आता या सगळ्याची उत्तरं मागायला तो तिच्यासमोर बसला असेल. तर त्याला उत्तर म्हणून मी दिसू देत! मी सापडू देत! एवढं बळ मला मिळू देत. त्यालाही बळ दे. इतकं बळ दे की त्याला त्याच्या प्रश्नांचं उत्तर म्हणून मी सापडले, तर स्वीकारता आलं पाहिजे."

एवढं बोलून ती मनातल्या मनात जप करू लागली.

इकडे चारू स्वत:च्या बेडवर पाय लांब करून बसला होता. पाठीशी उशा आणि पायाशी साधना! रात्रीचे पावणेदहा वाजले आणि मंदिरातला स्पीकर चालू झाला. डॉ. शिराळकरांनी स्वामी समर्थांना वंदन करून खड्या आवाजात श्लोक म्हटला-

जगी सर्व सूखी असा कोण आहे ।
विचारी मना तूचि शोधूनि पाहे ।
मना त्वाचिरे पूर्व संचीत केले ।
तया सारिखे भोगणे प्राप्त झाले ।।

'मना! तू स्वत: विचाराचे साहाय्य घेऊन बारकाईने निरीक्षण कर आणि कोणी माणूस संपूर्ण सुखी आहे काय, याचा शोध घे. प्रत्येक माणूस मागील जन्मात बरीवाईट कर्मे करतो. त्यांचे संस्कार साठलेले असतात. त्या साठ्यानुसार, त्यास या जन्मी सुखदु:खे भोगावी लागतात.'

शिराळकर हळूहळू निरूपणाच्या घनदाट जंगलात शिरू लागले. ते मनाशी संवाद करू लागले. मनाला मोठ्या मोठ्या आवाजात हाका मारू लागले.

"वा शिराळकर, वा! केवढं महत्त्वाचं सांगता आहात.''

"हा शिराळकरांचा शोध नाहीए. रामदासांनी तुझ्यासारख्या लोकांवर केलेला हा उपकार आहे.''

"माझ्यासारख्या म्हणजे?''

"शब्दानं सुखावणाऱ्या!''

"तुझ्या विचारांची दिशा एकच.''

"तुझं बरं आहे रे चारू! काल तो साने, आज हा शिराळकर, उद्या कुणीतरी असेलच. तुझा हा आठवडा मजेत जाईल.''

"तुझं काय?''

"मी आजच कंटाळले. बोअर झाले एकूणच!''

"का बरं? रामदासांच्या विचारात आणि शिराळकरांच्या निरूपणात तुला काहीच बळ वाटत नाही का?''

"तुला या बडबडीतच सगळं बळ दिसतं का?''

"तसं नव्हे गं! पण प्रत्येकाचं जीवन अपूर्णच आहे, काही पोकळी आहेच, हे बेसिक सत्य आपण का नाकारतो? आपल्याकडे नाही ते इतरत्र शोधतो. पण आपल्याकडे आहे ते इतरत्र नाही, असा विचार का नाही करत? रामदासांनी ही दिशा दाखवली आहे.''

"त्या दिशेनं चालत जा... खड्ड्यात पड कुठेतरी. हात, पाय, मन फोडून घे चांगलं आणि इतका रक्तबंबाळ हो, की बायकोसुद्धा जवळ येणार नाही तुझ्या. मग ये माझ्याकडे, मलमपट्टी करायला.''

"आपल्या जोडीदाराबरोबर असलेला सलग संबंधांचा धागा तोडायचा आणि मग गाठीनं जोडायचा. आपल्या मनात ती गाठ सलत ठेवायची. मन अपराधी, दुभंग! त्यात काय सामर्थ्य उरणार? ते काय निर्माण करणार? मनात कुणाची तरी फसवणूक करतो आहोत, कुणावर अन्याय करतो आहोत ही भावना...''

"तू इतका बोअर आहेस, तर मला इथं येऊच द्यायचं नव्हतं. शी! मुळात तुझ्यावर आणि माझ्यावर अन्याय झालाय, हे सत्यच तू तुझ्या वायफळ आणि व्यर्थ बोलण्यानं बाजूला करू पाहतो आहेस. आपल्यावर अन्याय होतोय, ही भावनाच मुळात आयुष्याला निरर्थक करणारी आहे. आपण त्या अन्यायाचा

प्रतिकार करू शकत नाही, हा खरा आपला अपराध आणि अपराधी भाव. मनात एक आणि वागावं लागतं वेगळंच, ही ती मनाची खरी दुभंग अवस्था. स्वत:शी एकनिष्ठ न राहिल्यानं स्वत:ची फसवणूक होते आणि मग जोडीदाराशी एकनिष्ठ असण्याचा देखावा करणं ही लबाडी ठरते.. ही मनाची अवस्था... ही फार सामर्थ्यवान आहे? सामर्थ्य निर्माण करणारी आहे?''

''अगं, पण आपल्याला हवं ते मिळालंच पाहिजे असा विचार प्रत्येकानं केला, तर सगळीकडे किती स्वैराचार माजेल. अगदी आपल्या घरापासून विचार केलेला बरा!''

''असं होत नाही. रामदासांनी सांगितलेला विचार ऐंशी टक्के लोक आचरणात आणतात. आपण नेहमी वीस टक्क्यांमध्ये रहायचं. ऐंशी टक्के लोकांना आपण नीतिपाठ समजावून सांगायचे. लोक त्याप्रमाणे वागतात. त्यामुळे समाज निरोगी राहतो.''

''आणि आपण?''

''आपण मात्र आपल्याला जे हवंय ते कुठल्याही मार्गानं मिळवायचंच. दुसऱ्याचा विचार करायचा नाही. दुसरा मेला तरी चालेल. पण आपल्याला हवं ते अत्यंत थंड आणि निष्ठूरपणे मिळवायचं.''

''काय बोलते आहेस?''

''अतिशय सत्य सांगते आहे. पाप-पुण्याच्या कल्पना या ऐंशी टक्के लोकांसाठी असतात. आपल्यासाठी नसतात. जोपर्यंत ऐंशी टक्के लोक पाप-पुण्यामध्ये अडकलेले आहेत, तोपर्यंत आपण सुरक्षित आहोत. पण माणसं हल्ली शहाणी व्हायला लागलीत रे! ती सतत तिकडून इकडे येण्याचा प्रयत्न करत राहतात. पूर्वी आपण खूप कमी होतो. आता वीस टक्के झालो आहेत.''

''तू मला वीस टक्क्यांत का धरते आहेस?''

''ये ना इकडे. तुझ्यासाठी जागा पकडून ठेवली आहे मी. ये लवकर. तुला घाई करायला हवी. खूप लोक धडपडतात इकडे येण्यासाठी. येरे! एकदा मनाची तयारी झाली की मग काही नसतं.''

''किती भयानक बोलते आहेस.''

''सत्य हे सत्यच असतं. त्याचं प्रथमदर्शन तुला भयानक वाटतंय एवढंच.''

''जो विचार प्रमाण मानून तू मनाची तयारी केली आहेस, तो गलिच्छच आहे.''

''आहे ना गलिच्छ! आहेच ते गलिच्छ. पण आपण हे गलिच्छ लोकांसमोर

कधीही येऊ द्यायचं नाही.

"आपण लोकांना पाप पुण्य, नीति-अनीती, पती-पत्नीमधली एकनिष्ठता वगैरे हेच शिकवत रहायचं आणि आपल्यातलं जे गलिच्छ आहे ते मात्र मरेपर्यंत बाहेर येऊ द्यायचं नाही. आपण निर्लज्ज आणि निर्ढावलेलं रहायचं. याला स्थितप्रज्ञ म्हणतात. आपल्याला हवं ते आपण मिळवायचं. लक्षात ठेव, यशस्वी आणि कर्तबगार माणसाचं महत्त्वाचं अंग म्हणजे खोटेपणा, निर्लज्जपणा, मतलबीपणा, हलकटपणा...."

"तुझ्या दृष्टीनं कर्तबगार कोण साधना?"

"स्वत:ला हवं ते मिळवणारा." साधना क्षणाचाही विचार न करता बोलली.

चारूच्या मनाची तयारी करण्यासाठी साधना धडपडत होती, हे चारूच्या लक्षात आलं. तिनं मांडलेली ऐंशी आणि वीस ही टक्केवारी ही चारूला तिच्याकडे झुकवण्यासाठी होती, हे चारूला समजत होतं. काय करावं हे त्याला कळत नव्हतं.

तिच्यामधला आणि स्वत:मधला फरक चारूला नक्की कळेना! दोघेही ज्ञानी होते. समजूतदार, हुशार, विद्वान होते. इतर विषयांबाबतीतल्या सुखाचे ते धनी होते. मिळवत होते. देत होते. शरीरसुखानं मात्र दोघांनाही दगा दिला होता.

लेले साधनाला काही देऊच शकत नव्हते आणि ते काही दिवसांचेच सोबती होते. त्यामुळे साधनाच्या वर्तनानं तिचं कुटुंब बाधित होण्याची शक्यताच नव्हती. पण चारूची बायको धडधाकट होती. प्रणयक्रीडेत तरबेज होती. हेमांगीनं त्याला दिलेली, शरीरसुखाच्या उपासमारीची घनघोर शिक्षा, खरंतर त्यानं भोगून पार पाडल्यासारखं वाटत होतं. यानंतर कदाचित पुन्हा प्रणयाच्या पायघड्या ती घालूही शकेल, असं वातावरण होतं. मग तिनं दिलेल्या शिक्षेचा तुरुंग फोडून काही चोऱ्या करणं, म्हणजे ती शेवटची संधीसुद्धा गमावणंच!

दुसरी गोष्ट स्नेहा! त्याचं आणि हेमाचं तिच्या पोटात वाढत असलेलं बाळ! त्या बाळाच्या स्वागताला मी कसा जाऊ? साधनाशी शरीरक्रिया करून वर हसतमुखानं स्वागत करू त्याचं? चेहरा मलिन नाही का होणार माझा?

साधनाशी संग होऊन जाईल. पण पुढे काय? मनाची रचना ढासळून पडली तर? पुढे काहीही घडू शकतं. याचा परिणाम म्हणून साधनाच्या आयुष्यात काही ढवळाढवळ होणार नव्हती. पण चारू, हेमा, स्नेहा, बाळ, दादा, रवि, सुजा... या सगळ्यांना मी या शरीरसंबंधामुळे काही अडचणीत, धोक्यात तर नाही लोटणार ना?

त्यानं पायाशी पाहिलं तर साधना नव्हती. ती तिच्या सूटमध्येही नव्हती. त्यानं बाहेर पाहिलं. ती शांतपणे बाहेर लॉनमध्ये खुर्चीवर बसली होती. चारूदत्त बाहेर येऊन व्हरांड्यात बसला. एक तासभर दोघेही एकमेकांशी काहीही न बोलता गप्प बसून राहिले. काही क्षणानंतर साधना अतितिरस्कारानं चारूकडे पाहत सूटमध्ये निघून गेली. जाताना तिनं दार धाडकन आवाज करत आपटलं.

चारू बसून राहिला. शिराळकर काय सांगताएत, हे त्याला ऐकू येत नव्हतं. त्याला खूप एकटं एकटं वाटत होतं. आत बेडवर जाऊन पडावं असं त्याला वाटलं. निदान स्नेहाची, बाळाची, हेमाची, दादा, रवि, सुजा यांची आठवण काढावी अशी इच्छा तीव्र होऊन, तो त्याच्या सूटमध्ये येऊन बेडवर आडवा झाला.

सकाळ साधनाच्या अबोल्यानं सुरू झाली. चारू प्रयत्न करून तिच्याशी बोलू लागला. तिच्या पुढेमागे करू लागला. ती एक शब्दही बोलेना. त्याच्याकडे तिरस्काराने पाहू लागली. रागानं तप्त लाल होऊ लागली. चारूची घालमेल होऊ लागली. तिला बोलतं करण्याचा त्याला काही मार्ग सापडेना.

"माझं चुकलं.
मला माफ कर.
मी अशी चूक पुन्हा करणार नाही.
मी स्वत:ला सुधारीन.
इथून पुढे तुझ्या मनासारखं वागेन."

ही वाक्ये हेमांगीची समजूत काढण्यासाठी ठीक होती. पण हीच वाक्ये साधनासमोर उच्चारली असती, तर लगेच अनर्थाला सुरुवात होणार होती. साधना आनंदानं वेडी होऊन नाचली असती. पण आपण सावध व्हायला हवं. आपण आनंदानं वेडं होऊन नाचण्यासाठी परमेश्वरानं काहीतरी खूप चांगले विषय राखून ठेवलेले असतीलच. त्यांची वाट पाहणं चांगलं!

चारू एका मर्यादेपर्यंत एखाद्याला महत्त्व देतो आणि मर्यादा संपली की त्याच्याही नकळत ती व्यक्ती त्याच्या मनातून जाते, हे साधनाला माहीत होतं. त्यामुळे सकाळपासून तिच्याभोवती अखंड बडबड करत फिरणारा चारू जेव्हा अचानक गप्प बसला, तेव्हा साधना सटपटली. चारूबरोबर तिनं स्वत:चं पटापट आवरलं. दोघेही नाश्ता करून गाडीत बसले.

सेमिनारमधला आजचा पेपर फारसा प्रभावी नव्हता. तरीही चारू मात्र मन

एकाग्र करून ऐकत होता. साधना मात्र आता खरोखर सगळ्या प्रकाराला कंटाळली होती. दुपारी जेवणाच्या वेळी त्यांच्या फॅक्टरीतले लोक भेटले. चारू म्हणाला, ''टोटल पेपरच उथळ आहे, असं नाही. काही फाइन्डिंग्ज महत्त्वाच्या वाटल्या मला. पुढचा पेपर इंटरेस्ट घेऊन ऐका. काही महत्त्वाचं वाटलं तर लिहून घ्या.'' चौघांपैकी सिनियर प्रॉडक्शन मॅनेजर इनामदार म्हणाले,

''सर, आमचं लक्ष उद्याच्या पेपरकडे लागलेलं आहे. तो गाजणार आहे.''

''अरे, गाजणार म्हणजे असं काही जगावेगळं थोडंच काही सांगणार आहे मी?'' चारू म्हणाला,

''सर, आमची काही मदत लागणार असेल तर सांगा.'' इनामदार म्हणाले.

''साधनाबरोबरच थांबा. ऑडिटोरियममध्ये नका बसू. तिच्या अवतीभोवती स्टेजवरच खुर्च्या टाकून बसा.''

''ठीक आहे सर.'' इनामदार असं म्हणतच होते, तेवढ्यात साधना म्हणाली, ''सर, माझी तब्येत खरंच खूप बरी नाही आहे. मी आजच्या रात्रीच्या फ्लाईटनं पुण्याला जाऊ का?''

चारूला काही बोलताच येईना. सगळं वातावरणच ऑकवर्ड होऊन गेलं. इनामदार बऱ्याच वेळच्या शांततेनंतर म्हणाले,

''साधना मॅडम, तुमच्या पुण्याच्या फ्लाइटचं तिकीट काढायला पाठवतो कुणालातरी?''

''अहो इनामदार, साधना मॅडम आपली थट्टा करताहेत.'' चारू म्हणाला, ''उद्या सगळं प्रेझेंटेशन ऑपरेट करणार आहेत त्या!''

''नाही सर! मला खरंच खूप त्रास होतोय.'' साधनानं पुन्हा म्हटल्यानंतर इनामदार म्हणाले,

''सर, मी अपूर्वाला आतासुद्धा बोलावू शकतो. अजूनही फ्लाइट मिळू शकते आणि अगदी कारनं ते लोक निघाले, तरी पहाटेपर्यंत पोचतील.''

''अरे, पण किती दगदग होईल.'' चारू म्हणाला.

''मग सर मी स्वत: ऑपरेट करतो. आज रात्री मी येतो तुमच्या रेस्टहाउसला. आपली, माझी थोडी प्रॅक्टिस घेऊया. त्यात आहे काय एवढं?'' साधनाकडे पाहत इनामदार पुढे म्हणाले, ''सर, दहा वर्षे कॉम्प्यूटर कोळून प्यायलोय मी. पॉवरपॉइंट ऑपरेट करणं हे काम मी अनेक वेळा केलं आहे,'' साधना गडबडली. ती म्हणाली, ''सॉरी सर, सॉरी मिस्टर इनामदार, प्लीज गैरसमज करून घेऊ नका. मला खरंच बरं वाटत नाही, म्हणून बोलले. मी सेमिनार संपेपर्यंत थांबते. मीच

ऑपरेट करीन.''

सगळे पांगले, सेमिनारचा पुढचा वेळ असातसाच पार पडला. सायंकाळी चारू आणि साधना रेस्टहाउसवर आले आणि एकमेकांशी न बोलता एकमेकांसमोर काही काळ बसून राहिले. नंतर आपापल्या सूटमध्ये आडवे झाले.

चारूदेखत इनामदारांनी साधनाला खडसावल्यामुळे साधना दुखावली असेल, असा विचार करून चारू जरा मनातून चुटपुटला. पण त्याचाही नाइलाज होता. तो इनामदारांना काय बोलणार? साधनाच काय पण कंपनीतलं कुणीही असं अडवणुकीनं वागलेलं इनामदार सहन करू शकतच नव्हते. इनामदार म्हणजे शॉप फ्लोअरवरचा डहाण्या वाघ होता. अत्यंत हुशार आणि शिस्तीला अत्यंत कठोर म्हणून ते प्रसिद्ध होते. प्रॉडक्शनमधला कुठलाही प्रॉब्लेम शॉपमध्ये रात्र रात्र बसून सोडवणारा तो अत्यंत जिद्दी माणूस होता. शॉपवर नुसता उभा राहिला, तर कामगारांचे हात क्षणभर थरथरत! स्वत:चंच काही चुकत तर नाही ना, हे पुन्हा पुन्हा तपासून पाहत. इनामदार धाडसी आणि प्रसंगाला तोंड देणारे होते. दहा माणसे अंगावर चाल करून आली, तरी न डगमगणारा तो इमानदार माणूस होता.

जेवणाचं विचारायला रेस्टहाउसवरचा माणूस आला. तेव्हा चारूनं झोपेचं सोंग घेतलं. साधनानं जेवणाबद्दल सूचना दिल्या. चारूसाठी ड्रिंक्स आणि सिगारेट मागवली. उद्या चारूचा पेपर म्हणजे आज जागरण होणारच होतं.

काही वेळानं साधनानं अंघोळ उरकली आणि ती स्वत:हून चारूच्या सूटमध्ये गेली. हळुवारपणे चारूला हाक मारली. चारू उठला. ती गोड हसली. चारूही हसत म्हणाला,

''रागावलीस?''

''नाही रे! तुझ्यावर रागावून मग जाऊ कुठे? या जगात तुझ्याशिवाय माझ्यासाठी उरतं ते काय? जरा चिडचिड होतीए माझी! पण मग चिडचिड आपल्या माणसावर नाही करायची, तर मग कुणावर करायची?''

''साधना, मी तुझ्यासाठी नक्की काहीतरी करीन. सगळ्या यातनांमधून तुझी कायमची सुटका करीन. साधना, माझं तुझ्यावर केवळ प्रेमच आहे असं नाही, तर तुझी संपूर्ण जबाबदारी माझ्यावर आहे.''

''तू आता बोलणं बंद कर. ज्या वेळी माझ्यासाठी काही करायचंय, त्या वेळी ते प्रत्यक्ष करून मोकळा हो. सध्या तू बोलण्याव्यतिरिक्त काहीही करू शकत नाहीस, हे मला कळून चुकलंय. पण बोलू नकोस. तुझी बोलण्यातली

एनर्जी तुझ्या उद्याच्या लेक्चरसाठी ठेव.''

चारूनं उठून तिच्या पाठीत धपाटा घातला. त्यानं अंघोळ केली आणि येऊन तिच्यासमोर बसला.

''साधना, ड्रिंक्स तू मागवलंस का?'' चारूनं विचारलं.

''हो! पण तुझ्यासाठी. माझ्यासाठी मी उद्या मागवणार आहे.'' ती म्हणाली मात्र, दोघेही खळाळून हसले. चारूनं स्वत:साठी ड्रिंक्स तयार केलं. साधनानं पटापट लॅपटॉप जोडला. चारूच्या प्रेझेंटेशनच्या सी.डी.ज काढल्या. एक ब्राउन बुकलेट काढलं आणि म्हणाली,

''भावेसाहेब, करा सुरुवात.''

उद्याच्या प्रेझेंटेशनची तयारी चालू झाली...

इकडे हेमांगीनं नेहमीसारखा व्यवस्थित दिवस पार पाडला होता आणि संध्याकाळी रोजच्याप्रमाणे देवासमोर बसली. ती म्हणाली, 'हे परमेश्वरा, चारूबरोबर सप्तपदीचे तिसरे पाऊल टाकावे म्हणून आचार्यांबरोबर चारू म्हणाला होता,

'रायस्पोषाय त्रिपदी भव ।

सा माम अनुव्रता भव ।

हे सुचरिते, तू मजबरोबर धनवृद्धीसाठी तिसरे पाऊल टाक.

'बस! मी टाकले तिसरे पाऊल! तुमच्याबरोबर हे सुहृद, हे पुरुषश्रेष्ठ, हे शक्तिसंपन्न, एका विचाराने, आत्म्याच्या एकाच ओढीने एक पाऊल जरी एकत्र टाकले तरी जिवाभावाचे सख्ख्य होते. मी तीन पावले चालले. जिवाभावाचं सख्ख्य तर पहिल्याच रात्री झाले. पुढची पावले शास्त्र म्हणून चालायची.'

'चारू! धनवृद्धीसाठी टाक म्हणालास ना हे तिसरे पाऊल? टाकले मी. तुझ्या आयुष्यामध्ये खऱ्याखुऱ्या धनाची वृद्धी करावी, अशी जिद्द त्या तिसऱ्या पावलाक्षणी मनात निर्माण झाली. मी ठरवलं, चारूला जगातला सर्वांत धनवान माणूस करून टाकायचा. मला वाटलं; काम सोपं असेल. कारण चारू मुळातच धनवान असेल. पण माझा तो गैरसमज होता. परमेश्वरा, माझा चारू खूपच कंगाल आणि गरीब निघाला. गाडी, बंगला, पैसाअडका सगळं काही असताना सुद्धा!'

''घरात लहानपणापासून आमच्या मनावर बाबांनी गोंदवलेकर महाराजांचे बोल बिंबवले आहेत, 'ज्याचं हवेपण जास्त तो गरीब. ज्याचं हवेपण कमी, तो श्रीमंत.''

'चारू, तू तर हवेपणाचा मूर्तिमंत पुतळाच! केवढं रे अजस्त्र तुझं हवेपण! आणि केवढं ते किळसवाणं! तुझ्या अवतीभोवतीच्या माणसांसमोर तू स्वत:च हवेपणाचा एक डोंगर म्हणून उभा होतास. तो डोंगर पाहूनही तुझ्याबद्दल लोकांना कसं एवढं प्रेम वाटतं? मलाही कळत नाही. ते खरं प्रेम नसावंच. ती फक्त एकमेकांच्या हेतूंची देवाणघेवाण असावी. वास्तविक तुझं हवेपण पाहून कुणी तुझ्या वाऱ्यालाही उभं राहू नये हे उत्तम!

'पुन्हा निर्लज्जासारखा म्हणतोस, मला कुणाकडून कशाचीही अपेक्षा नाही. मी लोकांसाठी करतो ते अत्यंत निरपेक्ष भावनेनं, निरपेक्ष मनानं.

मला हा सगळा खोटारडेपणाचा कळस वाटतो. तू इतरांसाठी, अगदी सगळ्यांसाठी, प्रेमाच्या भावनेनं भरपूर काही करतोस, ही गोष्ट सत्य आहे. पण ही एक स्वतंत्र गोष्ट आहे. दुसरी एक स्वतंत्र आणि खरी गोष्ट अशी आहे, की तुला प्रत्येकाकडून काहीतरी हवं असतं. कशाच्या बदल्यात म्हणून नव्हे; पण हवं असतंच. हे तुझं हवेपण, हपापलेपण, हावरेपण तुला गरीब बनवतं. गरिबांतला गरीब! तुझी ही गरिबी संपवून मला तुला श्रीमंत करायचं होतं. म्हणूनच तर उचलले मी तिसरे पाऊल.

'असलं कसलं रे तुझं हवेपण? माझं बोलणं असं हवं, वागणं असं हवं, इतरांशी संबंध असे हवेत, घरात येणाऱ्यांशी वागणं-बोलणं असं हवं. त्यांचं आदरातिथ्य असं हवं. जेवण असं हवं. गप्पा अशा हव्या. लोकांच्या उगाचच पुढे-पुढे करणं असं हवं. मग त्यांच्याकडून कौतुक स्वीकारणं असं हवं. मग रोज रात्री माझ्याबरोबर शय्यासोबत हवीच. त्यासाठी कधी कधी तर तुझ्या तोंडाला येणारा दारूचा वास, मांसमच्छीचा वास मी सहन करायचा. पण तुला ते अगदी हवंच. तुला हवंच आणि अगदी तू म्हणशील त्यावेळीच हवं.

'शी! माझ्या माहेरच्या माणसांकडून तुला काहीतरी हवंच आहे. त्यांनी तुला वारंवार बोलवायला हवं. तुझ्या आवडीचं जेवण करायलं हवं. उंची कपडे घ्यायला हवेत. त्यासाठी त्यांना कर्ज काढावं लागलं तरी चालेल.

'रत्नागिरीच्या लोकांकडून तेच. दादा, रवि, सुजा यांच्या वागण्याबोलण्याची दिशासुद्धा तुझ्या मागणीप्रमाणे हवी.

'मित्रांकडून, त्यांच्या बायकांकडून तेच. मी तुमच्या घरी येतो, नाहीतर तुम्ही माझ्या घरी या. बेत हवेत, पार्ट्या हव्यात. सगळे लोक सतत माझ्या अवती-भवती हवेत. मी सगळ्यांच्या सतत मनात हवा. सगळ्यांनी प्रत्येक वेळी माझी दखल घ्यायलाच हवी...

'हवं... हवं... हवं. याला मी दारिद्र्य म्हणते. कंगालपणा म्हणते. या महाभयंकर हवेपणाच्या दलदलीत तू फसला आहेस. मी तिसरं पाऊल तुझ्याबरोबर चालले, त्याच वेळी ठरवलं की तुझं हवेपण कमी करीन. मी कठोरपणे तुझं हवेपण कमी करण्याचा प्रयत्न करते आहे. तर तू नवनवीन दाते शोधतो आहेस.

'आत्ता या क्षणीसुद्धा, तू त्या बयेसमोर तुझी झोळी पसरून बसला असशील. म्हणत असशील, बाई मी इतक्या दिवसांचा उपाशी आहे. तुझ्याकडे उरलेलं, उष्टावलेलं, खरकटं जे काही असेल, ते या झोळीत टाक.

'हे परमेश्वरा, चारूला गदागदा हलवून माणसात आणा. त्या बाईबरोबर तो स्वतःला कुठल्या गटारात बांधून घेतो आहे, याची त्याला कल्पना द्या. त्याला म्हणावं, इकडे हेमाकडे बघ. इकडं तिनं तुझ्यासाठी उभा केलाय धनाचा गगनचुंबी पर्वत. इकडे ये चारू. इकडे परत ये. पत्नी हेच तुझं खरं धन आहे, याची एकदा प्रचिती घे. म्हणजे आपल्या पुढच्या सात पिढ्या धनाच्या राशीत लोळतील.

'हे करुणाकरा माझ्या पातिव्रत्याचं कवच त्याच्या मनावर घट्ट लपेटून ठेवा. त्या बयेचं काहीएक चालता कामा नये. चारू इथून जसा गेलास तसाच इकडे परत ये.'

तिनं डोळे मिटून जप सुरू केला...

इकडे खळदकरगुरुजींनी खड्या आवाजात श्लोक म्हटला,
मना पाप संकल्प सोडोनि द्यावा ।
मना सत्य संकल्प जीवी धरावा ।
मना कल्पना ते नको विषयांची ।
विकारे घडे हो जनी सर्व छी छी ॥

चारू गप्पच होता. पण त्याला खिजवण्यासाठी साधनाच म्हणाली, ''वा! खळदकर'' वा! चारू खूप मनमोकळेपणाने हसू लागला. म्हणाला, ''आज मी काहीही बोलणार नाहीए साधना!''

''असं कसं? मनाच्या श्लोकांच्या तालावर, आपण मनातल्या विकारांना तपासून घेऊ या ना!''

''तुला ते सगळं निरर्थक आणि निरुपयोगी वाटतं.''

''तुला महत्त्वाचं वाटतं ना? मग झालं. त्या चर्चेचं कुठलंही फळ मिळावं, अशी अपेक्षाच नाहीए माझी. मलाही काही सेल्फ रिस्पेक्ट आहे म्हटलं चारू.''

"दुखावली गेली आहेस तू?" चारूनं विचारलं.

"बस्! मला कंटाळा आलाय तो बेसिकली तुझ्या बोलण्याचा. तुझी बोलण्याची कुवत अमर्याद आहे. त्यामुळे तू माझ्या अंतापर्यंत अत्यंत मुद्देसूद आणि प्रभावी चर्चा करू शकतोस. तू फक्त चर्चा करू शकतोस. मात्र मला त्यात काडीचाही रस नाही. त्यापेक्षा आपण तुझ्या उद्याच्या पेपरचा पुन्हा एकदा सूक्ष्म आढावा घेऊ. तुझं प्रेझेंटेशन आणखी थोडं ड्रॅमॅटिक, प्रभावी करण्याचा प्रयत्न करूया."

एक दीर्घ श्वास घेऊन चारू काही बोलणारच होता. पण तेवढ्यात खळदकर गुरुजींनी मनाला हाका मारायला सुरुवात केली. 'मना, जे टिकणारे नाही, त्याची वासना सोडून दे. जे टिकणारे आहे, त्याची इच्छा आवडीने कर. देहातून सुख घेण्याचे मनोरथ रचू नकोस. इंद्रियसुखाच्या नादी लागलेल्या माणसाची जगात फजिती होते.'

खळदकर गुरुजींनी एकदा सरळ अर्थ सांगितला आणि मग ते निरूपणाच्या घनदाट आशयामध्ये शिरू लागले, तसा चारू अस्वस्थ होऊ लागला. साधनाही थिजल्यासारखी झाली. तसा चारू म्हणाला,

"चला, पुढचे काम करूया."

"का? खळदकरांवर चर्चा नको?"

"माझ्या चर्चेची विकृती कुठल्या थराला गेली आहे, हे तू सांगितलंस ना मघाशीच?"

"पण खळदकर गुरुजींच्या कांगाव्यानं तुला थोडंफार बळ आलं असेलच." ती सूक्ष्मपणे चारूच्या चेहऱ्यावर होणारे बदल टिपत होती.

"आपल्या वर्तनामुळे आपल्या नातेवाइकांची समाजात बदनामी होऊ शकते, एवढंच खळदकर म्हणताएत."

"मग आपल्या नातेवाइकांना आणि समाजाला बोलावू. समोर बसवू. मी त्यांना सांगते, की मला या जन्मात लेले शरीरसुख देऊ शकत नाहीत आणि चारूच्या बायकोनं त्याला काहीही कारण नसताना उपाशी ठेवलं आहे. यावर एक मार्ग म्हणून आम्ही दोघे एकत्र येत आहोत. तुम्हाला पटत नसेल, तर आम्हास दुसरा काही मार्ग सांगा. नाहीतर तुम्हा संभावितांच्या घरात शिरून आम्हाला आमच्या सुखाचा मार्ग शोधावा लागेल."

"त्यापेक्षा आपण आपल्या उद्याच्या पेपरचं काम करूया." असं चारू म्हणाला. मात्र, साधना खूप मोठमोठ्यानं हसू लागली. तिनं चारूच्या पाठीत

खूप गुद्दे मारले. थर्मासमधली कॉफी कपात ओतून आणली. रात्री तीन वाजेपर्यंत दोघं लेक्चरवर काम करत राहिले. बाकी कुठला शब्दही न बोलता तीन वाजता दोघेही थकून तिथेच झोपून गेले.

अगदी शांतपणे!

एकमेकांच्या डोक्याला थोपटून.

पाच मिनिटांच्या आत!

अपेक्षेप्रमाणे चारूचा पेपर यशस्वीपणे सादर झाला. खरंतर अपेक्षेपेक्षा कितीतरी पटीनं जास्त. चारूचा अत्यंत प्रामाणिक तळमळीचा आवाज, त्याचं ज्ञान, विद्वत्ता, अनुभव, अभ्यास आणि अतिशय नम्र निवेदनशैली. त्याच्या भाषणाच्या वेळी, कुठल्या वेळी कुठलं पेज लॅपटॉपवरून स्क्रीनवर आणायचं, याचा क्रम त्यानं आणि साधनानं ठरवला होता. पण भाषणाच्या वेळी अनेक वेळा चारूला मागे पुढे जाऊन बोलावं लागलं. काही वेळा एकाच ठिकाणी एखाद्या विशिष्ट मुद्द्यावर भर देऊन थांबावं लागलं. त्या प्रत्येक वेळी चारूच्या बोलण्याचा अंदाज घेऊन साधनानं अत्यंत वेगानं अचूक वेळा, अचूक पेज स्क्रीनवर आणलं. चारूसुद्धा थक्क झाला. भाषणाच्या वेळी ज्या अनेक वेळा टाळ्या वाजल्या, त्यातल्या काही टाळ्या निश्चितपणे साधनासाठी होत्या.

चारूचं संशोधन खूपच महत्त्वाचं वाटलं सगळ्यांना. शॉप फ्लोअर ले आउट ॲन्ड एनव्हायरेनमेंट या विषयावर अत्यंत तपशिलात त्यानं केलेला विचार आणि नोंदवलेली निरीक्षणं आपापल्या फॅक्टरीत लागू करून काही क्रांतिकारक बदल घडण्याची अपेक्षा तिथे उपस्थित असलेल्या उद्योजकांना वाटत होती.

चारूचं प्रेझेंटेशन संपल्यानंतर सगळ्यांनी उभं राहून एक मिनिटभर टाळ्या वाजवल्या. चारू अवघडून उभा होता. टाळ्या वाजवून साधनाचे हात लाल लाल झाले होते. सेमिनारचे संयोजक बोलताना म्हणाले, ''एवढे डोळे दिपवणारी विद्वत्ता आणि कर्तबगारी आपल्या देशात जन्माला येते, याचा मला खूप अभिमान वाटतो. पर्यायानं मला माझा, चारुदत्त भावे यांचा आणि आपल्या भारताचा खूप अभिमान आहे.''

लंचमध्येही चारूभोवती लोकांचा गराडा होता. इनामदार, साधना यांनासुद्धा चारूशी बोलता येईना. प्रश्नोत्तराचा कार्यक्रमसुद्धा मूळ भाषणाइतकाच प्रभावी झाला. प्रश्न संपत नव्हते. प्रश्न संपताक्षणी चारू जे उत्तर देई, ते ऐकून पुन्हा

एकदा समृद्ध ज्ञान आणि अनुभव यांचा प्रत्यय लोकांना येई.

प्रश्नोत्तराचा तास संपल्यानंतर चारूभोवतीचा गराडा इनामदारांनी नाइलाजानं बाजूला सारत चारूला गाठलं आणि कडकडून मिठी मारली. इतरांनीही तेच केलं आणि साधना दुरून पाहत होती. लोकांनी तिचंही अभिनंदन केलं.

एकदाची गाडी रेस्टहाउसला निघाली. रेस्टहाउसला पोचेपर्यंत दोघेही एकमेकांशी एकही शब्द बोलले नाहीत. गाडी पोचली. दोघे आत गेले. साधनानं दार लावून घेतलं. चारूला मिठी मारली आणि त्याच्यावर चुंबनांचा वर्षाव केला. पाचएक मिनिटांनी साधनाचा आवेग ओसरला. या पाच मिनिटांत चारू मात्र थंड दगडी पुतळ्यासारखा उभा होता. त्यानं साधनाचे हात हातात घेतले आणि म्हणाला,

"साधना, तू ग्रेट आहेस."

"ते मला माहीत आहे. काही वेगळं बोल."

"तुझ्याशिवाय आजचं हे यश केवळ अशक्य होतं."

"आणखी पुढे बोल."

"मला तुझा आणि तुझ्याबरोबर असलेल्या मैत्रीचा अभिमान वाटतो."

"तू काही वेगळं बोलण्याची मी वाट पाहत आहे."

"माझं तुझ्यावर खूप प्रेम आहे."

"गप रे, गोडबोल्या!... चल मी अंघोळ करून घेते तू पण आवर!"

ती आत गेली. चारूनं रेस्टहाउसच्या व्हरांड्यात येत मोबाईल ऑन केला. नंबर फिरवला आणि तिकडून लगेच हेमांगीचा आवाज आला.

"बोल चारू, पेपर गाजला तुझा आजचा. तू न सांगताच समजतंय मला."

"अगं गाजला म्हणजे... ग्रेट सक्सेस! मी त्याचं वर्णन तुझ्यासमोर बसूनच करू शकतो. या घडीला मी टॉपला आहे."

"तू सदैव टॉपलाच राहशील."

"स्नेहा कुठाय?"

"आईबरोबर बाहेर गेली आहे."

"आणि प्रसाद?"

"मजेत आहे."

"आणि तू?"

"नॉर्मल! तू काळजी करू नकोस."

"मी येऊसुद्धा शकतो तिकडे."

"अरे, बाकीचे लोक काय म्हणतील? कनक्लूडिंग सेशनला तू हवाच तिथे."

"तुला कधी पाहीन असं झालंय."

"माझंही तेच. पण अजून चार रात्री थांबायला हवं. पाचव्या रात्री तू माझ्या कुशीत असशील."

"आत्ताच येतो."

"बरा आहेस ना?"

"अगदी तुझ्या गळ्याशपथ बरा आणि बराच राहीन. तू काळजी करू नकोस."

"मी फोन ठेवते. पुन्हा फोन करू नकोस. अगदी स्नेहासाठीसुद्धा करू नकोस. डायरेक्ट येऊन आमच्यासमोर उभाच रहा ना. चल ठेवते."

तिनं फोन ठेवून दिला. चारूला आश्चर्य वाटलं. या संपूर्ण संभाषणात तिनं साधनाचा उल्लेखही केला नव्हता. त्यानंही केला नव्हता. व्हरांड्यातून आत जाण्यासाठी तो मागे फिरला, तर दारात साधना उभी होती.

"घरी हेमांगीला फोन केला होतास?" तिनं कोरडेपणानं विचारलं.

"हो."

"बोललास?"

"हो."

"सांगितलंस आजचं सगळं?"

"हो.'

"मी कुणाला सांगू?"

"मला."

"अशा यशानंतर नवरा-बायको एकमेकांशी नक्की काय बोलतात रे? खूप उत्सुकता आहे मला. कधी अनुभव नाही रे!"

"तू बाथरूममध्ये गेली होतीस ना?"

"परत आले पण तुझा फोन चोरून ऐकण्यासाठी नाही हं!... माझ्यासाठी दोन माइल्ड बिअर सांग. मला आवडते बिअर आणि बिअर पिऊनही मी छान नॉर्मल असते. डोन्ट वरी."

"ठीक आहे." चारू बोलला आणि ती आत निघून गेली. तो हिरवळीवरील खुर्चीवर बसून सिगारेट ओढू लागला.

आजच्यासारखा आनंद! यश! हा अनुभव काही पहिला नव्हता. पण

यानंतर आज हेमांगीनं मला कुशीत घेण्याची इच्छा व्यक्त केली, ते वेगळं होतं. कित्येक रात्री तिनं मला तडफडत ठेवलं, तेव्हा हाच आनंद मला मातीमोल वाटलेला आहे. हेच आजच्यासारखं हेमांगी यापूर्वी वागली असती तर? म्हणजे इथून पुढं हेमांगीबरोबर सगळं काही व्यवस्थित होऊ शकतं? आणि तसं घडणार असेल तर साधनाबरोबर पुढं जाणं हे वाकडं पाऊल ठरू शकतं? आत्मविश्वास कमी करणारं? स्वत: चोर आहोत असा फील देणारं?

इकडे हेमांगी अतिशय खुषीत होती. चारुदत्त भावे हा सहजासहजी ढळणारा पुरुष नव्हे, या भावनेचं आता हळूहळू विश्वासात रूपांतर होऊ लागलं होतं. सप्तपदीच्या पावलांना रोज एकेक करून आर्त साद घालणं हे परमेश्वरापर्यंत कुठेतरी पोचत होतं. मनामध्ये आशावादी मंजूळ वाऱ्याची झुळूक वाहू लागली. संपूर्ण घरभर धूप फिरवून झालाच होता. देवासमोर बसून ती म्हणाली, 'हे परमेश्वरा, चारूबरोबर चौथे पाऊल मी चालावे म्हणून चारू आचार्यांबरोबर म्हणाला होता,

'मायोभव्याय चतुष्पदी भव ।

सा माम अनुव्रता भव ।

'हे सुंदरी! सुखवृद्धीकरता तू मजबरोबर चौथे पाऊल टाक. तू माझ्या मागोमाग ये... आणि चारूबरोबर मी चालले हो चौथे पाऊल!'

'चारू म्हणाला होता, माझ्या आयुष्यात सुखाची वृद्धी करण्यासाठी मजबरोबर चाल. खरं म्हणजे मी चारूच्या आयुष्यात प्रवेश करण्यापूर्वीच चारूच्या आयुष्यात सुख भरभरून वाहत होतं. काय नव्हतं चारूकडे? विद्वत्ता, यश, कर्तृत्व, कीर्ती, श्रीमंती, समृद्धी, संपत्ती. माणसांचं प्रचंड मधाळ जाळं सभोवती. घरातलेही तेवढेच गोड आणि मित्रपरिवारही तेवढाच गोड! खरंतर पूर्वजांची आणि दादांची पुण्याईच की चारूच्या भोवती हे सुख होतं. मला फक्त या सुखाची वृद्धी करायची होती.

'माझ्या असं लक्षात आलं, की त्याच्या अवतीभोवती असलेल्या सुखाचा तो व्यवस्थित लाभ घेऊ शकत नाही. कारण कुठल्याही भावनेचा लाभ शेवटी मनानंच घ्यायचा असतो आणि त्यासाठी स्वत:च्या मनावर स्वत:ची मालकी लागते. इथं नेमकं तेच नव्हतं. चारूच्या मनावर इतरच स्वार झालेले!

'मी हादरून गेले. यामुळे चारू दुबळा वाटत होता. परावलंबी वाटत होता. अधू वाटत होता. मला कठोर आणि निष्ठुर व्हावं लागलं. त्याच्या मनावर

स्वार झालेल्या इतरेजनांना हळूहळू खाली उतरण्यास भाग पाडावं लागलं. त्यासाठी प्रसंगी मी स्वत:कडे वाईटपणा घेतला. पण हे केलंच.

'त्याच्या व्यक्तिमत्त्वाचे ढासळणारे दगड आता बंद झालेत. आपापल्या जागी घट्ट झालेत. ढासळलेलेसुद्धा पुन्हा आपापल्या जागेवर जाऊन बसताएत आणि त्यामुळेच या क्षणाला माझा चारू जरी त्या बयेसमोर बसला असेल, तरी ती त्याचं काहीही करू शकत नाही. चारूला आता तेवढा कणखर केलाय मी.'

या वाक्याबरोबर प्राप्त झालेल्या मनाच्या बळकट अवस्थेमध्येच तिनं मनात जप सुरू केला. डोळे मिटले हात जोडले...

इकडे साधनाच्या बिअरच्या ग्लासला चारूच्या ग्लासनं चिअर्स केलं. दोघांनीही ग्लास खाली ठेवले. साधनानं पहिला ग्लास संपवून दुसरा भरला. जरा वेळ दोघेही अगदी शांत बसून राहिले. साधनानं दुसराही ग्लास निम्मा संपवला आणि म्हणाली,

"चारू, एक विचारू?"

"विचार."

"तू माझ्यासाठी काय करू शकशील?"

"काहीही करू शकेन. तू सांगून बघ."

"मला माहीत आहे. तू माझ्यासाठी काहीही करायला तयार होशील. पण त्यामागची प्रेरणा काय?"

"प्रेम! माझं तुझ्यावर असलेलं प्रेम." चारू म्हणाला.

"तसं तर तुझं अनेकांवर प्रेम आहे. तू अनेकांसाठी काही करतोस आणि त्या सगळ्यामागची भावना प्रेम हीच असते. या बाकीच्या सगळ्यांमध्ये आणि माझ्यामध्ये तुला फरक वाटतो का?" साधनानं विचारलं.

"वाटतो." चारू ठामपणे म्हणाला.

"काय?"

"या बाकी सगळ्यांचं माझ्यावर जेवढं प्रेम असेल, त्याच्या शंभरपटीनं जास्त प्रेम तुझं आहे माझ्यावर." चारूनं उत्तर दिलं.

"लबाड, खोटारडा, चालू, गोडबोल्या!"

"सावकाश घे ना! एवढी घाई कसली आहे तुला?"

"चारू, तुझं-माझं नातं काय?"

"मैत्रीण आहेस तू माझी."

"फक्त मैत्रीण? प्रेयसी नाही?"

"तू प्रेयसी आहेस माझी."

"आपलं नातं प्रियकर-प्रेयसीचं असेल तर मग अजून अपूर्ण कसं? वांझ, कोरडं कसं? चारू, का फसवतो आहेस स्वतःला? या नात्याला का निसरडं ठेवतो आहेस? कुठल्याही क्षणाला, एकमेकांना 'अच्छा' म्हणण्याची सोय का ठेवतो आहेस आपल्या नात्यात?"

चारू सटकून घाबरला. तो नेमकं जे करत होता, त्यावरच साधनानं बोट ठेवलं होतं.

"तुला काय हवंय साधना?"

"तू माझा स्वीकार कर. माझ्या मनाचा तू केव्हाच स्वीकार केला आहेस. माझ्या शरीराचा तू आज स्वीकार कर. आपल्या स्पंदनांना एक होऊ दे आज. मग आपल्या प्रेमाला काही पूर्णत्व येईल. नात्याला काही अर्थ येईल. मी निर्लज्जपणे एखाद्या लाचार कुत्रीसारखी केवळ शरीरसुखाची याचना, करत नाहीए तुझ्याकडे! मला तुझ्या आत कुठेतरी जागा हवी आहे. माझ्या सोन्या, म्हणून मी मागे लागले रे तुझ्या!"

"साधना, पण माझ्या आत तुला जागा..."

"बस्!" ती किंचाळलीच, "मुस्काटात देईन जर पोपटपंची केलीस तर! तुलाही मी हवी आहे. माझ्याकडून सर्वकाही हवं आहे; पण एखाद्या खोटारड्या आणि चालू माणसासारखं तू ते ओठावर येऊ देत नाहीस. पण तुझ्या वागण्यातून तू ते कितीदा व्यक्त केलं आहेस. तू फक्त योग्य संधीची आणि योग्य समर्थनाची वाट पाहत आहेस, असा आविर्भाव करतोस ना? अरे करंट्या, हीच ती संधी! आणि माझी लाचार याचना, हेच तुझं समर्थन!"

"रिलॅक्स साधना!"

"नाटकबाजी नको. सगळं इथपर्यंत आणून वर मी त्या गावचाच नाही असं ढोंग नको. माझा अपमान करू नकोस चारू. प्रणयक्रीडेपर्यंत जाऊन फसलेल्या स्त्रीनं केलेला उलट प्रहार तू सहन करू शकणार नाहीस. तुझं-माझं आयुष्य मातीत कालवू नकोस."

"रडू नकोस साधना."

"मला तुझ्या आयुष्यात काहीतरी जागा दे. अरे, लेले कधी नव्हतेच. त्यांचं शरीरही उद्या नसणार आहे. मला तुझं नाव घेऊन जगायचंय."

"साधना, काय बोलते आहेस?"

“ए डरपोक! माझ्याशी लग्न करून मला बायको म्हणून घरी घेऊन जा असं म्हणत नाहीए मी. पण मला तुझी म्हणून राहू देत. एखादं मूलबाळ होऊ देत मला तुझ्याकडून. येत जा कधीतरी माझ्याकडे. तुझी दुसरी बायको म्हणून तुझ्या आयुष्यात प्रवेश दे कायमचा.”

“साधना, तू आधी रडणं थांबव.”

चारू सुन्न झाला होता. त्याचे शब्द गोठले होते. त्याचा पिण्यातला उत्साह संपला होता. साधनानं बिअरची दुसरी बाटली फोडून ग्लासमध्ये ओतली. चारू काहीही न बोलता फक्त पाहत राहिला. मंदिरातला स्पीकर जोरात चालू झाला. सहस्त्रबुद्धेगुरुजींनी गंभीर आवाजात श्लोक म्हटला,

अती मूढ त्या दृढ बूद्धी असेना ।
अती काम त्या राम चित्ती वसेना ।
अती लोभ त्या क्षोभ होईल जाणा ।
अती वीबई सर्वदा दैन्यवाणा ।।

“मायबाप बंधूंनो-भगिनींनो, समर्थ रामदास म्हणतात, “जो अति अज्ञानी असतो त्याची बुद्धी स्थिर राहत नाही. जो अति कामलंपट असतो त्याच्या अंत:करणात भगवंत वसत नाहीत. जो अति भोगी असतो त्याचे मन कधी स्वस्थ राहत नाही. थोडक्यात, जो अति भोगी असतो तो सदैव लाचार असतो...”

चारू गप्प बसला होता. गुरुजी खूप गंभीरपणे पुढे निरूपण करत होते. पण ‘वा सहस्त्रबुद्धे, वा!’ असं म्हणण्याचं त्याचं धाडस होत नव्हतं. साधना एकेक घोट करून बिअर पीतच होती. चारू काहीच बोलत नाही, हे पाहून तिनं शांततेचा भंग केला.

“तू एक ढोंगी आणि खोटारडा इसम आहेस.”

“मला माझ्या भावना कुणाकडे ओलीस ठेवाव्या असं वाटत नाही. कारण त्या भावनांच्या सुटकेसाठी पुन्हा पुन्हा त्याच झाडाला गोल गोल फेऱ्या मारणं मला पसंत नाही.” तो कठोरपणे बोलला.

“देअर यू आर! असं तुला वाटतंच कसं चारू? तू माझ्या मनाचा, देहाचा भोग घेऊन दुसऱ्या क्षणी माझ्या मुस्काटात मारण्याचं धाडस ठेवायला हवं. तेवढी कठोरता हवी तुझ्यात. ते पुरुषीपण, रानटीपण हवं तुझ्यात चारू. तुझ्या भावना माझ्याकडे ओलीस पडण्याची भीती वाटते तुला? अरे, पण मी स्वत: तनामनानं, संपूर्णच्या संपूर्ण ओलीस राहण्यास तयार आहे ना तुझ्याकडे!

त्याचं काय?''

चारूनं दुसरीकडे मान वळवली, तशी साधना गप्प बसली. चारूही काही बोलला नाही. तिनं उरलेली बिअर संपवली. नंतर दोघेही व्यवस्थित जेवले. साधनानं सगळं आवरून ठेवलं. ती स्वत:च्या सूटमध्ये जाऊन दिवा बंद करून झोपली. एकही शब्द न बोलता चारू स्वत:च्या सूटमध्ये पलंगावर आडवा झाला. त्यानेही दिवा मालवला.

सहस्त्रबुद्धे निरूपणाच्या अथांग सागरात लीलया पोहत होते.

दुसऱ्या दिवशी सकाळीच साधनानं चारूच्या सूटमध्ये येऊन हास्यवदनानं त्याला 'गुडमॉर्निंग' केलं. ती खूपच रिलॅक्स दिसत होती. सहज बोलत होती. वावरत होती. तिच्या आजच्या वागण्यात तिनं ठरवून घेतलेलं बेअरिंग दिसत होतं. तिनं आपला नाद सोडला की काय? चारूच्या पोटात खड्डा पडला. अर्थात सुटल्यासारखं वाटायला हवं. तरी पण दु:खाचं का वाटतंय? या विचारानं चारू वैतागला.

आजचा पेपर मात्र छान होता. चारूच्या कालच्या पेपराचा परिणाम आजही जाणवत होता. लोकांचं त्याला भेटणं, अभिनंदन करणं, कौतुक करणं चालूच होतं. संध्याकाळी रेस्टहाउसवर गेल्यावर साधना हिरवळीवर एक पुस्तक वाचत बसली. चारूनं त्याचा पेपर पुन्हा वाचायला सुरुवात केली. तो पेपर आणखी अपटुडेट आणि विस्तारित करून एखाद्या इंटरनॅशनल मॅगझिनमध्ये द्यायला हरकत नव्हती.

जेवण आलं. आज चारूनं ड्रिंक्स घेतलं नाही. इकडच्या तिकडच्या लाईट गप्पा आणि लाईट जेवण झालं. साधनाच्या बोलण्यात आज बर्वेकाका, अभिजित, अभिषेक यांचे उल्लेख येऊ लागले. चारूचा चेहरा अपराधी भावनेनं भरू लागला. हिला एकटेपणा आणि आपल्याबद्दल परकेपणा तर वाटत नाहीए ना? तिला आपली भीती तर वाटत नसेल ना? तो गलबलला. पण तो काही बोलायच्या आतच ''गुड नाइट चारू! रात्री खूप जागरण झालंय. थकायलाही झालंय. मी झोपते.'' असं म्हणून साधनानं ताडकन स्वत:च्या सूटमध्ये जाऊन दिवा मालवला. पलंगावर आडवी झाली.

चारूला स्वत:च्या सूटमध्ये क्षणभरही थांबवेना. तो हिरवळीवर खुर्चीत बसला. त्याला हेमांगीची, स्नेहाची, प्रसादची आठवण आली खरी; पण आनंदापेक्षा सूक्ष्म भीतीची लहर त्याच्या मनामध्ये इकडून तिकडे वाहू लागली.

नेहमीप्रमाणे हेमांगीची इकडे धूप फिरवणे, देवासमोर बसण्यासाठी आवरणे वगैरे कामे चालू होती.

देवासमोर बसून ती बोलू लागली. ''हे परमेश्वरा, चारूबरोबर मी पाचवे पाऊल चालावे म्हणून आचार्यांबरोबर चारू म्हणाला होता,

प्रजाभ्य: पंचपदी भव ।

सा माम अनुव्रता भव ।

पुत्रान विन्दावहै बहून ।

ते सन्तु जर दष्ट्य: ।

''हे सुभगे, प्रजाप्राप्तीसाठी तू मजबरोबर पाचवे पाऊल टाक. तू माझ्या पाठोपाठ ये. आपणास इष्ट आणि दीर्घायुषी संतती होवो.''

''स्वामी, या बाबतीत मात्र चारूला मी खूप क्लेष दिले. लग्नानंतर त्याला झटपट मूल हवं होतं. मी नकार दिला. कारण चारूचं इतरत्र विखुरलेलं मन प्रथम मला एकत्र करायचं होतं आणि मग ते माझ्यापाशी केंद्रित करायचं होतं. त्यानंतरच आम्हाला होणाऱ्या संततीला काही अर्थ होता.

'ज्या वेळी चारूच्या मनात माझ्याबद्दल काही निर्माण झाल्याचा फील मला आला, त्या वेळी मी स्नेहाचा जन्म होऊ दिला. स्नेहा म्हणजे चारूचा जीव की प्राण. खरंतर मी म्हणजेसुद्धा चारूचा जीव की प्राण.

'पण चारू हा इसम बऱ्यापैकी वाहवत जाणारा आहे. त्यामुळे सत्यापासून कायमच तो एका फुटावर असतो. फसला जातो. फसवला जातो. त्याला ताळ्यावर आणण्यात आमच्या संसारातला केवढा वेळ वाया गेला. माझी केवढी शक्ती खर्ची पडली.

'माझ्यावर नाराज झाला तो! मला उलट्या काळजाची वेडसर बाई म्हणाला आणि मग त्या सुलट्या काळजाच्या शहाण्या बाईकडे ओढला गेला. त्याला 'उत्तुंग' पुरस्कार मिळाल्यानंतर मी न राहवून त्याला प्रेमानं न्हाऊ घातलं. मला वेडी म्हणणाऱ्या चारूलाच माझं वेड लागलं आणि त्या वेडाची निष्पत्ती म्हणजेच माझ्या पोटात वाढणारा प्रसाद. माझ्या प्रसादकडे त्या बयेनं मत्सरानं बघता कामा नये.

'चारूला माणसाच्या मनाचा अंदाज मुळात कमी! त्यात स्त्रीच्या मनाचा अंदाज त्याहून कमी. तो एखाद्या स्त्रीशी सलगीनं बोलला, गळेपडूपणा केला, की मला रिस्क वाटते. हे परमेश्वरा, माझ्या मुलांचं रक्षण करा. त्यांना सांभाळा.

माझ्या चारूचं आणि माझं रक्षण करा. आम्हाला सांभाळा.'' तिनं डोळे मिटून मनात जप सुरू केला...

चारूला इकडे खूपच उदास वाटू लागलं. एकटेपण दाटून आलं. साधनाच्या सूटमध्ये डोकावून यावं की नको, हे त्याचं नक्की ठरेना! त्यानं मनगटावरील घड्याळात पहायला आणि तिकडे स्पीकरचा आवाज चालू व्हायला एकच वेळ झाली. चारूला हायसं वाटलं. एक प्रेमळ आवाज येऊ लागला. मनाला गोंजारू लागला.

"तर गुणीजनहो! नमस्कार, मोठी मजा आहे पहा. समर्थ म्हणजे चमत्कार. आपलं मन हासुद्धा एक चमत्कार आणि समर्थांनी या मनाला प्रेमानं समजावणं हा त्यापुढचा चमत्कार आणि हे समजावणं पुढे मनाचे श्लोक म्हणून अजरामर होणं हा तर केवळ... केवळ चमत्कार! हे चमत्कार प्रभू घडवताएत ते अखिल मानवजातीच्या कल्याणासाठी! समर्थ म्हणतात,

मना सांग पां रावणा काय झाले ।
अकस्मात ते राज्य सर्वे बुडाले ।
म्हणोनी कुडी वासना सांडि वेगी ।
बळे लागला काळ हा पाठिलागी ॥

समर्थांची वाणीच इतकी साधी, सोपी सुंदर!

मी समजावून सांगण्याची गरजच नाही. खणखणीत आवाजात समर्थांचा श्लोक फक्त म्हणायचा. मनात अर्थ आपोआप उमटतो. आपण तो अर्थ दुसऱ्यास समजावून सांगू शकू, असा विश्वास वाटतो. ही ताकद आहे समर्थांच्या शब्दांची आणि त्या शब्दांत त्यांनी भरलेल्या अर्थाची.

माझंच उदाहरण पहा. मी चितळे. प्राध्यापक नाही. पंडित, विद्वान नाही. मराठी सातवी शिकलो आहे. बस् आयुष्यभर केलं काय? काहीही नाही. जसं समजतंय तसे मनाचे श्लोक म्हणतो आहे. घरी अठरा विश्वे दारिद्र्य! काखेला झोळी बांधून लहानपणी मधुकरी मागायला जायचो. अन्नदात्यांच्या दारात जाऊन खणखणीत आवाजात मनाचा श्लोक म्हणायचो आणि मग तेवढ्याच खणखणीत आवाजात 'जय जय रघुवीर समर्थ' असे म्हणायचो.

कधीही कुणालाही 'द्या' असं म्हणण्याची वेळ आली नाही. झोळी भरभरून वहायची. मग मी थोरामोठ्यांमध्ये लुडबुड करून मनाचे श्लोक समजावून घेऊ

लागलो. वाचू लागलो, ऐकू लागलो. विचार करू लागलो. मी आतून समृद्ध होऊ लागलो. मधुकरी मागताना समर्थांचा श्लोक म्हणून त्याचा अर्थ सांगू लागलो. विवेचन करू लागलो. लोक ऐकण्यासाठी माझी वाट पाहू लागले.

काही काळ पुढे सरकला. आता थोरामोठ्यांच्या वाड्यांवर, वस्तीवर, धार्मिक कार्यक्रमाच्या वेळी मला आवर्जून बोलावू लागले. मनाचे श्लोक आणि त्यावरचं माझं विवेचन ऐकू लागले.

नम्रपणे सांगतो, यात माझे काहीही नाही. समर्थांची कृपा! त्यापुढच्या काळात तर समर्थ रामदास आणि मनाचे श्लोक याशिवाय मनास दुसरे काही शिवलेच नाही. योग्य वयात लग्न झालं. दोन मुलगे, एक मुलगी अशी तीन अपत्ये झाली. ह्या तिघांचीही लग्ने झाली आहेत. गुणीजनहो, माझी तीनही मुले डॉक्टर आहेत आणि त्या तिघांचे जोडीदारही डॉक्टरच आहेत.

माझं वय आत्ता सत्तरीच्या घरात आहे. घर नातवंडांनी भरून गेलंय. लग्न झाल्यापासून आत्ता या क्षणापर्यंत प्रपंचासाठी काय करावे लागते, ते मला अजूनही माहीत नाही. मी एकच केले. रोज रात्री माझ्या प्रवचनानंतर तुमच्यासारख्या सज्जनांनी जे धन माझ्या झोळीत टाकले, ते नेऊन सौभाग्यवतीच्या ओंजळीत घातले. बस्!

कुठलीही चिंता न करता, बाकी सगळं समर्थांवर सोडून दिलं. माझी सौभाग्यवती खंबीर आणि कणखर! प्रपंचातला सगळा ताणतणाव तिनं सहन केला. मला त्याचा स्पर्श होऊ दिला नाही. मी आजपर्यंत जगलो ते मनाच्या श्लोकांच्या अथांग सागरात! आणि मजेत मजेत जगलो.

तात्पर्य एवढेच की, असाही प्रपंच होतो. समर्थ करवून घेतात. फक्त श्रद्धा असावी. भावना चांगली असावी. वाईट नसावी. वाईट म्हणजे कुणासारखी नसावी? तर रावणासारखी नसावी.

वास्तविक रावण म्हणजे केवढा महापुरुष! दशग्रंथी ब्राह्मण. शंकराचा महान उपासक. आदर्श राजा, थोर योद्धा! महान योगी! पण या महामानवाच्या मनात एका क्षणी सीतेविषयी लालसा निर्माण झाली. वाईट वासना निर्माण झाली.

या रावणानं स्वतःच्या कामवासनेपोटी स्वतःच्या भावांचा बळी दिला. मुलांचा बळी दिला. कित्येक नामवंत शूर योद्ध्यांचा बळी दिला. कित्येक लोकांचा बळी दिला. ही कामवासना आपल्या आप्तस्वकीयांच्या आयुष्याला किती त्रासदायक, जाचक ठरते ते पहा. या कामवासनेपायी किंवा दुसऱ्याच्या स्त्रीकडे वाईट इच्छेनं बघण्यासाठी, जर स्वतःची मुलंबाळं, आप्तस्वकीय धोक्यात

येत असतील तर?''

चारू ताडकन उठून उभा राहिला. हेमांगी, स्नेहा, प्रसाद, दादा, रवी, सुजा... हे सगळं आठवून मनोमन हादरून गेला. आपण नक्की कुठल्या थराला चाललो आहेत? साधनाच असं नव्हे पण समजा उद्या कुठल्याही स्त्रीच्या मोहजालात मी अडकलो, माझी स्नेहमंडळी तिला अडचण वाटायला लागली, तर ती त्यांच्या जिवावरसुद्धा उठू शकते.

त्या बाईवरच मी अन्याय करतो आहे म्हणून उद्या कुणी माझ्या कुटुंबीयांवर अन्याय करू लागलं तर? कोणी अंधश्रद्धेच्या मार्गानं जाऊन अडाणीपणा केला तर? मग मी कोण उरेल? मी रावण व्हायचं?

चारू अस्वस्थ झाला. तिकडे चितळ्यांच्या अंगात रामदासस्वामी संचारले होते. चारूला चितळ्यांचा हेवा वाटला. आयुष्यभर त्यांनी रामदासस्वामी आणि मनाचे श्लोक यापलीकडे कशालाही स्पर्श केला नाही. मन शुद्ध ठेवलं. कशाच्या आहारी गेले नाहीत. त्यांनी फार काही उद्योग न करता अथवा फार कशाची चिंता न करता आयुष्याची ही यशस्वी कड गाठली! तीनही मुलं डॉक्टर! त्यांचे जोडीदारही डॉक्टर!

स्वत: सत्तरीच्या घरात असून प्रकृती ठणठणीत आणि मी फकाफक सिगारेटी काय ओढतो! अधून मधून व्हिस्कीच काय पितो! चितळ्यांसमोर आपली लायकी काय?

चारू सटपटला. उठून उभा राहिला. त्या हिरवळीवर शतपावलीच्या नावाखाली अर्धा तास चालत राहिला. न राहवून तो साधनाच्या सूटमध्ये गेला. ती खरोखरच शांत आणि गाढ झोपली होती. दिव्याच्या मंद प्रकाशात तो तिचा चेहरा न्याहाळू लागला. खूपच निरागस वाटत होता. हिच्याबद्दल आपण संशय घेतला? ही आपल्या प्रियजनांना इजा करणार? साधनाच्या चेहऱ्याकडे बघून परत फिरताना त्याला वाटलं, साधना आपल्याला हसते आहे. आपली कीव करते आहे. तो बाहेर आला पुन्हा खुर्चीत बसला. साधनाचा आवाज त्याच्या कानात घुमू लागला. ''अरे चारू, मी तुला इजा करणार? मी तुझ्या प्रियजनांना इजा करणार? मी? अरे माझ्या जिवापलीकडे प्रेम करते मी तुझ्यावर. एका संसारी, प्रापंचिक माणसावर. मला नाती कळत नाहीत? तुला काय वाटतं? आई-वडील, भाऊ-बहीण, पती-पत्नी, अपत्य! ही नाती जशी मी कधी अनुभवलीच नाहीत काय? या नात्यांबाबत मी पण तुझ्याइतकीच हळवी नाही काय? मी काही चोर, दरोडेखोर नाही. गुन्हेगार, राक्षस नाही. जादूटोणा करणारी चेटकीणही

नाही. मला फक्त तुझ्यात रस आहे. तुला काहीतरी देण्यात आणि तुझ्याकडून काहीतरी घेण्यात रस आहे. अगदी निराश झाले, तर मी तुला त्रास देईन. पण.... तुझ्या अगदी कुणालाही त्रास द्यायला मी काय डाकीण आहे? आणि असेनच तर लोकांसमोर माझं खरं स्वरूप येईल, याची मला भीती नाही का? आणि मी असं काही करण्याचा विचार जरी केला, तरी तू मला जिवंत तरी ठेवशील काय? अशा प्रसंगी तुझ्या मनात कुठल्याही थराला पोचू शकणाऱ्या क्रौर्याचं थैमान मला माहीत नाही का? खरंतर ते मलाच माहीत आहे. अगदी तुझ्या बायकोलाही नाही. तुला घाबरण्याचं काहीही कारण नाही.' चारूनं आसपास पाहिलं. त्याचं मनच त्याच्याशी गप्पा मारीत होतं. पण या गप्पांनी त्याला बळ दिलं होतं. तो आत येऊन पलंगावर आडवा झाला. चितळ्यांच्या निरूपणाचा अश्व सुसाट सुटला होता.

उरलेले दोन दिवस नागपुरात कसेबसे काढणं, एवढंच आता साधना करते आहे, हे चारूच्या लक्षात आलं होतं. आजचा सबंध दिवस सेमिनारमध्ये ती क्वचितच चारूच्या शेजारी बसली होती. त्याला न सांगताच कुठेही जात होती. अर्धाएक तासानं परत येत होती. कुणाकुणाशी गप्पा मारत होती. हात मिळवत होती. स्वत:चं कार्ड त्यांना देत होती. त्यांचं कार्ड स्वत:ला घेत होती.

दुपारी जेवायलाही ती चारूबरोबर नव्हतीच. सगळ्या हॉलभर हिंडत होती. कुणाकुणासमोर जाऊन उभी राहत होती. प्रत्येकासमोर उभं राहून दोन दोन घास खात होती. कधी कुणाची प्लेट स्वत:च्या हातात घेऊन, अन्नपदार्थानं भरून आणून त्यांना देत होती. दुरून चारू हे सगळं शांतपणे पाहत होता. इथे आल्यापासून ती त्याला जी चिपकली होती, ती एक इंचही त्याच्यापासून दूर गेली नव्हती. दुसऱ्या कुणाशी बोलणं तर दूरच राहिलं. ती कुणाकडे पाहतही नव्हती. आज हे असं का?

सायंकाळी सेमिनार संपल्यावर चारूला बाजूला घेऊन म्हणाली,

"चारू, तू होतोस का पुढे रेस्टहाउसवर? मी जरा लेल्यांचं घर शोधून जाऊन येते त्यांच्याकडे. जे कुणी भेटेल, त्यांच्याशी चार वाक्यं बोलून तरी येते."

"मी आलो तर नाही चालणार?"

"न चालायला काय झालं? पण तुझी काय ओळख करून देऊ?"

"का? मला माझी स्वत:ची काही ओळख नाही का?"

"आहे की! हेमांगी इंडस्ट्रीजचे मालक, चारुदत्त भावे! पण माझ्या मनात

आधी मी वेगळंच योजलं होतं.''

"म्हणजे?''

"मी मनात असं ठरवलं होतं, की तुला घेऊन जाईन लेल्यांच्या घरी! आणि त्यांना ठणकावून सांगेन, माझी विचारपूससुद्धा करत नाही म्हणून मी झुरत बसलेले नाही. लेले गेल्यानंतर हे चारुदत्त भावे माझी जबाबदारी घेणार आहेत.''

"लेले गेल्यावरच का? आत्ता या क्षणालाही तुझी जबाबदारी माझ्यावरच आहे आणि आत्ता, आज असं नाहीच! गेली वर्षानुवर्षं तुझी कायमची जबाबदारी माझ्या मनाला आरपार भेदून गेलेलीच आहे. त्यात नवीन काय? तू अशी वेडाचा झटका आल्यासारखं का वागते आहेस? का बोलतीएस?''

"चारू, जबाबदारी म्हणजे काय समजतोस तू? माझ्यावर हल्ला करण्यासाठी कुठले हल्लेखोर इथं टपून बसलेत? आणि म्हणून तलवार घेऊन तू माझ्याभोवती चोवीस तास पहारा करतो आहेस?''

"का? तुझ्या व्यक्तिमत्त्वाची, भाव भावनांची जबाबदारी नाही घेतली मी साधना? नीट आठवून बघ. अगदी तुमच्या घरी मी रहायला आलो त्या दिवसापासून... केवढा होतो मी तेव्हा? दहा-बारा वर्षांचासुद्धा नसेन...''

"पुरे. तुझी ही बकवास ऐकण्यापेक्षा मी तुझ्याबरोबर रेस्टहाउसवर येते.''

"अपेक्षाभंगाच्या एकाच फटकाऱ्यानं तू तुझ्या मनाचं सगळं सौंदर्य मातीत का घालायला निघाली आहेस? विवेकभ्रष्ट झालीएस तू.''

"प्लीज हं चारू. मला माझं वर्णन तुझ्या तोंडून अजिबात ऐकायचं नाहीए.'' असं म्हणून ती ताडताड चालत येऊन गाडीत बसली.

गाडी रेस्टहाउसवर आल्यावरसुद्धा माझं डोकं दुखतंय, मला मळमळतंय असं सांगत ती तिच्या सूटमध्ये जाऊन झोपली.

चारू हिरवळीवरील खुर्चीत बसून राहिला. मध्यंतरी जेवणाचं सांगायला एक माणूस येऊन गेला. मग तो जेवण ठेवूनही गेला. रात्रीचे नऊ वाजून गेले तरी साधना अजून उठली नव्हती. चारू खुर्चीतच झोपला होता...

हेमांगी रोजच्यासारखी देवाच्या समोर बसली होती. म्हणाली, 'आजची आणि उद्याची रात्र तेवढी सांभाळ. तूच सांभाळणारा आहेस. माझ्याकडे तुझ्याशिवाय दुसरा कुठलाही मार्ग नाही. आधारशक्ती नाही. अर्थात देवा साक्षात तूच मजबरोबर असशील तर दुसऱ्या कशाची गरजही नाही. पाच रात्री तर संपल्या.

ती सरळ मार्गानं काही घडत नाही, असं लक्षात आल्यावर नकारात्मक मार्गाने प्रयत्न करून पाहील. चारूला इमोशनली कॉर्नर करून पाहील. त्याच्यावर दबावतंत्राचा वापर करू शकते. त्याला चिथावू शकते. देवा, चारूला विचलित होऊ देऊ नका. चारूचा खंबीरपणा, कठोरपणा अखेरपर्यंत टिकलाच पाहिजे. परमेश्वरा, सहावे पाऊल मी चारूबरोबर टाकावे म्हणून आचार्यांसमवेत चारू म्हणाला होता,

ऋतुभ्य: षटपदी भव ।
साम माम् अनुव्रता भव ।

'हे कामिनी! विविध ऋतूंमधील आनंदाच्या प्राप्तीसाठी तू मजबरोबर सहावे पाऊल टाक. माझ्या मागोमाग ये.'

'आणि मी टाकले सहावे पाऊल चारूबरोबर. परमेश्वरा, आता तुझ्या हातात आहे सगळं. या पृथ्वीतलावर तुझ्या कृपेनं अवघा आनंद भरून राहिला आहे. त्या आनंदाच्या प्राप्तीसाठी भगवंता, तू आमच्या आत्म्याला स्पर्श करायलाच हवा ना? देवा, आज चारूच्या आत्म्याला अशा तीव्रतेनं स्पर्श करा, की तुमच्या अस्तित्वाशिवाय त्याला सगळ्याचा विसर पडावा. त्याच्या हातून असं कुठलंही कृत्य न घडो, की ज्यामुळे त्याची आनंदप्राप्तीची मानसिक कुवतच बिघडावी!'

तिनं मनात जप सुरू केला...

इकडे लाउडस्पीकर जोरात सुरू झाला, तशी साधना खडबडून जागी झाली. चारूही खुर्चीत चुळबुळला. साधनानं वॉश घेऊन डायनिंग टेबलावर पटापट जेवण मांडलं. चारूनंही हातपाय धुतले. एकमेकांशी एक अक्षरही न बोलता, ते ऐकू लागले.

इकडे गंभीर आवाजात प्राध्यापक जोगांनी श्लोक म्हटला,

विवेके क्रिया आपुली पालटावी ।
अती आदरे शुद्ध क्रीया धरावी ।
जनीं बोलण्यासारिखे चाल बापा ।
मना कल्पना सोडि संसारतापा ।।

'माणसानं नीट हिताहित विचार करून, आपल्या आचरणात बदल घडवून आणावा. शास्त्राला व संतसज्जनांना मान्य असे शुद्ध आचरण अंगीकारावे.

आपण जसे बोलतो, तसे आपले वागणे असावे. मना! संसार दु:खमय आहे हे खरे. परंतु त्याविषयी उगीच कल्पना करीत राहणे सोडून द्यावे.'

प्राध्यापक जोग निरूपण करताना विवेक आणि मनाचे संतुलन यावर पुन्हा पुन्हा जोर देऊन बोलत होते. म्हणत होते. "मानवी जीवनामधील विवेकाचे परमोच्च महत्त्व आपण जाणलं पाहिजे. विवेकातून ज्ञान निर्माण होते आणि ज्ञानातून सामर्थ्य वाढते. विवेकाचा प्रयोग केला, तर आत्मज्ञान निर्माण होते. त्याच्या सामर्थ्याने आपल्या व्यक्तिमत्त्वामध्ये महत्त्वाचा बदल घडू शकतो."

प्रा. जोग पुढे बोलतच होते. चारू आणि साधना एकमेकांशी काहीही न बोलता जेवत होते. चारूनं विचारलं,

"आता बरं वाटतंय का?"

"हो! मघापेक्षा बरं!"

"बाहेर फिरून यायचं का?"

"कुठे? त्या मंदिरात? त्या जोगसरांकडून आपला विवेक तपासून घ्यायला? तू जा. माझ्या विवेकाला काहीही झालेलं नाहीए." मुस्कटात बसल्यासारखा चारू गप्प बसला. जोग जोर देऊन म्हणत होते.

"विवेक सांभाळा, विवेक भ्रष्ट झाला की हातून एखादं विघातक, आसुरी, अघोरी, अतिरेकी कृत्य घडू शकतं."

साधना संतापून म्हणाली, "चारू, तू जा मंदिरात. मला झोप आलीए आणि त्या जोगांना माझा एक निरोप सांग. त्यांना म्हणावं, "अत्यंत विधायक, टोकाचं मानवतावादी, अतिशय तरल, टोकाचं संवेदनाक्षम आणि त्यागाचा परमोच्च गाठणारं कृत्य हे सुद्धा केवळ विवेकभ्रष्ट अवस्थेतच घडू शकतं. ज्याचा विवेक तराजूसारखा केवळ समतोलच दाखवतो, त्याचं सगळंच जीवन सपाट असतं. एकाच लयीत जाणारं. त्याच्या हातून वेगळं, विशेष असं काहीही घडू शकत नाही. उत्तुंग तर नाहीच नाही. असो! शब्दांमागे लपण्याची सोय वेगळी. कशाला नक्की काय म्हणतात लोक तेच कळत नाही! असो. मी झोपायला जाते."

ती तिच्या सूटमध्ये निघूनही गेली. चारू स्वत:च्या सूटमध्ये आला. कुठेही बाहेर पडण्याची त्याची इच्छा नव्हती. तो बेडवर आडवा झाला. झोप येणंच शक्य नव्हतं. जोग त्यांचं काम करतच हेते. साधना त्यांच्याबाबत उद्धटपणे बोलल्यामुळे त्यांचा आवाज ऐकताना चारूलाच उगा 'ऑक्वर्ड' वाटत होतं.

आजचा दिवस सेमिनारमध्ये पुढे सरकला. उद्या संध्याकाळच्या फ्लाइटची

तिकिटे बुक होती. उद्याच्या पेपरची आणि कन्क्लूडींग सेशनची वेळ त्या प्रमाणेच ठरवण्यात आली होती. साधना चारूशी एक शब्दही बोलत नव्हती. पण आज ती त्याला सोडून इकडे तिकडे जातही नव्हती. त्याला चिपकून बसली होती.

"का गं, आज भटकत नाहीएस?" चारूनं विचारलं.

"तुझ्याशेजारी बसून घेतीए आज आणि उद्या! पुण्यात असं मिळत नाही रे!"

"साधना, रागावलीस माझ्यावर?"

"कणभरही नाही."

"अरेरे!"

"का?"

"तुझ्या दृष्टीनं मी आता रागावण्याच्या लायकीचासुद्धा उरलो नाही, हेच खरं."

"चारू, तुझा आणि माझा देह, आत्मा प्रारब्धानं बाधित आहे. शापितच म्हण ना! तुला बदलता येत नाही. मी तुला बदलवू शकले नाही. तेव्हा रिलॅक्स! फार विचार करू नकोस. मी खात्री देते तुला! काहीही वेगळं घडू शकत नाही... म्हणजे तुझ्याकडून! तू फ्रँकली ॲक्सेप्ट कर आणि सोडून दे! तो पुरुषार्थच वेगळा असतो."

साधनाचं बोलणं त्याला खोलवर कापत गेलं. सहा रात्री त्यानं मनावर ठेवलेला संयम, हेमांगीशी पाळलेली एकनिष्ठता हा पुरुषार्थ नव्हता? साधनाच्या इच्छेप्रमाणे केवळ शरीराची भूक शमवण्यापेक्षा साधनाला एखादा चांगला जोडीदार शोधून द्यावा ही त्याच्या मनात निर्माण झालेली इच्छा आणि तसं करण्याची त्याची जिद्द हा पुरुषार्थ नव्हता? तो साधनाला काहीही बोलला नाही. स्वत:ची शेपटी स्वत:च्याच दातामध्ये पकडण्यासाठी स्वत:भोवती गोल गोल फिरणाऱ्या कुत्र्याची अवस्था आणि आपली अवस्था एकच आहे, असे त्यास वाटले. त्यापेक्षा तो नाद सोडून दिलेला बरा! असा विचार त्यानं केला.

सायंकाळी रेस्टहाउसवर आल्यावर साधना एकदम खुषीत म्हणाली,

"श्रीयुत चारुदत्त भावे, आज तुमच्याबरोबरची ही शेवटची रात्र. सातवी रात्र. या रात्रीचं वृथा दडपण मनावर घेऊ नका. गेल्या सहा रात्रींसारखीच ती सरेल आणि उद्या नेहमीसारखंच उजाडेल, याची खात्री तुम्हाला मी देते. पण प्लीज! आज माझ्यासाठी दोन माइल्ड बिअर सांगा. मी वचन देते, बिअर पिऊन

मी त्या दिवशीसारखी रडणार नाही. तुला काही मागणार नाही. त्रास देणार नाही. उलट, तुला आवडतील अशा रम्य बालपणीच्या गप्पा मारीन. तुलाही पिंप भरून व्हिस्की सांग. आज धमाल करूया आपण.''

असं म्हणत ती अंघोळीला गेलीसुद्धा!

चारूनंही आंघोळ केली. त्यानंतर त्यानं साधनाच्या खोलीत डोकावलं. बॅगेवर तिनं गोंदवलेकर महाराजांचा फोटो ठेवला होता. उदबत्ती लावली होती आणि ती पोथी वाचत होती. चारू आल्याचं तिला जाणवताच, त्याच्याकडे न पाहताच ती म्हणाली,

''ये रे चारू! गोंदवलेकर महाराजांची पोथी वाचतीए. तुझ्यावर कसलाही जादूटोणा करत नाहीए.'' साधनानं केलेली थट्टा न आवडून तो पुन्हा स्वत:च्या सूटमध्ये येऊन बसला.

आठ वाजता रेस्ट हाउसचा माणूस बिअर, व्हिस्की, सोडा, खाण्याचे पदार्थ वगैरे घेऊन आला. चारूनं छानपैकी सगळं टेबलावर मांडून त्याचं ड्रिंक्स तयार केलं. साधनाच्या ग्लासमध्ये बिअर ओतून ठेवली. तिचं वाचन संपवून साधना बाहेर येऊन बसली. चिअर्स झालं. साधना म्हणाली,

''सो मिस्टर चारुदत्त भावे, हाऊ आर यू?''

''मी म्हणजे काय टिंगल करण्याचा विषय आहे का?''

''अगं बाई! राग आला बाळाला?''

''साधना, प्लीज...''

''ए गप रे! एवढं सिरीयस व्हायला काय झालंय?''

''नाहीतर काय?''

''एकतर टिंगल मी करते आहे. तुझी करते आहे आणि आपण दोघेच असताना करते आहे.''

''साधना, तुला आठवतं?''

''हो, आठवतं की!''

''काय?''

''तेच जे तू म्हणतो आहेस ते! तुला माहीत. अजून मला कुठंय माहीत! पण मला आठवतंय हे मात्र नक्की!'' दोघे खळाळून हसले. चारू म्हणाला,

''तुमच्या घरी राहत असताना अभिजितनं माझी टिंगल केली, तर त्याच्या अंगावर तू धावून जायचीस. माझ्या डोळ्यांत पाणी आलं तर म्हणायचीस, चारू निंदा पचवायला शिक; मग बघ, तुझं कुणी काहीही करू शकत नाही.''

"मेल्या, काय आठवणी काढतोस रे!" तिचा कंठ दाटून आला. पण तिनं हसत हसत चारूच्या त्यांच्या घरातल्या आठवणींना उजळा द्यायला सुरुवात केली. चारूचं लोभस वागणं, वावरणं, काम करणं, परीक्षेत पहिलं येणं हे साधनाला स्वत:च्याच आयुष्याचा एक भाग वाटायचं. तिचं ते सुख होतं. तिचा तो आनंद होता.

आता उमाळ्यासरशी पुन्हा एकदा साधनाच्या तोंडून ते सगळं बाहेर पडू लागलं. एखाद्या कवितेसारखं, दीर्घ ओघवत्या कवितेसारखं. साधना स्वत:ला विसरून गेली होती.

मग चारू रत्नागिरीचं साधनाला सांगू लागला. कदाचित आधी कितीतरी वेळा सांगितलेलं, आनंद देणारं, कधी मनाला पीळ पाडणारं. दोघेही त्या आठवणींच्या लाटांवर स्वैर पोहू लागले. हलके हलके झाले. बिअर-व्हिस्कीनं त्यांचं काम केलं होतं. आता आनंदाला उधाण आलं होतं...

इकडे हेमांगीनं आज जरा जास्तच धूप फिरवला. अगदी समोरचंही नीट दिसत नव्हतं. पण धूपाच्या भारलेपणात हेमांगी खूप सुखावली होती. त्या भारलेपणाच्या पार्श्वभूमीवर आपण जी इच्छा मनात धरू ती पूर्ण होते, असं तिला वाटे. आज तर तिच्या व्रताचा शेवटचा दिवस होता. फक्त आजचीच रात्र चारू त्या बयेबरोबर नागपुरात होता.

हेमांगीनं स्वत:चं शरीर असं काही झटकलं, की त्यातून आजच्या रात्रीची तिची सगळी भीतीच उडून दूर जाऊन पडली. देवासमोर ती ताठ बसली. हात जोडले. डोळे मिटून घेतले आणि म्हणाली,

"हे दयाळू परमेश्वरा, चारूबरोबर मी चाललेल्या सातव्या पावलाची त्याला आठवण द्या. चारूबरोबर मी सातवे पाऊल चालावे म्हणून आचार्यांबरोबर चारू म्हणाला होता,

सखा सप्तपदी भव ।
सा माम् अनुव्रता भव ।

हे सखी! निरंतर सख्याच्या प्राप्तीसाठी तू मजबरोबर सातवे पाऊल टाक. माझ्या मागोमाग ये.

'मी चालले ते सातवे पाऊल. सगळ्या आप्तेष्टांनी गजर केला, "हे वधूवरांनो! तुम्ही सात पावले एकत्र चाललात. तुमचे सख्य दृढतम झाले. तुमचं

दोघांचं जीवन अभिन्न होवो. दोन शरीरे एक आत्मा अशी होवो.

'परमेश्वरा, निरंतर सख्य म्हणजे काय, ते आधी मला आणि माझ्या चारूला समजावून सांगा. सख्य म्हणजे दोन शरीरे एक आत्मा असं शास्त्र सांगतं. नुसतं सांगत नाही, तर त्या मंत्रोच्चारामध्ये एवढी ताकद असावी, की प्रत्यक्ष प्रपंच करताना ते प्रत्ययास येतं. मला आलं. चारूलाही आलं.

'पण चारूचा गोंधळ अजून कायमच आहे. प्रपंच म्हणजे जे आहे त्यालाच आपलं म्हणणं हेच ते सख्य! पण चारू जे आपलं नाही, तिथे जाऊन सख्य शोधायचा प्रयत्न करतो. तोंडावर पडतो. भ्रमात सत्य सापडेल का? वेडा आहे चारू! सत्याचा दाहकपणा नको म्हणून भ्रमातला शीतल शिडकावा त्याच्या मनाला बरा वाटतो.

'भ्रमातला खुळचटपणा, मधाळपणा, लालसा, ती आसक्ती आणि हुरहुर यापाठोपाठ समोर जो आगडोंब येतो, त्याचं विदारक चित्र त्याला दाखवा. त्यात होरपळून सख्य कसं काळं ठिक्कर पडतं, भयाण, विद्रूप होतं, त्याचं चित्र त्याला दाखवा.

'चारूला एवढंच पुरे! तो सुसाट गतीने संसाराकडे पळत सुटेल. आज रात्री माझ्यासाठी एवढे कराच. माझा संसार, माझं घर, माझा चारू, माझी मुलं, माझे आप्तेष्ट या सगळ्यांना वाचवा परमेश्वरा!'

तिचे डोळे पाण्यानं भरले. तिनं डोळे मिटून जप सुरू केला....

इकडे चारू आणि साधनाच्या गप्पांनी सुखाचा, हसण्याचा परमोच्च गाठला होता. जुनं काही सांगून दोघे एकमेकांच्या अंगावर पडेपर्यंत हसत होते.

ड्रिंक्स संपल्यावर छान जेवण झालं साधना म्हणाली, "चल, मंदिरात जाऊन ऐकायचं प्रवचन?"

"ड्रिंक्स आणि नॉनव्हेज झाल्यानंतर?" चारू म्हणाला.

"ते एक तुझं फार असतं हं..." तिचा स्वर टिंगलटवाळीचा होता.

"म्हणजे मी काही नाटक करतो का?"-चारू.

"प्रत्येक स्त्रीला माताभगिनी मानू शकतोस. चेहऱ्यावर तसे भाव आणू शकतोस." साधना टिंगलच करत होती.

"तेही खोटं?" चारू वैतागला.

"सोड रे चारू! भूक असह्य झाली की कुठल्याही मार्गानं अन्न मिळवण्याचा विचार तूसुद्धा करतोसच! पण भेकड! अन्नाची चोरी नाही करता आली, धाडस

नाही झालं, तर नाइलाजानं उपाशी राहणारा! आणि पुन्हा त्यालाच उपवास व्रत म्हणणारा नंबर एकचा खोटारडा तू! कशाला बाकी तत्त्वज्ञानाच्या गप्पा मारतोस? आयुष्य प्रत्यक्ष जगण्यापेक्षा त्याचं नुसतंच वर्णन करून आणि वर्णन ऐकून मनाचं समाधान करून घेणारा दुर्बल तू! गप्प बैस!''

साधनाचा आवाज वाढतच चालला होता. तेवढ्यात स्पीकरवर कुलकर्णी-गुरुजींचा आवाज येऊ लागला. एखाद्या आकाशवाणी सारखा!

मना पाविजे सर्वही सूख जेथे ।
अती आदरे ठेविजे लक्ष तेथे ।
विवेके कुडी कल्पना पालटीजे ।
मना सज्जना राघवी वस्ति की जे ।

''मना! ज्या ठिकाणी सर्व सुख प्राप्त होते, त्या ठिकाणी अतिशय पूज्य बुद्धीने आपले लक्ष गुंतवून ठेव. त्याचप्रमाणे अगदी सरळ विचार करून वाईट मनोवृत्ती टाकून दे व तिच्या जागी दुसऱ्या चांगल्या मनोवृत्तीचा स्वीकार कर. मना, तू भगवंतापाशीच कायमचा निवास कर.''

साधना मोठमोठ्यानं हसू लागली. टाळ्या वाजवू लागली. चारू चिंतेत पडला. म्हणाला, ''मला वाटतं, बिअरमुळे तुझ्या मनावरचे धोरणात्मक बंध बरेच सैल पडले असावेत.''

''कसली रे घाणेरडी तुझी भाषा? मला बिअर मस्त चढलीए. मला मस्त छान झालीए.''

''मला वाटलं, कुलकर्णीगुरुजींच्या श्लोकामुळे तुझं मानसिक संतुलन बिघडलं की काय?'' चारू थोडं कुजकटासारखंच बोलला.

''अरे सोड रे! त्या कुलकर्णींचं कौतुक तुला. आणि मानसिक संतुलन बिघडणारे लोक तुम्ही; आम्ही नाही.'' ती कुत्सितपणे म्हणाली.

''तुम्ही आणि आम्ही?'' चारूला धक्काच बसला.

''चारू, तुझा आणि माझा मेन्टल ग्रुप वेगळा आहे. आमच्या मेन्टल ग्रुपचे लोक असे तुझ्यासारखे भंपक आणि बोअरिंग नसतात.''

''मी भंपक आणि बोअरिंग? एवढं क्रिएशन करणारा मी भंपक आणि बोअरिंग?''

''तुझं तूच चाट तुझं क्रिएशन! मला काय सांगतो कौतुक त्याचं! आमच्या मेंटल ग्रुपमध्ये असे ढिगानं आहेत क्रिएशन करणारे... आणि आमच्या एकमेकांना

चांगल्या ओळखी असतात. आम्ही लगेच एकमेकांना हात देतो. एकत्र येतो. कळप करतो. त्यामुळे आम्ही कधीच एकटे पडत नाही. पण चारुदत्त भावे, आजपासून तुम्ही मात्र एकटे पडलेले आहात, हे निश्चित!''

''जसं काही ते सगळं तुझ्यावरच अवलंबून होतं!''

''नाही नाही! तुझ्या मेंटल ग्रुपचे करोडो लोक आहेत. पण तुमची, एकमेकांना नीट ओळखसुद्धा नसते. त्यामुळे एकमेकांना हात देऊन एकत्र येणं तर दूरच!''

''साधना, तू इतकी एकेरीवर का आलीस? आणि अचानक इतकी परकेपणानं का बोलते आहेस?''

''तू माझ्या मानसिक संतुलनावर आलास ना एकदम! तर हा परकेपणा अचानक वगैरे सुरू झाला नाही. आपल्या विद्वत्तेला आणि वागण्याला माझ्याकडून सुरू झालेला हा प्रतिसाद आहे. ही प्रतिक्रिया आहे आणि ही फक्त सुरुवात आहे. परकेपणा म्हणजे काय, हे तुम्हाला आता हळूहळू कळायला लागेल.''

''तुझी इच्छा!''

''माझ्या इच्छेचं मोल कवडीइतकंही नाही तुला. मला या क्षणी तुझ्याकडून कामतृप्ती हवी आहे? देतोस? फक्त आजची रात्र. उद्या विसरून जाऊ. माझी कसलीही मानसिक जबाबदारी तुझ्यावर नाही. आहे तयारी?'' ती बोलायची थांबली आणि सूक्ष्मपणे त्याच्या चेहऱ्यावर होणारे बदल टिपू लागली. तो तणावाखाली येऊन काही बोलण्यासाठी शब्दांची जुळवाजुळव करत असतानाच ती ताडकन पुढे म्हणाली,

''चेहऱ्यावरचा घाम पुसा मिस्टर भावे. तुम्हाला काहीही जमणार नाही. मी झोपायला चालले आहे. आणि माझ्या खोलीचे दार मी आतून बंद करून घेत आहे. तुमचा विचार बदलला तरी आता आमचं दार वाजवू नका. तुमच्यासाठी तो रस्ता कायमचा बंद झालाय असं समजा.'' ती बजावल्यासारखी बोलली आणि तिच्या सूटमध्ये जाऊन झोपलीसुद्धा. अर्थातच तिनं बोलल्याप्रमाणे दार काही लावलं नव्हतं. चारूला त्या स्थितीतही जरा बरं वाटलं.

चारू बाहेर आला. हिरवळीवरच्या खुर्चीत बसला. सिगारेट ओढू लागला. कुलकर्णी गुरुजींची मधाळ देववाणी ऐकू येतच होती. चारूच्या मनात एक विषय संपल्याची भावना निर्माण झाली होती. या विषयाच्या संपण्याबरोबर काही नवीन गुंतागुंत सुरू होणं अनिवार्य आहे, हे समोर दिसतंच होतं. पण त्या सगळ्यांना तोंड देण्याची मानसिक तयारी करणं आवश्यक होतं.

माझ्या जागी दुसरं कुणीही असतं, तरी साधनाबरोबर देहभोग घेऊन विसरून जाणं, काही घडलंच नाही असं समजणं, आपापल्या जीवनात पुन्हा सामावून जाणं, त्याला शक्य झालं असतं! असं साधनाला ठाम वाटतंय आणि तेच तिला नॉर्मल वाटतंय. आपल्याला तसं न जमल्यामुळे तिनं आपल्याला मोडीत काढलंय. आपल्याला दुर्बल, अॅबनॉर्मल म्हटलंय. भंपक, बोअरिंग म्हटलंय. माझ्यात 'पुरुषार्थ' नाही असं म्हटलंय.

चारूला आजपर्यंत इतकं हीन कोणी बोललं नव्हतं. संतापल्यानंतर यापेक्षा घाण शब्दांत हेमांगी बोलते. पण त्यात परकेपणा नसतो. हा फरक भयंकर आहे. साधनानं इतक्या परकेपणानं त्याला वेगळं काढलं, की त्याचा सल त्याला सहन होत नव्हता.

तिचा मेंटल ग्रुप म्हणे! असू देत! हेमांगी, स्नेहा, प्रसाद, दादा, रवी, सुजा, विष्णू, अविनाश, पद्माकर... आणि कितीतरी! हा माझा मेंटल ग्रुप आहे. असो! साधनाच्या हातात मला एखादं सर्टिफिकेट देण्याची अॅथॉरिटी आहे असं ती समजते. असं मी समजलं नाही, की सगळे विषय संपतात.

झोपायला हरकत नव्हती! तो आत पलंगावर येऊन झोपला. दार उघडं ठेवून. कुलकर्णी अजूनही सांगत होतेच. त्यांचा मेंटल ग्रुप पण साधनाच ठरवणार का? त्याला हळूहळू बरं वाटू लागलं.

एकमेकांशी न बोलताच दोघेजण सेमिनार हॉलमध्ये पोचले. त्यांच्या बॅगा ठेवायला एका खास हॉलची व्यवस्था केली होती. कारण बहुतेक लोक आजचं लेक्चर ऐकून तिथूनच थेट आपापल्या गावी निघणार होते.

दोघांचंही लेक्चर ऐकण्यात लक्ष लागत नव्हतं. तरीही चारू ऐकण्याचा प्रयत्न करत होता. साधना चारूला सोडून कुठेच गेली नाही. लेक्चर अपेक्षेपेक्षा लवकर संपलं. त्यातून काहीच निष्पन्न न झाल्याने प्रश्नोत्तराचा तासही यथातथाच संपला.

समारोपाच्या कार्यक्रमात चारूचं अतोनात कौतुक झालं. भारतातील मुख्य उद्योगपतींमध्ये लवकरच चारुदत्त भावे हे नाव आदरानं घेतले जाईल, असा आशावाद बऱ्याच वक्त्यांनी व्यक्त केला.

पेपर सादर करणाऱ्या एक्स्पर्ट्सच्या वतीनं चारू बोलला. सेमिनारचे विषय वगैरे याबाबत काहीही न बोलता सेमिनारच्या आयोजनाबद्दल भरभरून बोलला. प्रत्येक विभागाच्या व्यक्तीचं नाव घेऊन अगदी गदगदलेल्या स्वरात सगळ्यांचं कौतुक केलं. संयोजकांचे कष्ट, नियोजन, अगत्य या सगळ्यांचा उल्लेख केला.

त्यांनी पुरविलेल्या सोयीसुविधा, घेतलेली काळजी वगैरे. तो तपशिलात जाऊन बोलत होता. वातावरण एकदम घरगुती आणि भावनाशील होऊन गेलं. अत्यंत उच्च दर्जाच्या उत्कृष्ट सेमिनारचं आयोजन कसं करावं, हे शिकण्यासाठी दोन दिवस मी इथे येऊन राहणार आहे, असं जेव्हा तो म्हणाला, तेव्हा संयोजकांचे डोळे पाण्यानं भरले.

दोघांचं लगेच लगेज घेऊन कार नागपूर एअर पोर्टला पोचली. चारूनं फोन करून किशोरला पुणे एअर पोर्टला येण्याच्या सूचना दिल्या. विमान सुटायला एक तास अवकाश होता. वेटिंग रूममध्ये दोघे एकमेकांशेजारीच बसले होते. साधनानं बोलायला सुरुवात केली.

''चारू, तुला राग येणार नसेल तर थोडंसं बोलण्याची इच्छा आहे.''

''बोल, मला ऐकायला आवडेल.''

''या माझ्या बोलण्याचा तुला पुढे फायदा व्हावा, असा हेतू आहे. तो हेतू तुला खरा वाटणार असेल तर बोलते.''

''माझ्याशी बोलण्यापूर्वी तुला अशा प्रस्तावनेची गरज पडते. म्हणजेच तू मला मनातून दूर केलं, ही गोष्ट निश्चित!''

''यावर मला काहीच म्हणायचं नाही. पण आपण रेस्टहाउसवर आठवडाभर राहिलो. त्या दरम्यान तू जे काही वागलास, त्याला 'ग्रेट' वगैरे समजण्याचा अडाणीपणा करू नकोस. तू एखाद्या साध्या सर्वसामान्य माणसासारखा वागला असतास, तर तेही फार 'ग्रेट' वगैरे नसतं मानलं. पण तुझं वागणं मात्र एका भेकड आणि मूर्ख माणसाचं वागणं होतं. व्यवहारामध्ये त्याला कवडीचीही किंमत नाही.''

''हे तू मला आधीसुद्धा ऐकवलं आहेस.''

''तू स्वत:च्या वागण्याबद्दल अजूनही गोंधळात आहेस. बरोबर की चूक? हा प्रश्न. भविष्यावर काही परिणाम? ही भीती. आणि लाजेनं मान खाली! काय मिळवलंस हे असं वागून? नको, सांगू नकोस. तुला शब्दांची काहीतरी फसवी जुळवाजुळव करावी लागेल.''

''अजून काही?''

''जगात वागताना ही वागण्याची पद्धतच नव्हे. मला तुझी काळजी वाटते, म्हणून बोलते आहे. तू खड्यासारखा बाजूला निवडून निघशील. चारचौघांतून दूर फेकला जाशील. तुला काहीही मिळणार नाही. तुला हवं असलेलं तर कधीच मिळणार नाही. लोक तुला मिळू देणार नाहीत. तू खरोखरच एक टिंगलीचा

विषय बनू शकतो.''

''मी नीट लक्ष देऊन ऐकतो आहे.''

''अरे, भिकारीसुद्धा स्वत:चं पोट भरतात; कारण कुठल्याही मार्गानं स्वत:चं पोट भरणं हा स्वत:चा हक्क समजतात ते! आणि तुला ते जमत नाही. छातीवरचा पदर फक्त दोन बोटेच मी खाली घेतला, तर कुणाला 'या' अशी विनवायची मला गरज पडणार नाही चारू! तेवढी मी आहे! मी स्वत:हून तुला सगळं काही देऊ केलं; पण तू भेकड! तुला काय वाटलं? तुझ्या बायकोला, मुलांनाच मी काही अपाय करते आहे? शी! आणि पाप-पुण्याच्या तुझ्या कल्पना! शी! शी! अडाणीपणा! दुसरं नावच नाही. पुन्हा वर तुझ्या बायकोशी एकनिष्ठ राहण्याचा खटाटोप! अरे कुणाशी एकनिष्ठ? जिनं चौदा वर्षांतील दहाहून अधिक वर्षे तुला एकट्यालाच रात्र-रात्र तळमळत ठेवलं. छे! अरे सात रात्री सुखाचा सागर निर्माण केला असता आपण! आणि तुला अगदीच तणाव वाटला असता, तर सगळं इथंच विसरून पुण्याला गेलो असतो. आज तू जसा बायकोसमोर उभा राहणार आहेस, तसाच सगळं करूनही उभा राहिला असतास. याला प्रक्टिकल पुरुषार्थ म्हणतात. तू केलास त्याला थिअरॉटिकल नपुंसकपणा म्हणतात.''

''मी 'नपुंसक' नाही हे सिद्ध करण्यासाठी अजूनही इथून तुला घेऊन इथे आजची रात्र राहावं, असं तुला वाटतं? तसं घडणार नाही, हे नक्की!''

''तू काय तुझ्या संयमाची परीक्षा घेण्यासाठी मला इथं घेऊन आला होतास का? मला तुझ्या संयम टेस्ट करण्याच्या प्रयोगातलं एक साहित्य समजलास का? तसं असेल तर अत्यंत हलकट आणि नीच माणूस आहेस तू!''

''मी तुझा क्रोध समजू शकतो. त्यामुळे तुझे शब्द मी ऐकतच नाहीए. रादर तुझा मी अपमान केलाय, या भावनेनं तू जास्त जळते आहेस.''

''मग काय? आता माझी माफी मागणार का? भावे, तसला काहीही ड्रामा करू नका. तुम्ही माफी मागू नका. मी तुम्हाला स्वत:हून क्षमा करते आहे.''

''मी गप्प बसतो साधना!''

आणि तो खरंचच गप्प बसला. तीही गप्प बसली. विमानात तिनं जेवण घेतलं. तिला ते घ्यावंच लागणार होतं. कारण तिच्यासाठी जेवण तयार करून तिची वाट पाहणारं घरी कुणीच नव्हतं. तिला कंपनी म्हणून विमानातच जेवावं असं चारूला वाटलं. पण तिच्या लेखी आता त्याच्या कुठल्याही भावनेचं आणि कृतीचं काहीही महत्त्वं नव्हतं.

पुणे एअरपोर्टवर किशोर गाडी घेऊन तयार होताच. दोघेही मागच्या सीटवर गाडीत बसले. चारू म्हणाला,

"किशोर, मॅडमला आधी घरी सोडूयात."

त्याप्रमाणे गाडी आधी साधनाच्या घरी गेली. साधनाबरोबर चारूही खाली उतरून बंगल्यात आला. बंगल्याच्या व्हरांड्यात आरामखुर्ची टाकून लेले काहीतरी वाचत बसले होते. त्यांच्या देखभालीसाठी असलेला एक मेल नर्स आणि घरातील कामाच्या दोन महिला अजूनही तिथेच होत्या.

तरीही साधनानं स्वत: कॉफी केली. तोपर्यंत चारू लेल्यांशी जुजबी बोलत होता. त्याला लेल्यांशी बोलताना फारच आत्मविश्वास जाणवत होता. मनातून अभिमानाचं, ताठ मानेचं वाटत होतं. 'पुरुषार्था'चं वाटत होतं.

त्यानंतर तो घरातल्या पार्किंगमध्ये आला. मित्रा सुसाट त्याच्याकडे आला. त्यानं मित्राला जवळ घेऊन कुरवाळलं. स्नेहाला खसकन ओढून त्या दिवशी पहाटे हेमांगी निघून गेली. तेव्हापासून त्याला मित्रापुढे जायला लाज वाटे. तो मित्राला गाडीतून कंपनीत नेई, आणे; पण त्याच्याशी मस्ती करत नसे आणि मित्राही आपल्यावर रागावून आपल्याकडे दुर्लक्ष करतो आहे, असं चारूला वाटे. आज मित्राला मिठी मारल्यानं त्या सगळ्या शंका संपल्या होत्या.

एव्हाना स्नेहा खाली पळत आली होती. तिला कडेवर घेऊन चारू जिना चढू लागला. दारात उभी असलेली हेमांगी मधाळ हसली. तिनं भुवया उंचावून चारूला 'काय' असं विचारलं. चारू हसला. 'सगळं काही छान' असा आविर्भाव त्यानं केला. हेमानं थेटच विचारलं,

"म्हणजे काय?"

"अगं, अगदी इनटॅक्ट! जसा गेलो होतो, तसाच परत आलो आहे. तुझ्याशपथ, स्नेहाशपथ, आपल्या प्रसादाशपथ!"

"थँक्स चारू! माझा विश्वास सार्थ ठरवलास."

तिचे डोळे पाण्यानं भरून आले. हळूहळू सुमन, किशोर आणि सर्व्हन्ट्स क्वार्टरमधले बरेच लोक भोवती जमू लागले. हास्यविनोद सुरू झाले.

चारू अधूनमधून हेमांगीकडे पाहत होता. त्याला स्वत:बद्दल अभिमानाचंच, ताठ मानेचं आणि पुरुषार्थाचं फीलिंग येत होतं. तो सुखावत होता. सुखानं भरून येत होता.

बंगल्यात एकट्या पडलेल्या साधनाचा आक्रोश त्याला तेवढ्या तीव्रतेनं ऐकू येईनासा झाला. तिचा चेहरा तेवढ्या हट्टानं त्याच्या नजरेसमोर येईनासा झाला.

आपण जे वागलो त्यात योग्य-अयोग्य, चांगलं-वाईट हे ठरवणारी साधना नसून हेमांगी आहे, अशी त्याची खात्री पटल्यानं त्याच्या मनावरचा ताण कमी झाला. आपण आपल्या स्वतःच्या घरात तरी मालकासारखे फिरू शकतो. साधनाच्या आणि स्वतःच्या अशा दोन्ही घरांत चोर म्हणून वावरायला लागण्याचा धोका टळला होता.

त्यानं किशोरला दोन माइल्ड बिअर आणायला सांगितलं.

-०-०-०-

१

नागपूरहून येऊन आठ दिवस झाले. पंधरा दिवस झाले. महिना झाला. चारू आणि हेमांगीचं वागणं एकमेकांचा अंदाज घेत चाललं होतं. दोघेही एकमेकांची मर्जी सांभाळण्याचा आटोकाट प्रयत्न करीत होते. एकमेकांना कणभरही न दुखवण्याची धडपड करीत होते.

एक दिवस हेमानं तिची सगळी मन:स्थिती कथन केली. त्या दिवशी पहाटे स्नेहाला घेऊन माहेरी गेल्यापासून पुन्हा चारू नागपुराहून येईपर्यंतचं सगळं सांगितलं. सात रात्री तिनं केलेली पूजा, तिनं केलेला जप आणि सप्तपदीच्या प्रत्येक पावलाची केलेली मनधरणी हे सगळं सांगितलं. चारू गलबलून गेला.

हेमाच्या मनात चारूकडून ऐकण्याची इच्छा होती. नागपुरातल्या सात रात्री काय घडलं? नक्की काय केलं गेलं? हे सगळं तिला ऐकायचं होतं. पण जसं घडलं तसंच्या तसं सांगण्याची चारूच्या मनाची तयारी होत नव्हती.

हेमांगी आज जरी समजूतदारपणे वागत असली, तरी ती कशावरूनही आणि काहीही समज करून घेण्यात पटाईत होती. पुन्हा तिचा जो समज होईल, तोच फायनल! त्यात ब्रह्मदेवही बदल करू शकत नाही. इतकी वर्षे चारू त्याचा अनुभव घेत होताच. त्यामुळे चारू हुरळून जात नव्हता.

चारू खूप शांत होता. तर हेमांगी खूपच इक्साइटेड! सुरुवातीचे आठ-दहा दिवस शांततेतच गेले. न राहवून हेमांगी म्हणाली होती,

"चारू, मी तुझी माफी मागायची आहे की माझ्याजवळ ये, अशी तुला विनवणी करायची आहे?" चारू खजील होऊन म्हणाला, "मला थोडा वेळ दे, हेमा. नागपुरात सात दिवस सात रात्री जे वागणं-बोलणं झालं ते तुला सांगितल्या-शिवाय मला स्वच्छतेचा फीलच येत नाहीए. मी आक्षेपार्ह काही वागलो-बोललो नसलो, तरी खूप यातनांमधून गेलो. भीतीमधून गेलो. माझ्या मनावर अजूनही तणाव आहे. मी तुला सगळं सांगेन आणि मगच तुझ्याजवळ येईन."

"ठीक आहे. हवा तेवढा वेळ घे. पण उगाच टेन्शनमध्ये, भीतीमध्ये राहू नको. मी तुझ्याबरोबर आहे." हेमांगी असं म्हणाली, त्यालाही दोन आठवडे उलटून गेले.

भीती हेमांगीची फार वाटत नव्हती. चारूला भीती साधनाची वाटत होती. ती आता काय करेल? खरंतर आयुष्यामध्ये तो असा कधीच डगमगला नव्हता. पण त्याला नागपूरहून आल्यानंतर धास्तावल्यासारखं वाटत होतं.

खरंतर चारूची पद्धत वेगळी होती. एखाद्या व्यक्तीमुळे मनामध्ये जरासुद्धा तणाव निर्माण होतोय, असं वाटलं तर तो लगेच त्या व्यक्तीबरोबर संभाषण करत असे आणि तणाव संपवून टाके. साधनाला त्याने दोन वेळा फोन केला. बोलण्याची, भेटण्याची इच्छा व्यक्त केली. पण तिनं थंडपणे सांगितलं. "चारू, आता इच्छा नाही. लगेच होणारही नाही. कंपनीचं काही काम असेल, तर मी दिवसातून दहा वेळा तुझ्याकडे येईन. तुझ्यापुढे दहा तास बसेन. उद्या म्हणालास तरी तुझ्याबरोबर कुठेही यायला निघेन. दहा दिवस तुझ्याबरोबर कुठल्याही गावाला, रेस्टहाउसमध्ये, हॉटेलमध्ये राहीन, अगदी एका खोलीत राहीन. अगदी दहा दिवस; पण कंपनीच्या कामासाठी. कंपनी आपली आहे ना चारू! पण त्याव्यतिरिक्त मला तुझ्याशी निव्वळ गोड-गोड आणि निरर्थक बोलण्याची इच्छा नाही. म्हणजे अशी इच्छा पुढे निर्माणच होणार नाही, असं नाही. पण सध्या तरी नाही. तेव्हा प्लीज! माझ्याबद्दल काही गैरसमज करून घेऊ नकोस. माझ्या मनात तुझ्याबद्दल राग, द्वेष, तिरस्कार असलं काही नाही. पण मला आता माझं स्वत:चंही काही बघायला हवं ना? ते प्लीज बघू दे! आणि त्यात मला तुझी मदत तर नकोच; पण ढवळाढवळ किंवा डिस्टर्बन्सही नको. तेव्हा प्लीज! मला उगाच बिनकामाचा फोन करत नको जाऊस! खूप काम असतं रे! लोक समोर उभे असतात. बोलायलाही ऑकवर्ड होतं. ओके? चल बाय! बी

हॅपी!''

यानंतर चारू सटपटला होता. मधूनच त्याच्या मनात भीतीची भावना निर्माण होई. साधनाचं असं वागणं म्हणजे वादळापूर्वीची शांतता होती. न राहवून त्यानं किशोरला सगळी माहिती काढायला सांगितली होती. ''तिचं- माझं बरचसं भांडण झालं आहे. ती आपल्याशी धोकादायक वागू शकते. तेव्हा किशोर, जरा नीट खोलात जाऊन माहिती हवी आहे.'' असं तो किशोरला म्हणाला, तेव्हा किशोरच थिजल्यासारखा झाला. तो काहीही रिॲक्ट न होता एवढंच म्हणाला,

''सर, एक आठवडा द्या.''

या गोष्टीलाही पंधरा दिवस होऊन गेले. किशोरही काही बोलत नव्हता. टेन्शन वाढत होतं. कुठल्याही गोष्टीला परिणाम असतो हेच खरं! कर्माला फळ असतं हेच खरं! असे विचार करून त्याचा चेहरा आणखी पडू लागला. या सगळ्या भानगडीत त्याला स्नेहाशी आणि हेमाशी नीट वागता येईना. त्याचं आणखी वाईट वाटू लागलं.

आता मात्र पद्माकरशी बोलायलाच हवं होतं. त्याच्या शब्दांचे दोन फटके आपल्या मनाला हवेच होते.

सकाळच्या वेळी कमी ट्रॅफिकमध्ये किशोर झपाझप गाडी चालवत होता. कंपनी अजूनही आठ किलोमीटरवर होती. किशोरनं गाडी रस्त्याच्या कडेला, खाली उतरवली आणि बरीच आत उभी केली. गाडीचं इंजिनही बंद केलं. चारूनं विचारलं,

''काय झालं किशोर?''

''सर इन्फर्मेशन पक्की आहे.''

''बोल.'' चारूची छाती धडधडू लागली.

''साधना मॅडम आणि माधव बुद्धिसागर लग्न करणार आहेत.''

''काय? माधव बुद्धिसागर म्हणजे तो मेहता ग्रुपमधलाच ना रे?'' चारूला खूप धक्का बसला.

''हो सर!''

''त्याला बायको आहे. साधनाचा नवरा जिवंत आहे.''

''लेले महिन्याभरात जातील असं डॉक्टरांनी सांगितलंय आणि माधवसरांची बायको त्यांना कागदावर रीतसर घटस्फोट देणार आहे. त्यांच्या संमतीनंच चाललंय सगळं!''

“हॉरिबल, भयंकर आहे सगळं.”

“त्यानंतरही ते सगळे एकत्र राहणार आहेत. साधना मॅडम बायको म्हणून राहणार तर त्या अशाच राहणार?”

“हा असला काही उपाय असू शकतो? हा असला काही प्लॅन असू शकतो?” चारूनं हताश होत म्हटलं.

“सर, यापुढचा प्लॅन आणखी भयानक आहे.” किशोर म्हणाला.

“आता आणखी काय?”

“कारखाना तुमच्याकडून काढून घ्यायचा आणि माधवसरांना भाडेतत्त्वावर चालवायला द्यायचा.” हे बोलल्यावर मात्र चारूच्या अंगावर सरसरून काटा आला. बर्वेकाकांना दिलेला शब्द मोडून आपण साधनावरच्या प्रेमापोटी तिला सांगितलं होतं, की तो कारखान्याचा मालक नसून भाडेकरू आहे. त्या माहितीचा ती अशा घातपाती पद्धतीनं वापर, उपयोग करेल. असं त्याला खरंच स्वप्नातही वाटलं नव्हतं.

“पुढे आणखी काही?” चारूनं विचारलं.

“साधना मॅडम, माधव सर आणि त्यांची बायको हे सगळे रात्री अमेरिकेत बर्वेसरांशी बोलतात. चर्चा करतात. काही दिवसांनी, म्हणजे लेले गेल्यानंतर बर्वेसाहेब इथं येऊन सगळा न्यायनिवाडा करणार आहेत.”

“बर्वेकाकांचं आणि माझं एवढ्यात दोनदा बोलणं झालं. पण त्यांनी काही उल्लेखही केला नाही. एनी वे... थँक्स किशोर! एवढी तपशिलात माहिती काढलीस? काही रिस्क घेतलीस?”

“नाही सर! माधव सरांच्या गाडीवरचा ड्रायव्हर सावंतवाडीवाला आहे.”

“ठीक आहे. चलू या.”

गाडी फॅक्टरीत आली. चारू सुन्न झाला होता. नागपूरहून येऊन एक महिनाच झाला होता. एका महिन्यात इतकं घडूच शकत नाही. याचा अर्थ या सगळ्याची तयारी खूप आधीपासून चालू होती? नागपूर ट्रिपच्या आधी काही महिने ही तयारी चालू असेल. मग साधना माझ्याबराबेर गेले काही महिने उत्तेजित होऊन वागते आहे, त्याचं काय? नागपूरला माझ्याबरोबर येऊन आठवडाभर तिनं मला ज्या विनवण्या केल्या, त्या कशासाठी?

तो फॅक्टरीत येऊन पोचला. काम चालू झालं. अपूर्वाशी तो हास्यविनोद करत होता. लोक येऊन भेटत होते. फाइल्सवर तो सह्या करत होता. पण मनात मात्र आक्रोश चालू होता.

"साधना, तू असं करून काय मिळवते आहेस? तू सरळ एखाद्या चांगल्या अविवाहित तरुणाशी लग्न का करत नाहीस? उगाच माधवचा तरी संसार मोड, नाहीतर माझा तरी मोड, असं का? मागे एकदा साधना मला गमतीनं म्हणाली होती, शेवटी रत्नागिरीच्या मधल्या आळीतला तू! तुला प्रगत मनाची भूक काय असते ते काय कळणार? हीच का ती प्रगत मनाची भूक?

असेल! कदाचित तसंही असेल. मी तिला तत्त्वज्ञानाचे धडे पाजत बसलो. माधवनं त्याच्या बायकोकडून घटस्फोटाच्या कागदावर सही घेऊन त्याच कागदांनी हेमांगीची ओटी भरली. खरंच याला धाडस म्हणत असावेत. प्रॅक्टिकल व्यवहारी, प्रोफेशनल म्हणत असावेत. प्रगत म्हणत असावेत.

चारू असा स्वत:भोवती विचार फिरवू लागला आणि क्षणातच अपूर्वानं आत कॉल दिला.

"सर, व्हिजिटर्स विदाउट अपॉइंटमेंट."

"कोण आहेत?"

"साधना मॅडम, माधवसर, आणि मिसेस मीनाक्षी."

"आत घेऊन ये."

सगळे आत आले. चारूनं उठून सगळ्यांना रिसीव्ह केलं. बसायला खुर्च्या दिल्या. चारूनं स्वत:ला थोडं सेटल करून एक छानपैकी थंड बेअरिंग घेतलं. तो माधवला म्हणाला,

"तुम्हाला पाहून मला केव्हाही आनंदच होतो. पण आज तुम्ही माझ्याकडे काही विशेष कामानं आलेला आहात हे नक्की!"

"यू आर राइट मिस्टर भावे, ही माझी बायको मीनाक्षी... आणि ही माझी होणारी बायको साधना!" चारूनं साधनाकडे पाहिलं. तिनं नजर दुसरीकडे वळवली. माधवच पुढे म्हणाला,

"ही गोष्ट ऐकून तुम्हाला कणभरही धक्का बसलेला दिसत नाही. तुम्हाला आधी कल्पना होती मिस्टर भावे?"

"मला हे आधीच कळावं अशी काही व्यवस्था केली होतीत तुम्ही?" चारूनं माधवच्या डोळ्यांत डोळे घालून विचारलं.

"नाही." माधव स्पष्टपणे म्हणाला, "पण लेल्यांना सगळं आधीच व्यवस्थित सांगितलं आहे. लेल्यांचे आता फक्त तीन आठवडे राहिले आहेत. लेल्यांनी माझ्याकडे साधनाबद्दल काळजी व्यक्त केली. मी लेल्यांना वचन दिलं, की मी साधनाशी लग्न करतो. तिला माझ्या पत्नीचं स्टेटस देतो. मानसन्मान

आणि सिक्युरिटी देतो. कायदेशीर अडचण नको म्हणून मीनाक्षीबरोबर कागदावर तांत्रिक घटस्फोट घेतो. बस्! आता लेले निश्चिंत आहेत. साधना निश्चिंत आहे आणि हे सगळं मीनाक्षीच्या परवानगीनं, रादर तिच्याच सल्ल्यानं चाललेलं आहे, त्यामुळे तीसुद्धा निश्चिंत आणि खूष आहे.''

''मी तुमच्या सगळ्यांचं अभिनंदन करतो. माझ्याकडून आणखी काही अपेक्षा?''

''मीनाक्षी, तुला बोलायचंय का?'' माधवनं मीनाक्षीकडे पाहत विचारलं आणि मीनाक्षी बोलू लागली.

''भावेसाहेब, हा कारखाना तुम्ही भाडेतत्त्वावर चालवता आणि त्या कराराचे आता काही महिनेच उरले आहेत. ती मुदत संपताच हा कारखाना तुम्ही साधनासाठी सोडावा.''

''पर्यायानं माधव आणि तुमच्यासाठी?''

सगळे दचकलेच. चारूच पुढे म्हणाला,

''हा कारखाना बर्वेकाकांचा आहे. मुदत संपताना बर्वेकाका मला जो आदेश देतील, तो माझ्या दृष्टीनं महत्त्वाचा असेल आणि कारखाना सोडायचा असेल तर तो फक्त बर्वेकाकांसाठी सोडायचा! बाकी तुम्हाला काही बोलायचं असेल, तर ते तुम्ही बर्वेकाकांशी बोला. हवंतर आज आत्ता बोला. या क्षणाला जरी त्यांनी मला कारखान्यातून बाहेर पडायला सांगितलं, तरी मी बाहेर पडेन. अर्थातच मी डेव्हलप केलेले असेट्स आणि मी विकत घेतलेली जागा बरोबर घेऊन. एनी वे! माझ्या दृष्टीनं हा विषय इथेच संपतो.'' चारूच्या बोलण्यानंतर सगळेच शांत बसले. पुढे चारूच म्हणाला, ''गैरसमज करून घेऊ नका. पण एक माहिती असावी म्हणून विचारतो.''

''विचारा भावेसाहेब, काहीही विचारा.'' मीनाक्षी म्हणाली.

''परमेश्वरानं लेले जाण्याचा जो काही दिवस ठरवला असेल, तो काही चुकणार नाही. ते गेल्यानंतर घटनांचा क्रम नक्की काय असेल? म्हणजे आधी तुमचा घटस्फोट... मग साधनाशी लग्न, मग कारखान्याचा व्यवहार... की आधी कारखान्याचा व्यवहार, मग साधनाशी लग्न आणि मग घटस्फोट वगैरे!''

सगळे गप्प बसले. कुणाला काहीच सुचेना. पुढे काही निरर्थक बोलून सगळे निघून गेले. हे सगळं अपूर्वा तिथेच ऐकत होती. ती चारूला म्हणाली,

'''सर, माझ्या डब्यात एक पुरणपोळी आहे. आपण ती अर्धी अर्धी खाऊयात का?''

"का गं?"

"मी माझ्या हातानं बनवली आहे आज पहिल्यांदा."

"आण. खाऊ या."

ती डबा आणण्यासाठी बाहेर गेली. तिचं हे वर्तन पाहून चारूला खूप हलकं वाटलं. जे घडलं ते फार *सिरीयस* नसावं तर! तो अपूर्वाची वाट पाहू लागला.

फॅक्टरीतून घरी निघताना त्याच्या मनात आलं, की पद्माकरला सगळं सांगावं! पद्माकर ही स्वतःच एक स्वतंत्र शक्ती होती. पद्माकरचं चारूवर अतिशय प्रेम होतं. चारूमधल्या सामर्थ्याची, क्षमतेची चारूला नव्यानं ओळख करून देण्याचं काम, पद्माकरला चांगलं जमत असे.

पद्माकरचं आयुष्य हीच एक फार मोठी थरारक गोष्ट होती. पद्माकरही कोकणातलाच चाकरमान्या म्हणून पुण्यात आला. हॉटेलात कामाला राहिला. चारूही त्याच दरम्यान पुण्याला आलेला बर्वेकाकांकडे! दोघांची ओळख झाली. मैत्री झाली. नंतर चारू फॅक्टरीत स्थिरावला. त्या वेळी त्याने बर्वेकाकांना सांगून पद्माकरला फॅक्टरीत लावून घेतलं.

पद्माकर फॅक्टरीत आला आणि अल्पावधीतच सगळ्यांचा लाडका बनला. तो दादा हिरो झाला. त्याचं व्यक्तिमत्त्व, धाडस तसंच होतं. त्याचा हळूहळू दरारा निर्माण झाला. त्याची ऊठबस वेगवेगळ्या क्षेत्रांतील मोठ्या लोकांशी होऊ लागली. त्यात राजकारण्यांपासून मोठमोठ्या अंडरवर्ल्ड लोकांचा समावेश होता. त्यानं यानंतर नोकरी सोडली, तरी चारूच्या फॅक्टरीतील लोकांचा तो अघोषित लीडरच होता.

पुण्याच्या प्रभातरोडवरील बंगल्यात त्याचे मामा-मामी राहत होते. त्यांना पोरबाळ नव्हते. त्यांनी पद्माकरला बंगल्यात बोलावून घेतले. मामा-मामीला तो खूप आवडे. हासुद्धा दोघांशी आईवडील असल्यासारखे वागे. मामा-मामीनं तो बंगला याच्या नावे करून दिला. करोडो रुपये घेऊन बिल्डर मागे लागलेत. पण हे त्या करोडो रुपयांपेक्षा बंगल्यात राहणेच पसंत करतात. काहीही असलं तरी आज पद्माकर काही करोडो रुपयांचा मालक होताच आणि पुन्हा त्याची पुढारीगिरी, मिटवामिटवी, तोडपाणी, भाईगिरी असल्या उद्योगांतून लाखो रुपयांची कमाई होतंच होती.

या सगळ्यापलीकडे पद्माकर एक चांगला फिलॉसॉफर, चांगला मित्र

आणि चांगला माणूस होता. चारूचंही त्याच्यावर अतिशय प्रेम होतं. त्यानं पद्माकरला फोन केला. येण्याची अगदी कळवळून विनंती केली. त्यांच्या नेहमीच्या क्लबच्या लॉनवर भेटायचं ठरलं. त्या लॉनवर खूप-खूप अंतरावर टेबल्स लावली जायची. बोलण्यासाठी खूप प्रायव्हसी मिळायची.

फॅक्टरीतूनच त्यानं हेमाला फोन करून सांगितलं. तो फॅक्टरीतूनच उशिरा निघाला. साडेसात वाजता तो क्लबवर पोचला. पद्माकर त्याच्या आधी पोचला होता. तो टेबलावर बसून काही मासिकं वाचत बसला होता. टी शर्ट आणि जीन्स घातलेला, चाळिशीला पोचलेला पद्माकर खूप स्मार्ट दिसत होता. व्यायाम करून कमावलेली चांगली शरीरयष्टी, भरपूर उंची, राकट आणि थंड चेहरा. चष्मा होता मात्र! हल्ली कुणाला नसतो चष्मा? चाळिशीच्या जवळ आलेला पद्माकर! अजून लग्न करत नव्हता. मामा-मामी आता शेवटालाच टेकले होते. थकले होते. पद्माकरला 'लग्न कर' असं सांगूनही थकले होते. खरंतर साधनानं पद्माकरशी लग्न करायला काय हरकत आहे? सिगारेट थोडी जास्त ओढतो एवढंच. पण मी त्यास कमी करायला लावू शकतो. चारूला स्वत:चंच हसू आलं. आपण कुठून कुठे आलो?

चारू पद्माकर समोर बसला होता. पद्मा म्हणाला,

"चारू, ऑर्डर सांगा. पाच मिनिटांत एवढं आर्टिकल वाचून संपवतो. त्यानंतर तू मला सोडेपर्यंत मी तुझाच आहे."

चारूनं व्हिस्की, खाण्याचे पदार्थ मागवले. काही वेळानं पद्मानं मासिक बाजूला ठेवलं. म्हणाला, "चारू, तुझा-माझा स्वभाव, टेन्शन घेणाऱ्या लोकांचा स्वभाव नाही. तेव्हा तो चेहऱ्याचा जो काही अवतार केला आहेस, तो बदल. तू आणि मी आता या क्षणाला ठीक आहोत. हेमा, स्नेहा कसे आहेत?

"छान."

"दादा, रवी, सुजा ही आपली रत्नागिरीची मंडळी कशी आहेत?"

"मजेत."

"तुझ्या सासुरवाडीचे लोक?"

"मजेत आहेत."

"मग प्रॉब्लेम उरतो कसला? प्रॉब्लेम असू शकतो. तो सुटू शकतो. चल चिअर्स! व्हिस्की अशी नुसतीच ग्लासमध्ये ओतून ठेवलेली मला नाही आवडत!" असं म्हणून त्यानं व्हिस्कीचा मोठा घोट घेतला. चारूनंही घेतला. बऱ्याच वेळानं चारू म्हणाला,

"पद्मा, मला तुला बरंच काही सांगायचंय."

"सांग."

चारूनं सुरुवात केली. साधनाचं गेल्या काही महिन्यांतलं बदललेलं वागणं, तिनं स्पष्टपणे व्यक्त केलेल्या तिच्या अपेक्षा. रत्नागिरीतील घराची वास्तुशांत. तेव्हापासून हेमाला आलेला साधनाचा संशय. हेमाचा वाढत गेलेला असंतोष, राग, आणि त्याचबरोबर साधनाची वाढत गेलेली लगट, चारूबद्दलची आसक्ती, तिचं हट्ट करून चारूच्या बरोबर राहणं किंवा चारू तिच्याबरोबर राहील असं वातावरण निर्माण करणं, त्यामुळे हेमाचं आणि चारूचं कडाक्याचं झालेलं भांडण, तिचं पहाटे आक्रस्ताळेपण करून घर सोडणं.

त्यानंतरची नागपूर ट्रिप. तिचं हट्ट करून नागपूरला येणं, तिथला आठवडा! ते सात दिवस आणि त्या सात रात्री! चारूनं जसंच्या तसं सगळं वर्णन करून सांगितलं. एकेक शब्द सांगितला. एकेक कृती सांगितली. त्याबरोबर झालेली मनाची अवस्था वर्णन केली. साधनाचा बदलत गेलेला मूड. तिच्या मनात चारूबद्दल निर्माण झालेली चिडचिड आणि चीड! सगळं सांगितलं. त्यानंतर तिनं चारूला लावलेली दूषणं! चारूची केलेली मानहानी. नंतर त्याचे केलेले अपमान आणि त्याच्याबद्दल दाखवलेला तिरस्कार. शेवटचे दोन दिवस चारूला केलेला उपदेश. चारू मुख्य जीवनप्रवाहापासून बाजूला आहे. अडाणी आहे. खेडवळ आहे. प्रॅक्टिकल नाही. जीवन समजले नाही. तो भंपक आणि बोअरिंग आहे. तिचा मेंटल ग्रुप हा प्रगत लोकांचा आहे. या प्रगत मनाची भूक समजण्यास चारू असमर्थ आहे, वगैरे! हे सगळं सांगून थकून तो गप्प बसला.

बऱ्याच वेळानंतर पद्माकरनं बोलायला सुरुवात केली. तो म्हणाला,

"तुला जपायला हवं चारू!"

"म्हणजे?" चारू घाबरलाच, "म्हणजे काय पद्मा? मी स्वतःला जपायला हवं? माझी काळजी घ्यायला हवी?"

"एवढा घाबरलास कशासाठी? पहिल्यांदाच तुला असं पाहतोय. चारू आणि गडबडतो? जो नागपूरमध्ये आठ रात्री गडबडू शकला नाही, तो आज गडबडतो? छट!"

"तसं नव्हे. तू म्हणालास...."

"मठ्ठ माणसा, मी म्हणालो की तुला आम्ही जपायला हवं. मी जपायला हवं. तू जपण्याचा विषय आहेस. जपण्याची वस्तू आहेस आणि ती आमची आहे. मला आनंद वाटला तुझं हे सगळं ऐकून."

"खरं पद्मा? केवढं बरं वाटतं तुझं हे बोलणं ऐकून. खरंच मन हळूहळू तणावाखाली येत होतं."

"तणावाचं कारणच काय? तू वेगळं वागलास. तुला वाटतंच कसं, की हे भित्र्या माणसाचं वागणं आहे. नक्कीच नाही. बहुतेकजण करतात तेच तू करून आला असतास आणि त्या पराक्रमाची काही वर्णनं तू मला ऐकवत बसला असतास, तर मी पाच मिनिटंही तुझं ऐकून घेतलं नसतं. पण तू विवेकानं वागलास. धीरानं वागलास, पुरुषार्थानं वागलास. चारू उदाहण तुझं होऊ शकतं. तेच आणि तसंच वागण्याचं आणि वागणाऱ्यांचं नाही."

"थँक्स पद्मा!" चारूच्या डोळ्यांत पाणी आलं.

"खरंतर चारू, या नागपूर ट्रिपमध्ये तुझा तू, तुलाच उलगडत गेलास. हे उलगडणं सत्य आहे आणि खरंतर तेच आता फायनल मानून, बेस मानून तू पुढे जगावं. हीच तुझी ओळख घेऊन अभिमानानं, ताठ मानेने जीवनासमोर जा. तू फार मोठा माणूस आहेस."

"मी धन्य तर झालोच तुझं हे मत ऐकून! पण मला या क्षणाला स्वत:बद्दलच जरा इमोशनल वाटतंय. मला नीट सांगता येत नाही. माझं फीलिंग. पण स्वत:बद्दलच थोडं खरं खरं प्रेम वाटतंय."

"असं वाटायलाच हवं." पद्मा म्हणाला. जरा वेळ दोघेही गप्प बसले. नंतर खोल श्वास भरत चारू म्हणाला,

"पद्मा, तुला असं वाटतं की सगळं इथेच संपलं?"

"मुळीच नाही. इथं दुसरं काही भयंकर सुरू झालंय आणि खरंतर तेच ऐकवण्यासाठी तू मला इकडे बोलावलं आहेस." पद्मा खो खो हसू लागला. चारूलाही हसू आवरेना. हसणं थांबलं. शांतता पसरली आणि मग चारूनं नागपूरहून इथे आल्यानंतर मनाची झालेली अवस्था, साधनानं बंद केलेला संपर्क, आज सकाळी किशोरनं सांगितलेली माहिती आणि दुपारची माधव, मीनाक्षी, साधना यांची व्हिझिट हे सगळं सांगितलं. पद्माकर बऱ्यापैकी गंभीर होऊन हे सगळं ऐकत होता. काहीही बोलत नव्हता. त्यानं दोन सिगारेट्सही ओढल्या. चारू पुन्हा टेन्शनमध्ये आल्याचं त्यानं मार्क केलं. मग तो म्हणाला,

"या सगळ्या प्रकारात तू गडबडून जाण्याचं किंवा तुला धक्का बसण्याचं कारण काय?"

"साधना अशी वागते..."

"अरे, कसली साधना आणि तपश्चर्या! या क्षणाला ती तुला कशातच

मोजत नाहीए. ती तुला काहीही विचारत नाही. सल्ला मागत नाहीए. तिला जे करायचं ते करू देत. तुझा संबंध काय?''

''माझा आणि साधनाचा संबंध नाही?''

''हे बघ चारू, ज्या ठिकाणी आपली आवश्यकता नाही, अशा ठिकाणी एक क्षणभरही थांबू नये, या विचारानं जगणारा मी आहे. तुला माझा हा विचार कसा वाटतो?''

''अरे, पण प्रश्न सोडवण्याचा हा मार्ग नव्हे.''

''हे तू कोण ठरवणार?''

''का?''

''तुला काय वाटतं? सगळ्यांच्याच समस्यांचं अंतिम उत्तर तुझ्याकडे आहे? तिचा प्रश्न तू तुझ्या पद्धतीनं सोडवू पाहतो आहेस. तिला नको आहे ते. तुझ्या सहवासातल्या माणसावर तू इतकं प्रेम करतोस, की त्या माणसाला तुझ्याशिवाय काही पर्यायच नाही, असं तुला वाटतं. खरंतर माणसाकडे अनेक पर्याय असतात. उदाहरणार्थ साधना! तिला तुझ्याशिवाय पयार्य नाही, असं तुझं तुलाच वाटतं. वास्तविक साधनाकडे तुझ्याशिवाय दहा पर्याय असतील. त्यांतला एक माधव. पहिलाच पर्याय तुझ्यापेक्षा सरस, सक्षम, कार्यक्षम.''

''तो माधव सांभाळणार का तिला?''

''का नाही सांभाळणार? जगात तूच काय तो सज्जन आहेस का? माधव तुझ्या दसपटीनं सज्जन असेल. तुझ्या दसपटीनं तिची काळजी घेऊ शकेल आणि साधनाला हवी तशी काळजी घेईल. तिला हवं तसं प्रेम करेल तिच्यावर. तुझ्यासारखी पोपटपंची करत बसणार नाही.''

''याचा अर्थ तुझ्या दृष्टीनं साधनाचं, माधवचं काही चुकत नाही?''

''अजिबात नाही. मुळात ते चोरून लपून काहीच करत नाहीत. ते ना तुझ्यापासून काही लपवत आहेत–ना एकमेकांपासून काही लपवताएत. तू आता उगाचच स्वत:चं हसं करून घेऊन नकोस. साधनानं स्पष्ट शब्दांत मदत मागितली तरच आपण विचार करू. तू एकटाच काही करून मोकळा होऊ नकोस.''

''पद्मा, साधनानं मला फसवलं असं वाटतंय आणि त्याचा त्रास होतोय.''

''अजिबात नाही. तिनं तुला फसवलं तर अजिबात नाही. वास्तविक तिच्यापुढे दोन पर्याय होते. माधव आणि तू. तिनं पहिला विचार तुझा केला. तिचा सगळा स्वाभिमान बाजूला ठेवून नागपुरात तुला विनवलं. तू नाही म्हणालास. मग तिनं माधवला पुढे येऊ दिलं असावं.''

"एका महिन्यात घडतं असं?"

"कदाचित आधी सहा महिने ते ठरवत असतील आणि आता ते ठरलं असेल. त्या तपशिलानं वास्तवतेमध्ये काही फरक पडतो का? चारू नाही म्हणाला तर.., असा क्लॉज आधी साधनानं घातला असेल एवढंच! साधनाचा पहिला चॉइस तूच होतास, ही गोष्ट यातून सिद्ध होते. त्याचा आनंद तू घेऊ शकतोस."

"आणि कारखान्याचं काय?" चारू आता रडल्यासारखा हसत होता.

"पैसे किती आहेत जवळ?"

"चाळीसएक करोड उभे राहतील आणि ॲसेट्स तीनशे करोडपर्यंत आहेतच की! म्हणजे मी वाढवलेली जागा आणि मशिनरी वगैरे."

"मग काळजी किंवा प्रॉब्लेम आहे तो कसला?"

"सगळंच अनैसर्गिक पद्धतीनं घडतंय, घडेल. ते मनाला ॲडजस्ट होत नाहीए."

"उलट सगळं छान व्यावहारिक पद्धतीनं घडतंय आणि ज्यांच्यामध्ये घडतंय त्यांना छान मेन्टली ॲडजस्ट झालेलं आहे. तुझा प्रश्नच येत नाही. चारू, तुझ्यातच दोन रूपं आहेत माणसाची. एक खंबीर, प्रसंग धैर्यानं पार पाडणारा! तर दुसरा डळमळीत, डगमगणारा!"

"आहे! खरं आहे ते!" चारू नाराज होत म्हणाला.

"अहो फिलॉसॉफर, हा काही एवढा गंभीर मुद्दा नाहीए. मुद्दा आहे एवढंच आणि प्रत्येकाच्या व्यक्तिमत्त्वात अशी दोन रूपे असतात."

"मग मलाच त्याचा त्रास का होतो?"

"तुला ते समजतं म्हणून! बरं, ते जाऊ देत. पंधरा करोडपर्यंत तयार ठेव. महिन्याभरात जागेचा व्यवहार उरकून टाकू."

"म्हणजे?"

"अरे, त्या बऱ्यांच्या लफड्यातून कायमचं बाहेरचं पडावं असं तुला कधीच वाटत नाही का? बास झालं आता. ही चांगली संधी मिळाली आहे. जागा मी बघतो. एका जागेवरच एवढी मिळाली तर नशिबच! नाहीतर शेजारचे तीन-चार लोक तयार करावे लागतील."

"तू पैशाची काळजी करू नकोस."

"आजच रात्री हेमाला नागपूरचा सगळा वृत्तांत सांग. साधना-माधव प्रकरणाबद्दल सांग. अगदी आज दुपारी ते तुझ्याकडे आले तिथपर्यंत सांग."

"ठीक आहे."

"चारू, आणखी ड्रिंक्स घेऊया. आता मी फक्त ऐकणार आहे. तू बोलायचंस."

"आणखी काय?"

"नागपुरातल्या त्या सात रात्री, ते मनाचे श्लोक आणि त्यातून तुला उलगडत गेलेला तू! आता हे सगळं एक अनुभव म्हणून सांगायचं. तुझ्या मनाचा झालेला एक प्रवास म्हणून सांगायचं. आता परिणामांची चिंता नको. ती माझी जबाबदारी."

"पद्मा, तुला हे परत ऐकावं वाटतं?"

"वेड्या, फार महत्त्वाचं आणि फार किमती आहे ते. आजवर खूप ऐकलं; पण हे असलं पहिल्यांदाच! खोटं वाटावं इतकं खरं! आता आपण त्या खरेपणाचा आनंद घेऊया."

चारू ड्रिंक्स घेऊन घरी आला. पद्माभावोजींबरोबर बोलून आल्यानं खूप आनंदी आणि उत्साही मूडमध्ये घरी आल्याचं हेमांगीनं मार्क केलं. तो मोठमोठ्यांदा कुठलंतरी गाणं गुणगुणत होता.

"चारू, बरा आहेस ना?" हेमांगीनं खोडकरपणे विचारलं.

"बरा आहे. पण अजून चांगला नाही."

"होशील. पण मला आज रात्री सगळं सांगितलंस तर?"

"सांगणारच आहे."

"मग गाणी का म्हणतो आहेस? टेन्शन नाही ना?"

"तू बरोबर असल्यावर कसलं आलंय टेन्शन?"

"सो स्वीट!" हेमा हसत म्हणाली.

"हेमा, मला खरंच तसं वाटतं."

"मला माहीत आहे ते! बरं चल. आता पटपट आवरू. तू अंघोळ करून स्नेहाचा थोडा अभ्यास घे. मी सुमनला बोलावून स्वयंपाक उरकते."

आणि अंगात वीज भरल्यासारखी हेमांगी वेगानं कामामध्ये शिरली. चारूनं अंघोळ करून मन लावून स्नेहाचा अभ्यास घेतला. शिकवून झाल्यावर मांडीवर बसवून खूप वेळ छातीशी धरून ठेवलं. नंतर एक सुंदर गोष्ट सांगितली. गोष्टी सांगण्यामध्ये चारू तरबेज होता. तो गोष्ट सांगू लागला, की हेमा आवर्जून ऐकण्यासाठी थांबे. सुमन, किशोर इतर कुणीही शेजारून जात असेल, तर तिथेच थांबे. ऐकत उभे राही.

इकडे स्वयंपाक झाला. स्नेहानं चारूची पापी घेतली आणि टुणकन उडी मारून सुमनकडे निघून गेली. आता स्नेहाचं जेवण, नंतरचं झोपणं हे सगळे सुमनकडे होतं. झोपताना अगदी गरज लागलीच, तर हेमांगी एरव्ही स्नेहाला बेडरूममध्ये झोपवून मगच ती खाली जात असे. कधी कधी जेवणानंतर सुमनबरोबर ती खाली जाई. तिथेच खेळत बसे. तिथेच कधी सुमनच्या मांडीवर झोपी जाई आणि मग सुमन तिला वरती घेऊन येई.

चारू त्याच्या स्टडीरूममधला टी. व्ही. ऑन करून बसला होता. मागेच होऊन गेलेली मॅच पुन्हा लागली होती आणि चारू मन लावून ती पाहत होता.

"काय रे, त्याच त्या होऊन गेलेल्या मॅचेस एवढा तल्लीन होऊन पुन्हा पाहतोस?" हेमानं स्टडीरूममध्ये येत विचारलं.

"अगं, फारच रंगलेल्या असतात, काही मॅचेस. प्रत्यक्ष मॅच होते त्या वेळी आपण सेन्सिटीव्ह असतो. इमोशनल असतो. निकालाची ॲङ्झाइटी असते. निम्मं मन यातच भरलेलं असतं. त्यामुळे त्या मॅचसाठी खेळाडूंनी पणाला लावलेलं त्यांचं सर्वस्व, आपल्याला नीट समजावून घेता येत नाही. पुन्हा मॅच पाहताना ती अधिक चांगली समजावून घेता येते." हेमांगी चारूकडे कौतुकानं पाहत होती. ती म्हणाली,

"चारू, तू असं जेव्हा बोलतोस, तेव्हा ते अचानक सहज असतं की ठरवलेलं असतं? म्हणजे आता जे बोललास ते मॅचपुरतंच बोललास, की आपल्या दैनंदिन जीवनाच्या हिशोबात बोललास?"

"का गं? आवडलं नाही?"

"मठ्ठच आहेस! खूप चांगलं बोललास, म्हणून विचारलं. चारू, तू इतका हळवा नको होऊस रे! तू दुबळा होऊन जाशील अशानं. तुझी अतिशय हाय कॉन्फिडन्स लेव्हल हा तुझा सर्वांत मोठा प्लस पॉइंट आहे. त्याला धक्का लागू देऊ नकोस."

"थॅंक्स हेमा! तू ऐकायला सुरुवात करते आहेस?"

"थांब एक मिनिट!"

तिनं धूपपात्रामध्ये निखारे फुलवलेच होते. त्यावर भरपूर धूप टाकला. सगळ्या घरभर तिनं धूप फिरवला. देवघरात दिवा, उदबत्ती लावलेली होतीच. क्षणार्धात सगळीकडे धूपाचं एक भारलेपण निर्माण झालं. वातावरणामध्ये अधिक पावित्र्य आणि विश्वास निर्माण झाला. हेमांगी पुन्हा चारूसमोर येऊन बसली. म्हणाली, "बोल आता."

चारूनं सुरुवात केली. त्यानं प्रथम साधनाच्या बदललेल्या वागण्याची तऱ्हा वर्णन केली. अगदी गेल्या काही महिन्यांतली, हेमाकडून त्याची उपेक्षा आणि तक्रार! यामुळं त्याचं दुखावलेलं मन आणि त्याच वेळी साधनानं मनावर घातलेली फुंकर.

साधनाच्या बदललेल्या वागण्याला त्यानं विरोध केला नाही. ती हट्टानं नागपूरला आली. अगदी चारूला ब्लॅकमेल करून.

नागपूरला जाण्याच्या आदल्या रात्री त्याचं आणि हेमाचं फोनवर बोलणं झालं. प्रसादच्या आगमनाची चाहूल लागली. चारूच्या मनाची उलथापालथ झाली.

नागपूरमध्ये तो साधनाशी जे वागला, ते वागणं म्हणजे त्याचा बदललेला विचार नव्हता. त्याचा पळपुटेपणा नव्हता. मनात एक, कृतीत एक असं नव्हतं. जन्माला आल्यापासून त्याच्या मनावर झालेले संस्कार. दादांचे, आजूबाजूच्या वातावरणाचे. त्याचं बुद्धिप्रधान आणि भावनाप्रधान मस्तक. अंतिम ध्येय, मन आणि भावना, विचार आणि मेंदू, कृती आणि आविष्कार, तो स्वत: आणि त्याचा आत्मा! आणि या सगळ्याचा एकत्रित झालेला प्रवास.

नागपूरमध्ये पोचल्यावर तिथं अचानकपणे सामोरं आलेलं ते रेस्टहाउस, आसपासचं वातावरण, तिथं वसवलेलं ते गाव, तिथलं मंदिर, तिथला हरिनाम सप्ताह!

पहिली रात्र! समर्थांच्या श्लोकांवर आधारित तिथं आयोजित केलं गेलेलं प्रवचन. त्यांतला पहिला श्लोक. त्याचं प्रवचनकारानं केलेलं विवेचन आणि त्या पार्श्वभूमीवर, ॲक्टिव्हेट झालेल्या साधनाला कौशल्यानं रोखणारा, दूर ठेवणारा चारू! चारूनं अतिशय खरेपणानं सगळ्याचं वर्णन केलं. त्या दोघांमध्ये बोललं गेलेलं प्रत्येक वाक्य, शब्द, निश्वास, स्तब्धता यांचं अगदी घडलं तसं त्याच क्रमानं वर्णन केलं.

साधनानं चारूकडून व्यक्त केलेली अपेक्षा, त्या अपेक्षेमागची तिची वैचारिक तयारी, भावनिक तळमळ, तिच्या या अपेक्षेतून निर्माण होणारे परिणाम आणि ते परिणाम प्रत्यक्ष भोगण्याची तिनं केलेली जबरदस्त मानसिक तयारी. तीही अत्यंत नैसर्गिकपणे! तिनं स्वत:च उभ्या केलेल्या सजवलेल्या मांडवात, त्याला खेचू पाहणारी तिची असामान्य ताकद! या सगळ्याला चारूनं केलेला प्रचंड विरोध, कठोर प्रतिकार, त्यानं स्वत: केलेला विचार, तिला दिलेला विचार, तिची तडफड, प्रयत्नांची पराकाष्टा, त्याचं मनोधैर्य, निश्चय!

चारू कसा चुकीचा आहे, नुकसानकारक आहे, अन्यायकारक आहे हे त्याला पटवून देण्यासाठी तिनं जिवाचा केलेला आटापिटा, तो कसा मूर्ख आहे, दुबळा आहे, भंपक, अव्यवहारी, बोअरिंग आहे हे चारूच्या मनावर ठसवण्यासाठी तिनं शब्दांना चढवलेली वेगवेगळी धार! आणि त्या धारेनं चारूच्या विवेकाची भिंत चिरण्याचा केलेला प्रयत्न. रोज नवीन आणि चढत्या क्रमानं, चढत्या सामर्थ्यानं या सगळ्याला प्रत्युत्तर म्हणून चारूनं त्याच्या विवेकाच्या भिंतीला रोज चढवलेला आणखी नवीन कठीणपणाचा थर!

चारू बोलत होता. बोलत जात होता. हेमा ऐकत होती. ऐकत जात होती. सलग दोन तासांनंतर तो थांबला. घड्याळात साडेअकरा वाजले होते. सुमन स्नेहाला झोपवून खाली निघून गेली होती. चारूच्या डोळ्यांतून पाण्याच्या धारा वाहू लागल्या. हेमाचा दगडी पुतळा झाला होता. तिच्या डोक्यावरच्या केसांपासून ते पायाच्या नखापर्यंत काहीच व्यक्त होत नव्हतं.

जरा वेळानं ती चारूजवळ आली. त्याचे हात हातात घेतले. मग दोन्ही हातात त्याचं मस्तक धरून ते छातीशी घट्ट दाबून ठेवलं. स्नेहाला छातीशी, पोटाशी घट्ट धरून तिला सुरक्षिततेची ऊब द्यावी, खात्री द्यावी तसं ती चारूला घट्ट पकडून ठेवू लागली. पुन्हा पुन्हा जवळ ओढून घेऊ लागली. जरा वेळ चारूच्या डोळ्यांतल्या पाण्याचा निचरा होऊ दिला. मग म्हणाली, ''ऊठ चारू! तोंड वगैरे स्वच्छ धुऊन घे. गच्चीत उभा रहा जरा. सिगारेट ओढायची आहे का तुला? की एखादं ड्रिंक्स घेतोस? बघ तुला कसं वाटतंय!'' तिच्या डोळ्यांत पाण्याचा थेंबही नव्हता. आवाज कोरडा आणि स्वच्छ होता.

''तू पानं घे. मी वॉश घेऊन येतो.'' चारू म्हणाला,

तिनं स्वयंपाकघरात जाऊन पानं घेतली. चारूनं वॉश घेऊन फ्रेश होण्याचा प्रयत्न केला. तो स्वयंपाकघरात आला. दोघंही जुजबी जेवले. तो स्टडीरूममध्ये येऊन बिछान्यावर आडवा झाला. स्टडीरूम ही खरंतर दोघांच्या प्रायव्हसीसाठी असलेली बेडरूमच होती. स्नेहाच्या समजुतीसाठी तिचं नाव स्टडीरूम असं करण्यात आलं होतं. हेमानं स्वयंपाकघरात थोडीशी आवराआवर केली आणि तीसुद्धा स्टडीरूममध्ये येऊन त्याच्या शेजारी आडवी झाली. दोघेही डोळे टक्क उघडे ठेवून छताकडे पाहत होते.

एकदोनदा चारूनं वळून हेमांगीकडे पाहिलं. पण हेमांगी विचारात गढून गेली होती. चारू नागपुरात जे काही अद्वितीय वगैरे वागला, त्यापाठीमागे बायकोबद्दलची ओढ किंवा प्रेम असं काहीच नव्हतं. ह्या बयेपासून चारूला

माझ्या प्रेमानं दूर ठेवलं असं जे काही मला वाटतंय, त्यात कणभरही तथ्य नसावं. तसं काहीच तिथे नसावं. नाहीतर चारूच्या बोलण्यातून आता ते व्यक्त झालं असतं.

माझ्या आणि स्नेहाच्या सुरक्षेचा मात्र चारूनं प्राधान्यानं विचार केला. स्वत:च्या कर्मामुळं मला, स्नेहाला काही वेदना होऊ नयेत, आम्ही धोक्यात येऊ नये, ही भीतीची भावनाच अग्रक्रमानं प्रबळ होती. माझ्या प्रेमाचं काय? ते या माणसाला अजूनही जाणवलंच नाही काय? म्हणजे आमच्या सुरक्षेसाठी यानं स्वत:च्या इच्छेचा त्याग वगैरे केला की काय? म्हणजे माझ्याव्यतिरिक्त कुणाच्या-बद्दल त्याच्या मनात मुळातच अशी इच्छा होऊ शकते काय? ती अशा नकारात्मक रस्त्यावर येऊन उभी राहणारच होती, तोच चारू म्हणाला,

"हेमांगी, एक प्रश्न विचारू?"

"विचार."

"या सगळ्याचा अर्थ माझं तुझ्यावर, स्नेहावर, आपल्या घरावर खूप प्रेम आहे, असा होऊ शकतो?"

"तुझ्याच मनाला विचार." हेमांगी म्हणाली.

"विचारलं. अनेकदा विचारलं. मला तुम्हा दोघींची दाटून आलेली अतीव काळजी आणि साधनानं मला देऊ केलेल्या सर्वस्वाचा मी केलेला अव्हेर, हा त्या प्रेमाचा प्रत्यक्ष आविष्कार आहे. त्या प्रेमाची प्रत्यक्ष पावती आहे. हेमा, मला खात्रीनं वाटतं, माझं तुझ्यावर खूप प्रेम आहे. मला तू खूप आवडतेस."

हेमांगीनं कुशीवर होत त्याच्याकडे पाहिलं. त्याच्या हातावर डोकं ठेवत त्याच्या कुशीत शिरण्याचा प्रयत्न केला. तिला पाय धड पोटाशीही ओढता येत नव्हते आणि ते उतावळेपणा करून चारूच्या पायावरही टाकता येत नव्हते. चारूला तिची स्त्रीसुलभ चळवळ जाणवली, त्यानं तिला जवळ ओढून घेतलं. स्वत:च्या कुशीत नीट जागा करून दिली. त्यानं करून दिलेली ऐसपैस जागा तिला नीट व्यापता येईना, इतकी ती अशक्त झाल्याचं चारूला जाणवलं.

चारूला बिलगण्याची तिची धडपड चारूला उपऱ्यासारखी आणि केविलवाणी वाटली. ती एवढी गरिबासारखी का झालीए? हीच का ती मूर्ती जी आपला छळ करते? अगदी आपल्याला हतबल करून सोडते. तडफडायला लावते ती हीच का?

आजतर असं वाटतंय की हिनंच आयुष्यभर, नवऱ्याचा छळ सोसलेला आहे आणि त्या छळामुळं ही शरीरानं आणि मनानं छिन्नविछिन्न झालीए आणि

असं असूनही ती नवऱ्याच्याच कुशीत शिरण्यासाठी याचना करती आहे.

हेमांगीनं माझ्या मनासारखं वागावं, माझ्यासारखा विचार करावा आणि तेच योग्य आहे, अशी माझी आग्रही भूमिका सोडून तिला तिच्या मनासारखं वागू दिलं असतं तर? तिला तिच्या पद्धतीनं नीट फुलायला संधी दिली असती तर? कदाचित आजवरच्या संसारातील सोन्याच्या दिवसांची नासाडी झाली नसती.

संसार कसा करावा हे दुसऱ्याला समजावून सांगणारा मी, इथं मात्र साफ फसलो होतो. खरंतर लग्नानंतर हेमांगीची माझ्याबद्दल काहीच तक्रार नव्हती. मी तिच्या मनासारखं वागावं, अशी कणभरही तिची अपेक्षा नव्हती. तशी काही अपेक्षा तिच्या मनात निर्माण होण्यापूर्वीच माझ्या अपेक्षांमुळे ती विटली होती. माझ्या मनासारखं वागण्याची मी तिच्यावर जबरदस्ती करतो, माझे विचार तिच्यावर लादतो, या अन्यायाच्या कल्पनेपोटी ती नंतर नंतर विध्वंसक होत गेली. माझं मन, भावना, हृदय हे सगळं उचलून तिनं स्वतःच्या क्रोधांच्या ज्वालांमध्ये फेकून दिलं. त्याचा कोळसा झाला तरी ती द्रवली नाही आणि मग मी सैरभैर झालो. साधनाचा विरंगुळा जवळ करू लागलो.

मुळात माझ्या मनात दुसऱ्यावर प्रेम करण्याची दांडगी हौस. त्यातून स्त्रीवर प्रेम करण्याची हौस तर अतिदांडगी. पहिल्याच रात्री मी माझ्या प्रेमाचा असा काही अतिरेकी आविष्कार करण्याचा प्रयत्न केला, की हेमाच्या मनात माझ्याबद्दल प्रेम निर्माण होण्याची शक्यता मी माझ्याच कर्मानं संपुष्टात आणली. ना मला तिच्यावर प्रेम करता आलं, ना तिच्या मनात माझ्याबद्दल प्रेम निर्माण करता आलं. शी! आपल्या प्रेमाचा हा किती कटू इतिहास!

आपण हेमाला मात्र सतत दोष देत राहिलो. तू तुसडी, माणूसघाणी, तुझ्या मनात प्रेम नाही. तुझं स्वतःवर प्रेम नाही. जीवनावर प्रेम नाही. माझ्यावर प्रेम नाही. तू माझ्यातल्या प्रियकराची माती केलीस. वास्तविक याच हेमांगीनं माझ्या आयुष्यातले कित्येक दिवस सोन्याचे केले होते, त्याचं काय?

या विचारासरशी त्यानं हेमांगीला खूप जवळ ओढलं. हातांनी वेढून घेतलं. क्षणभर त्याला वाटलं की, ही माझी स्नेहाच आहे आणि मग त्याच्या आत कुठेतरी सत्याच्या धडका बसू लागल्या. सुंदरतेच्या धडका बसू लागल्या. हृदयामध्ये मांगल्य भरून यायला लागलं आणि त्याची मनोमन खात्री पटली की येस! त्याचं हेमांगीवर अतोनात प्रेम आहे. खरं खरं प्रेम आहे. त्यानं आवेगानं तिचं चुंबन घेतलं.

त्याच्या मनातली अपराधीपणाची भावना बरीच कमी झाली. तो खऱ्या

अर्थाने रिलॅक्स झाला होता. त्यानं हेमांगीचं पुन्हा चुंबन घेतलं.

हेमांगी मनातल्या मनात म्हणाली, अरे चारू, तुझं हे लाडात येणं, मला नवीन नाही. इथं लाडात येतोस आणि नंतर मला तुसडी, माणूसघाणी, कुणावरही प्रेम करण्याची क्षमता नसलेली म्हणून हिणवतोस. ॲबनॉर्मल म्हणतोस!

माझं प्रेम का पोचत नाही तुझ्यापर्यंत? दैनंदिन जीवन आणि दैनंदिन कामं, यांवरची माझी निष्ठा पाहून तू मला रूक्ष ठरवलंस. या दैनंदिन जगण्यासाठी, कामांसाठी ताकद येते कुठून चारू? संसारावरच्या, प्रपंचावरच्या प्रेमातूनच ना? आणि प्रपंच म्हणजे कोण? तूच ना?

चारूनं इकडे खोल श्वास भरत विचार केला. हिचं प्रेम नक्की आहे तरी कसं? मी इथं नसतानाच्या सात रात्री तिनं देवाला आळवलं. कशासाठी? तर मी तिच्यापासून दूर जाऊ नये म्हणूनच ना! आणि हीच तिची बेसिक भावना असेल, तर त्याला काय म्हणायचं? प्रेमच ना!

खरंतर अक्कलहुशारी हेमाकडेही आहे आणि साधनाकडेही आहे. साधना त्या हुशारीनं माणसांना स्वत:कडे खेचते, तर हेमांगी माणसांना जिथल्या तिथं ठेवते. आपला कल जिथल्या तिथे राहण्यापेक्षा खेचलं जाण्याकडे जास्त. म्हणून आपल्याला साधनाची अक्कलहुशारी जास्त भावली. अर्थात ती चांगलीच भोवली. त्यामुळे हेमांगीच योग्य, असा मनामध्ये घोष चाललाय. घडीत असा तर घडीत असा... असा विचार करणारे आपणही एकूण ग्रेटच!

विचार करण्यासारखं आता बहुतेक काही उरलं नाही अशी खात्री पटून त्यानं हेमांगीला पुन्हा जवळ ओढलं. हेमांगी म्हणाली,

"आणखी किती जवळ ओढणार आहेस? मघापासून आपली शरीरं एकमेकांना नुसती खेटून आहेतच. एकमेकांच्या अंत:करणात शिरायला हवं. तिथं एकमेकांना स्वत:ची जागा सापडायला हवी."

"अगदी हाच विचार आहे आत्ता माझ्या मनात!"

"मग वाट कसली पाहतो आहेस आणि विचार कसला करतो आहेस? मी प्रार्थना करू तुझी? की तुला माझी परवानगी हवी आहे? नक्की काय?"

ती हसली, तोही हसला. अशी मिठी, असं आलिंगन, असं चुंबन... क्षणभर दोघांचे श्वासच थांबले. पुन्हा सुरू झाले. मिठीतली दांडगाई कमी झाली. उरला तो एकमेकांना होणारा, मऊ, उबदार, मृदू स्पर्श, त्या स्पर्शातला गहिरेपणा.

त्याच्या छातीवर हळुवारपणे बोटं फिरवत हेमांगी म्हणाली,

"काय रे? सगळं काही विसरला नाहीस ना?"

"नाही गं!" त्याला फटकन हसू आले. खूप मोठ्यांदा तो हसला.

"केवढा हसतोस रे! रात्रीचे साडेबारा होऊन गेलेत. खाली अगदी पार्किंगमध्ये गेला असेल आवाज." ती त्याला टप्पल मारत म्हणाली.

"जाऊ देत! हसण्याचाच आवाज आहे ना? त्यांनी कधी या वेळी रडण्याचे, ओरडण्याचेही आवाज ऐकले आहेत." तो बोलतच राहिला असता; पण हेमांगीनं त्याच्या तोंडावर हात ठेवला.

"चारू, जरा कमी बोल. म्हणजे कमी बोलण्यातला फायदा तुला समजेल." ती नजरेत कमालीचं घायाळपण आणत म्हणाली.

"हेमू, आपल्या मस्तीचा प्रसादला काही त्रास?" त्यानं विचारलं.

"नाही रे! आत्ताशी अडीच महिने होताएत आणि कशी काळजी घ्यायची आपल्याला माहीत आहे."

"हेमू, किती समजंस झालीएस गं!"

"आता फटके मारीन हं चारू."

"अगं, कौतुक करतोय तुझं."

"अरे, किती वेळ नुसतंच कौतुक?" असं म्हणून तिनं त्याच्या ओठात तीव्रतेनं ओठ मिसळले.

"हेमू, किती बदल झालाय तुझ्यात?" तो म्हणाला.

"आता त्या बदलाचं वर्णन करण्यात किती वेळ घालवणार आहेस?" ती पुन्हा हसली.

हेमांगीची भूमिका, भाषा, स्पर्श आणि भावना यांत काठोकाठ एक समर्पण भरून राहिलं होतं. चारूला ते समर्पण टोचू लागलं. समर्पण कशासाठी? हेमू नको गं! तुझं मन, शरीर तू मला सप्रेम भेट दे. माझ्या चरणावर वगैरे नको गं ठेवूस. मला लाजल्यासारखं होतंय.

मला हेमूकडून हे असं हवं होतं? जेव्हा पूर्वी एकांत व्हायचा, तेव्हा हेमांगीच्या ॲप्रोचमध्ये एक मधाळ खोडकरपणा असायचा. थोडंसं आव्हान असायचं. त्यामुळे मनाला जोम यायचा. शेवटी तुझं माझ्यावाचून अडलेलंच आहे, हा गोड चिमटा असायचा. स्वत:कडे महत्त्व आहे, याचा गुदगुल्या करणारा ताठा असायचा. ती तल्लीन व्हायची. तादात्म्य पावायची. माझ्याबरोबर तितक्याच सामर्थ्यानं आणि तीव्रतेनं ती सुद्धा हे सुख लुटायची. त्यात तिची एक प्रसन्न हक्काची जाणीव असायची. तो हक्क बजावण्याची तिची एक अतीच मधाळ शैली असायची.

मग आज हे समर्पण कशासाठी? चारूदत्त भावे, खरंतर आजवरच्या तुमच्या पुरुषी हट्टावर आणि वागण्यावर थुंकावं हेच उत्तम. बायकोनं तुमचं गुलाम म्हणून वागावं हा हट्ट! स्वतःचं मन, भावना, अस्तित्व तुमच्या मनात असणाऱ्या पुरुषी आसुडाच्या फटक्यावर बांधावं आणि त्या आसूडातून निघणाऱ्या आवाजाबरोबर हळूहळू नष्ट व्हावं. थोडं थोडं करून. आयुष्यभर!

मी म्हणजे हुशार, समंजस, सज्जन. दुसऱ्यांच्या मनाची आणि भावनांची कदर करणारा. किती खोटं आहे हे सगळं! या क्षणाला माझ्या बायकोचा कावरा-बावरा, संभ्रमित आणि अनिश्चित हालचाली करणारा देह माझ्याच कुशीत अडखळतोय. देह? हो देहच. बिचारीचा आत्मा मी कधी माझ्यापर्यंत पोचूच दिला नाही. स्वीकारला नाही आणि त्या देहावर हे भांबावलेपण, हे भित्रेपण, ही असुरक्षितपणाची भावना लादली. त्यामुळे स्वतःच्या स्त्रीत्वाचा, रसरशीत आविष्कार करू शकत असलेला हा देह, हा चैतन्यमय देह आता फक्त हाडामांसाचा उरलाय आणि केविलवाणी हालचाल करतोय मला समर्पित होण्यासाठी.

"चारू, मला का स्वीकारत नाहीएस? माझ्याकडून फार उशीर झालाय का?" ती कळवळली.

"तुला मी स्वीकारायचं वगैरे भाषा बोलून मला रडवायचं का तुला? नव्यानं काही घडणार आहे का आता? माझ्या मनात भावनेचा असला कुठलाही पुनर्जन्म वगैरे नाही."

"माझ्याही नाही." ती म्हणाली.

"मग झालं तर! भावनेची आणि उमाळ्याची सलगता आपण मुळात कुठे हरवलेली नाही. त्यामुळे ती आता नव्यानं शोधण्याची, भेट देण्याची आणि स्वीकारण्याची भाषाच नको. माझा प्रॉब्लेम वेगळाच आहे." चारू म्हणाला.

"काय झालं चारू?" तिनं काळजीनं विचारलं.

"माझ्या मनातून विचार हटत नाहीए. त्यामुळे आपल्या एकांतावर परिणाम होतोय."

"कुणाचा विचार हटत नाहीए? तिचा? साधनाचा?"

"नाही तुझा. हेमांगीचा. माझ्या बायकोचा."

तो असं म्हणाला आणि त्याची मिठी सैल झाली त्याचं शरीर सैल झालं. ती निर्जीवता जाणवूनही ती त्याच्यापासून दूर न जाता त्याला चिकटूनच राहिली.

ती विचार करू लागली. खरंतर आपला नवरा हा एक कर्तृत्ववान आणि बुद्धिमान पुरुष आहे. माणसं जोडण्याची, टिकवण्याची, सांभाळण्याची त्याची

एक शैली आहे, सामर्थ्य आहे. माणसांचं त्याच्यावर खूप प्रेम आहे. त्याचंही माणसांवर अत्यंत नैसर्गिक आणि तीव्र असं प्रेम आहे.

माझ्यावरच प्रेम करताना हा कसा काय चुकला? मी त्याला माणसांपासून तोडण्याचा प्रयत्न केला आणि ते आवश्यकच होतं. पण यातूनच त्याच्या मनाविरुद्ध वागण्याची एक सलग साखळी निर्माण झाली. त्याला वाटलं, लग्नाच्या जुगारात तो फसला. हरला. त्यानं त्याचं दु:ख अनेकदा माझ्यासमोर व्यक्त केलं. कधी स्पष्ट तर अगदी अस्पष्ट!

मी त्याच्याकडे दुर्लक्ष केलं आणि तो दुबळा झाला. कर्तव्यभावनेनं जबाबदारीच्या ओझ्यानं वाकून जगू लागला. त्याच्या जीवनातला रस मी हळूहळू शोषून घेते आहे, ही भावना त्याच्या मनात गडद होत गेली. मला ते थांबवता आलं नाही. कारण त्यानं त्याच्या जहरी शब्दांनी तोपर्यंत मला वारंवार रक्तबंबाळ केलं. त्या जखमा भयंकर होत्या. त्या विसरून त्याला माफ करून पुढे जाणं अशक्य होतं. त्याच्या मनाची वेदना मी जेव्हा सूडभावनेनं एन्जॉय केली, तेव्हा तर चारूला धक्काच बसला आणि मग त्याने माझ्यावर नकारात्मकतेच्या फुल्या मारायला सुरुवात केली

आणि याच वेळी साधना त्याच्या दुखऱ्या मनाला कुरवाळू लागली. साधनाकडे तो जरी क्षणभर झुकला तरी त्यानं माझ्याकडे, स्नेहाकडे कधीच पाठ फिरवली नाही. त्याचा विवेक अत्यंत तगडा होता. चारू खरंतर ग्रेटच! साधना नावाच्या एका गुंतागुंतीच्या अनुभवात त्याला मीच लोटलं होतं. मीच जबाबदार होते या सगळ्याला!

तिनं चारूकडे पाहिलं. वर छताकडे पाहून तो डोळ्यांची उघडझाप करत होता. त्याचं हेमाकडे लक्ष नव्हतं. दोघांनी अंगावर ओढून घेतलेल्या पांघरुणाखाली हेमांगीनं अनवधानाने पाहिलं. दोघांचीही विवस्त्र शरीरं पाहून प्रथम तर ती मनातून खूपच अवघडली. त्यानंतर लाजली. नंतर खुदुखुदु हसू लागली.

"काय झालं?" चारूनं तिच्याकडे पाहत विचारलं.

"अरे, काय रे चारू!" ती लाजत हसत म्हणाली.

"काय झालं?"

"चल ऊठ. लुंगी तरी गुंडाळ. मी गाउन घालते. किती वेड्यासारखं वाटतंय हे असं नुसतंच पडून राहणं."

"सॉरी सोनू! काय वेळ आणली आहे आज मी तुझ्यावर!"

"तुला आता मी शिक्षा करणार आहे."

"बोल." चारू लगेच तत्परतेनं म्हणाला.

"मस्तपैकी कॉफी कर आपल्याला."

"लगेच करतो बघ. हा बघ उठलोच."

"अरे, आधी लुंगी गुंडाळ रे! तसाच कसा उठतोस रे? घाणेरडा कुठला!"

"ओके..."

चारूनं लुंगी गुंडाळली. हेमानं गाउन चढवला. आधी बेडरूममध्ये जाऊन स्नेहाचा पापा घेऊन मग ते दोघेही स्वयंपाकघरात गेले. चारूनं कॉफी केली. हेमानं उगाचच फ्रीजमधल्या वस्तूंची अदलाबदल केली. कॉफीचे मोठे मग ट्रेमध्ये घालून चारू स्टडीमध्ये आला. हेमा येऊन त्याच्यासमोर बसली.

"हेमा, मला तुला आणखी काही सांगायचंय." चारूनं सुरुवात केली.

"बोल, मला कल्पना होतीच."

चारूनं एक दीर्घ श्वास घेतला आणि साधनाच्या बदललेल्या मन:स्थितीची तिला कल्पना दिली. माधव बुद्धिसागरबद्दल सांगितलं. आज किशोरनं त्याला जे सांगितलं ते सांगितलं. आणि शेवटी आज त्याच्या ऑफिसमध्ये साधना, माधव, मीनाक्षी आल्यानंतर जे बोलणं झालं ते सांगितलं. आणि त्याहीनंतर त्याचं आणि पद्माचं जे बोलणं झालं ते सांगितलं आणि स्पष्टपणे म्हणाला,

"हेमा, मी तुझी स्पष्टपणे माफी मागतो. एकतर कारखान्याचा मी मालक नसून भाडेकरू आहे. तुला मी खरं न सांगता मी मालकच आहे, असं सांगितलं."

"चारू, या सगळ्या टेक्निकल टर्म्स आहेत. प्रॅक्टिकली मालक तूच आहेस. त्यामुळे या तपशिलानं फार काही फरक पडत नाही. म्हणजे तू माझी फसगत केली, असं तर मुळीच नाही. त्यामुळे तू उगाच नसत्या टेन्शनमध्ये राहू नकोस. खरा प्रॉब्लेम वेगळाच आहे."

"जी गोष्ट मी खरेपणानं तुला सांगितली नाही ती वेडगळासारखी साधनाला सांगितली."

"यातही माझ्यापेक्षा साधनाला जास्त महत्त्व देण्याचा तुझा निश्चितच विचार नसणार."

"एवढं ठाम कसं म्हणू शकतेस?"

"मी तुला चांगलं ओळखते चारू. साधनाला ही गोष्ट जेव्हा तू सांगितलीस, त्या वेळी तुझ्या बुद्धिप्रधान मस्तकात नक्कीच काही गणित असेल. निव्वळ भावनेच्या जाळ्यात ओढून तुझ्याकडून असं वदवून घेणं कुणालाही शक्य नाही."

"खरंच? खरंच माझ्याबद्दल तू असा विचार करतेस?"

“तू आहेसच तसा! आणि तू काय साधनाला घाबरतो आहेस का? म्हणजे ती आपल्याला काही इजा वगैरे करेल.. चारू मी चिंध्या करीन तिच्या. तो विषयच सोड. मी तुझ्याबरोबर असताना तुला घाबरण्याचं तर कारणच नाही. चारू, आपल्याकडे वाकडेपणाने पाहणाऱ्याची मी राख करू शकते. ओके?”

“तू रागावली नाहीस माझ्यावर?”

“एरव्ही कदाचित रागावलेही असते. पण आत्ताची वेळ काही वेगळेच संदेश देत आहे. चारू, आपण आपला वेगळा कारखाना उभारूच. निदान पद्माभावोजी म्हणतात तशी ताबडतोब जागा खरेदी करूया. तुझ्यामाझ्या आयुष्यातली फार महत्त्वाची वेळ आहे ही. खूप महत्त्वाच्या संक्रमणामधून जायचंय आपल्याला. आपण गडबडून कशासाठी जायचं? आपले दादा आहेत, रवी, सुजा, माझी आई, उमेश, प्रिया, पद्माभावोजी आहेत. विष्णू, अविनाश, किशोर, सुमन, अपूर्वा! अरे सगळा कारखाना तुझ्या बाजूनं उभा राहील. तेवढं प्रेमानं तू सगळ्यांना सांभाळलं आहेस आणि आपली स्नेहा, प्रसाद आपल्याबरोबर आहेत. डरायचं कशासाठी?”

“बस् हेमा, मला रडायचं नाहीए.”

“रडायचं नाहीच आहे! कशासाठी रडायचंय? आपलं काय वाईट आहे म्हणून रडायचंय?”

“साधनाचं हे असं वागणं...”

“वागू देत ना! तुला या सगळ्या गोष्टीत असं ऑड काय वाटतंय?” हेमानं स्पष्टपणे विचारलं.

“म्हणजे?” चारू गोंधळला.

“नक्की काय खटकतंय?” हेमांगीनं पुन्हा विचारलं.

“सगळंच खटकतंय!”

“कुठलीही गोष्ट खटकण्यासारखी नाही. सगळं योग्य चाललेलं आहे. साधनाचं तर प्रॅक्टिकली काहीही चुकत नाही.”

“तूच असं म्हणतेस?”

“चारू, विचार करून बघ. एका कारखानदाराची मुलगी ती. जन्माला आली, मोठी झाली ती कारखानदाराची मुलगी म्हणूनच. लग्न झालं तेसुद्धा एका संस्थानिकाच्या कोटयधीशाच्या मुलाशी... पण तिला दैवानं फसवलं. तिचा नवरा दारुडा निघाला. आता लेले जाणारच आहेत. कुणीही थांबवू शकत नाही. साधनाला दैवानं पुन्हा एकदा संधी दिली आहे. लग्नाची. ती काय क्लार्कची

निवड करेल? तिच्या दृष्टीनं स्टेटस हा फार महत्त्वाचा मुद्दा आहे आणि माधवबरोबर लग्न करून ते स्टेटस ती मिळवणार आहे. त्यासाठी कारखान्याचं गाजर ती माधवला दाखवते आहे. ते गाजर मात्र तू आयतंच तिला दिलंस. असू दे! तिच्या नशिबात असेल तसं घडू देत. आपण आपल्या स्वत:च्या कारखान्याच्या तयारीला लागू या. साधनानं तिच्या प्रचंड बुद्धिमत्तेनं तिच्यासाठी पुन्हा एकदा नव्यानं डाव मांडला आहे. एकदा फसलेला. फिसकटलेला. तिला मिळालेल्या संधीचं ती सोनं करण्यासाठी धडपडणारच. यात आपल्या विरुद्ध काहीही नाही. त्यामुळं आपला त्याच्याशी काही संबंधच नाही.''

''मला वाटतं त्या मीनाक्षीचा हा मोठा कट असेल.''

''काही नाही रे! ही सगळी ॲडजस्टमेंट आहे. व्यवहार आहे. कारखाना देताना बर्वेकाका तो माधवला न देता साधनाला देतील आणि त्यात क्लॉज टाकतील, की तो पुढे साधनाच्या अपत्यास मिळावा. मीनाक्षीच्या नाही. बसतील मग सगळेच रडत.''

''मग आता मी काय करायचं?''

''बर्वेकाकांनी कारखाना देताना काय होतं? तेवढी जागा आणि तेवढी मशीन्स सोडूया. आणि इथे आपण वाढवलेल्या जागेचे, केलेल्या बांधकामाचे चालू दरानं पैसे घेऊया. आहे हिंमत हे असे पैसे देण्याची कुणामध्ये? अरे, कुणाकडेच नाही. माधवकडे तर नाहीच नाही आणि असे पैसे आपल्याला देऊन कारखाना माधवला द्यायला बर्वेकाका एवढे अव्यवहारी मुळीच नाहीत.''

''बापरे! एका क्षणात तुला सुचलं कसं हे?''

''आता माझंच कौतुक करण्यामध्ये उरलेली रात्र घालवणार आहेस का? प्रत्यक्ष काही कृती करणार आहेस की नाही?'' ती ओरडलीच. तसा तो गडगडाट केल्यासारखा हसला. तो आवाज इतका मोठा होता, की खाली कुणीतरी पार्किंगमध्ये दार उघडून पुन्हा लावून घेतलं. ती त्याच्यावर डोळे वटारत म्हणाली,

''कृती म्हणजे, मी कारखान्याबाबत बोलते आहे हे समजतंय ना? एवढं हसायचं कशासाठी?''

''ये. आता जवळ ये. मग सांगतो.'' तो म्हणाला आणि खूप आसक्तीनं ती पांघरुणात शिरली. चारूनं अलगदपणे तिला स्वत:च्या मिठीत वेढलं आणि तिच्या कपाळाचं दीर्घ चुंबन घेतलं. त्याच्या उत्साहाला उधाण आलं. चारूवर स्वार झाल्यासारखा एक विचार त्याच्या मनात आला. मला जे उत्साहाचं उधाण आलं आहे, माझ्या संभाव्य यशासाठी शक्तीचं आणि क्षमतेचं जे वारं माझ्यात

संचारलंय, त्याचं कारण काय? हेमानं आपल्याला तिचं शरीर दिलंय म्हणून? की तिचं मन दिलंय म्हणून?

त्यानं हलकेच हेमांगीच्या ओठांवर स्वत:चे ओठ घासायला सुरुवात केली. घनदाट जंगलातून एखादी सतेज कांतीची नागीण विजेच्या लोळासारखी सळसळत बाहेर पडावी, तशी हेमांगीच्या शरीरातून एक सशक्त सळसळ बाहेर पडून तिच्या विळख्यात चारूचं शरीर जेरबंद झालं. क्षणभर चारूचा श्वासच थांबला. जरा वेळानं त्यानं हलकेच श्वास भरायला सुरुवात केली, त्या वेळी त्याला जाणवलं की आपण मघापासून हेमांगीशी जे जे बोलतो आहोत, बोलताना, ऐकताना जो विचार करतो आहोत, ते सगळं अस्पष्ट आणि धूसर झालंय. नीटसं काहीच आठवत नाहीए. सुसंगती, सुसूत्रता, तार्किकता, बुद्धिमत्ता हे सगळं बिनकामाचं ठरवून मन एका उबदार आसक्तीच्या तळ्यात गळ्यापर्यंत बुडालंय. आता तरंगण्यासाठी वृथा हातपाय मारण्याची इच्छा नाही. मनाला त्या आसक्तीच्या तळ्यात, त्या मधाळ तळ्यात बुडून जायचंय. मन सैल झालंय, आता ते बुडालंय. विचारमुक्त झालंय. समाधी अवस्थेला आलंय आणि बस्!

- ०-०-०-

१०

चारू आज स्वत: ड्रायव्हिंग करत होता. किशोर आणि स्नेहा शेजारी बसले होते. पद्मा आणि हेमांगी मागे बसले होते. स्नेहाची आवडती टोयोटो फॉर्च्युनर गाडी चारूनं नुकतीच घेतली होती. गप्पा, गोष्टी, विनोद, चेष्टा, मस्करी या सगळ्यालाच उधाण आलं होतं. सगळे मनमुराद हसत होते. एका क्षणी पद्माकर गप्प बसला.

''काय झालं भावोजी?'' हेमानं विचारलं.

''काही नाही गं! कामाच्या गडबडीनं असं एकत्र यायला, हसायला मिळतच नाही गं! कितीतरी चांगल्या गोष्टी मिस करतो आपण.'' पद्माचा आवाज हलू लागला. हेमांगी म्हणाली,

''भावोजी, आपलं झालेलं नुकसान आपण भरून काढू...?''

पद्माकरनं आज सगळ्यांना बाहेर काढलं होतं. सध्याच्या फॅक्टरीपासून आत एक मोठा प्लॉट पद्मानं पाहिला होता. नवीन मुंबई हायवेला अप्रोचिंग रोडवर. साडेसतरा एकराचा होता. जागेचे मालक कृष्णाजीराव पद्माच्या ओळखीचे होते. माझ्या मध्यस्थीशिवाय जागेचा व्यवहार करायचा नाही, असा प्रेमळ दम पद्मानं सहा महिन्यांपूर्वीच कृष्णाजीरावांना दिला होता.

हेमाच्या चेहऱ्यावर तर जीवन सार्थकी लागल्याचेच

भाव होते. एखाद्या गोष्टीची सुरुवात आणि कार्यसिद्धी हे अंतर चारूनं बऱ्याच वेळा पार केलं होतं. त्यामुळेच अशा वेळी मनाची स्थिरता फार महत्त्वाची असते, हे त्याला माहीत होतं. गाडीत चारूची आवडती कुमार गंधर्वांच्या गाण्याची सी. डी. वाजत होती. गाडी झपाझप प्लॉटच्या दिशेनं चालली होती. पद्माकर डोळे मिटून गाणे ऐकत होता.

"वा! सुंदर!" प्लॉट पाहून चारू खूष झाला. बरीच वर्षे काही पिकले नाही. अशी शेतजमीनच होती ती. मुरमाड, माळरान असावं तसं! बांधांवर चिंच, बाभूळ, आंबा वगैरे झाडे होती. त्या गावरान झाडांच्या पार्श्वभूमीवर तो प्लॉट चारूच्या कर्तृत्वाला आव्हान करीत होता. चारूची शोधक नजर, अभ्यासू नजर भराभर सगळ्या जमिनीवर फिरत होती. मनात पटापट काही आराखडे तयार होत होते.

प्लॉटचे मालक कृष्णाराव चारूकडे उत्सुकतेने पाहत होते. इकडे पद्माने सिगारेट पेटवली. कृष्णराव म्हणाले, "भावेसाहेब, गेले सहा महिने रोज कस्टमर येताएत. आम्हाला विकायचा नाही, असं आम्ही सांगतो. कारण पद्माभाऊनं सहा महिन्यांपूर्वीच सांगितलं, की मी खरेदी केला हा प्लॉट. मी सांगतो त्यालाच द्यायचा. मी वाट बघत होतो की कोण हा माणूस? आज भेट झाली. जरा बरं वाटलं."

चारूनं एका वहीत बऱ्यापैकी काही नोंदी केल्या. बाजूच्या प्लॉटची सखोल चौकशी केली. नंतर काळजीपूर्वक जागांचे दाखले पाहिले. नोंदींचे अर्थ समजावून घेतले. कृष्णरावांशी हवापाण्याच्या गप्पा मारता मारता त्यांचा आणि जमिनीचा तीन पिढ्यांचा इतिहास काढून घेतला.

लांबून एक मुलगा पळत येताना दिसला. त्याच्या हातात कोल्ड्रींक्स होते. चारू म्हणाला, "कृष्णाजीराव, माझे वकील हे सगळे कागदपत्र व नोंदी पाहतील, त्याचा सर्च रिपोर्ट तयार करतील. या जमिनीचा झोन इंडस्ट्रियलमध्ये बदलता येईल का, ते पाहावं लागेल. त्यानंतर आमचे सिव्हिल इंजिनियर आणि आर्किटेक्ट येऊन मातीची तपासणी होईल. एवढ्या तीन गोष्टी झाल्या, की आपण जमिनीचा व्यवहार करू. जागा मला आवडली. व्यवहाराची जबाबदारी पद्माकरसाहेबांची. तुम्ही आणि पद्माकरसाहेब जमिनीची किंमत ठरवा. जी किंमत तुमच्या मनात आहे त्याच किंमतीला व्यवहार ठरवा. मला तुमची जमीन खूप आवडली आहे आणि तुम्ही पण खूप आवडले आहात."

सगळे परत फिरले तेव्हा दुपारचे साडेबारा वाजून गेले होते. पद्माकरला

मध्येच उतरून दुसऱ्या लोकांबरोबर जायचं होतं. त्याच्यासाठी थांबलेली कार त्यानं दाखवताच हेमानं त्याला दटावलं,

"भावोजी, आता कुठेही जायचं नाही. दुपारचा एक वाजतोय. सकाळपासून काही खाल्लंय की नाही कुणास ठाऊक?"

"एवढं विचारलंस तरी पोट भरलं बघ."

"कुणी विचारण्याची एवढी हौस आहे तर त्यासाठी घरी यायचं ना? फोन केला तर उचलत पण नाही तुम्ही. आम्ही काय करायचं? स्वतःच स्वतःचे हाल करून घ्यायचे. वणवण भटकायचं. सिगारेटी फुंकायच्या. डोळ्यांखाली काळं किती झालंय पाहिलंत?"

"ये बाई, तू लेक्चर बंद कर. त्या कारमधले लोक माझी वाट पाहत आहेत." पद्मा म्हणाला तशी हेमा कारचं दार उघडून थेट खालीच उतरली. म्हणाली,

"चला, मी त्यांना सांगते, अजून दोन तासांनी या म्हणून. तुम्ही आता आमच्याबरोबर जेवायला येता आहात. समजलं?"

"येतो गं! तू नको जाऊस तिकडे काही बोलायला. कुठं जायचंय?" पद्मा गडबडलाच.

"हेमा..." चारूनं हेमाला विचारलं.

"चारू, आपल्या फॅक्टरीच्या कॅन्टीनला जाऊ."

"गुड आयडिया."

कॅन्टीनमध्ये जेवण झालं. हेमानं तिथं जेवणाऱ्यांची, जेवण तयार करणाऱ्यांची आणि वाढणाऱ्यांची मायेनं चौकशी केली. लोकांना आनंदाचं भरतं आलं. आचारी, वाढपी, कामगार यांनी हेमांगीभोवती गराडा घातला. सगळेजण हेमांगीला विचारून, तिच्याशी अदबीनं दोन शब्द बोलून गेले. सगळ्यांचा निरोप घेऊन हेमांगी उत्साहात गाडीत बसली. चारू त्याच्या केबिनकडे गेला. काहीतरी चांगलं घडल्याचं वातावरण आपोआप सभोवती निर्माण झालं होतं.

अनिरुद्ध कुबेर आणि चारूदत्त भावे यांच्यामधील चर्चा रंगात आली होती. चारूनं त्याच्या कल्पना सांगितल्या. फॅक्टरीच्या आवारात एक छोटासा मॉल उभारावा, असं चारूला वाटत होतं. त्यामध्ये रोजच्या जगण्यास आवश्यक गोष्टी उपलब्ध असाव्यात. किराणा माल, भाजीपाला, दूध, ब्रेड, अंडी, पेन, रबर, पट्टीसुद्धा! या छोट्या छोट्या दैनंदिन गोष्टींसाठी फॅक्टरीतून घरी गेल्यावर

लोकांना पुन्हा घराबाहेर वर पडावयास लागू नये, इथून जातानाच त्यांना सगळं मिळावं वगैरे चारू सांगत होता.

नंतर या साडेसतरा एकरामध्ये बागकाम किती, झाडे किती वगैरे चारू बोलला. त्या वेळी अनिरुद्ध हसत हसत म्हणाला, "चारू, आपण इथे एक उद्यान आणि त्यात एक भलंमोठं कमर्शियल कॉम्प्लेक्सच बांधूया. कारखाना दुसरीकडे बांधू या.''

"अनि, मी तुझ्यापासून काहीही लपवलेलं नाही. काहीतरी चांगलं करूया.''

"करूया रे! इथून पुढचा तुझा सगळा काळ निव्वळ यशाचा, प्रगतीचा आहे. सुखाचा, समाधानाचा आहे. संपूर्ण घराच्या मनःशांतीचा आणि आरोग्याचा आहे. तुझी बायको, तुझी दोन्ही मुलं यांच्या सौख्याचा आणि भाग्याचा आहे. तुझ्या आनंदाला तर उधाण येणार आहे; पण तुझ्याकडे डोळे लावून बसलेल्या नातेवाईक, मित्र, स्नेही यांना आनंदानं नाचायला लावणारा काळ आहे हा!''

"थँक्स अनि!''

"चारू, तू खूप मोठा विश्वास दाखवलास माझ्यावर. सगळं, सगळं सांगितलंस. चारू, तुलाही कल्पना आहेच की सगळ्याच यशस्वी लोकांना सतत मानसिक द्वंद्वातून जावं लागतं. आपल्याच मनातल्या आंतरिक संघर्षातून जावं लागतं आणि माझी श्रद्धा आहे, की यशस्वी माणसाच्या मनातील द्वंद्व-संघर्ष, हे त्याची ताकद वाढवत असतात.''

"अनि, माझ्या मनावरचा केवढा ताण हलका होतोय तुझ्या बोलण्यामुळं.''

"चारू, आपण एकाच कॉलेजमध्ये चार वर्षे होतो. तू मेकॅनिकल इंजिनिअरिंग टॉपर होतास. मी सिव्हिल इंजिनिअरिंग टॉपर होतो. तेव्हापासून आपण एकमेकांचे मित्र आहोत. वेलविशर आहोत. कॉलेजनंतरही आपण एकमेकांशी मैत्री ठेवलेली आहे. त्यामुळे माझ्या बोलण्यामुळे एवढा इमोशनल होऊ नकोस. मी पुढे काय सांगतो, ते नीट लक्ष देऊन ऐक.''

"बोल...''

"माझी ठाम खात्री आहे, की हेमांगी इंडस्ट्रीज हा कारखाना तुझ्याकडेच राहणार आहे.''

"माझ्यावरच्या प्रेमापोटी बोलतो आहेस?''

"प्रेम तर आहेच तुझ्यावर! पण केवळ प्रेम म्हणून बोलत नाहीए. तर हेच सत्य म्हणून मला दिसतंय समोर. बर्वेकाका, अभिजित वगैरे ही सगळी उच्च दर्जाची व्यावसायिक माणसं आहेत. साधनाच्या मूर्खपणाला ते लोक भीक

घालणार नाहीत. किंवा साधना त्यांना इमोशनल ब्लॅकमेल वगैरे करूच शकणार नाही. या सगळ्या पार्श्वभूमीवर माधव बुद्धिसागर हा कुठे स्टँडच होऊ शकत नाही. त्याचा त्याग वगैरे बाता तर असंबद्ध आहेत. त्यानं साधनावर प्रेम करावं, पण ते बागेत नाहीतर समुद्राकाठी. कारखाना ही जागा त्यासाठी नाही. व्यवहार म्हणूनही माधव बुद्धिसागर स्टँड होऊ शकत नाही. कारण अशी क्षमता असलेला माणूस बायकोला घटस्फोट देऊन साधनाशी लग्न करण्याची ड्रामेबाजी करत बसत नाही. साधना आणि माधव हा ड्रामा आहे. दोघांचेही हेतू एकमेकांना पूरक आहेत. माधवची बायको तर निव्वळ लबाड आहे. चारू ज्यांचं सगळं आयुष्य व्यवसाय आणि व्यवहार यांच्यामध्ये गेलं, त्या बर्व्यांसमोर ही लबाडी टिकूच शकत नाही. साधनाचे वडील म्हणून, प्रेम म्हणून, बर्वेकाका दुसरं काही करतील; पण ही गोष्ट मुळीच नाही. मुळात मला आश्चर्य वाटतं की, असं काही घडेल असं साधनाला वाटतंच कसं?''

''अनि, मी याला एक संधी समजतोय, माझं स्वत:चं युनिट उभं करण्यासाठी.''

''ते ठीक आहे. त्याची सुरुवात पण आपण केली. सोन्यासारखी साडेसतरा एकर जमीन विकत घेतली आहे. अठ्ठावीस करोडची तर फक्त जागाच झाली आहे. नुसते मशीन फाउंडेशन्स, शेड्स बीम्स, कॉलम्स, क्रेन्स आणि ॲडिशनल मशिन्स याचं रफ इस्टीमेटच शंभर-सव्वाशे करोडपर्यंत जाईल. कुठून आणणार आहेस एवढा पैसा? कर्जतरी किती करशील? आणि कशासाठी?''

''तू बोल, मी काय करू?''

''समजा, अगदी असं घडलंच की बर्वेकाका आल्यानंतर आपल्याला बाहेर पडावं लागलं... मी पंधरा दिवसांत तुझ्या सगळ्या मशीन्स शिफ्ट करून देतो. तिथली जागा त्यांना हवी असेल तर देऊन टाक; पण कॅश पैसे घे. सात एकर, दहा लाख रुपये गुंठा! साधारण तीस करोड. त्यापेक्षा जास्तच घे. नाहीतरी गरज त्यांना आहे! तेच पैसे इकडे वापरू. त्यांना नको असेल जागा, तर तुला तीन महिन्यांत तुझी जागा आणि युनिट वेगळं करून देतो तिथेच! आणि मधले दिवस आपण काम बाहेरून करून घेऊ. अरे, आपल्या बॅचची कितीतरी पोरं सातारा, सांगली, कोल्हापूर इथे, मोठेमोठे मशीन शॉप्स, फाऊंडरीची मालक आहेत. मी आत्ताच त्यांना कॉन्टॅक्ट करून ठेवतो. पैशाची रिस्क जितकी कमी, तेवढं चांगलं रे!''

''अनि, किती ग्रेट आहेस रे तू! तुझी धडपड ही कुठल्याही परिस्थितीमध्ये

टिकून राहण्याची वाटते आहे. मी मात्र स्वत:हून खड्ड्यात उडी मारायला चाललोय. किती प्रॅक्टिकल आहेस तू! आणि मी..''

''बस चारू! तुझी कपॅसिटी मला माहीत आहे. तुझा प्रॉब्लेम एकच आहे! तो म्हणजे साधनात गुंतलेलं तुझं मन. बाहेर पड त्यातून. साधनाला कारखाना प्रेझेंट देऊन हीरो बनायला का पाहतो आहेस? साधनासाठी तू तुझा जीव जरी दिलास, तरी ती तुला या जन्मात तरी चांगलं म्हणणार नाही. हे सत्य तू एकदा मान्य कर आणि साधनाकडून तशी काही अपेक्षा करू नकोस. तुला हवं तसं प्रेम तिच्या मनात नाही तुझ्याबद्दल. मुळात तिच्याकडे जे नाही, तेच का मागतो आहेस तू तिच्याकडे? ती देणार आहे कुठून? आणि त्यामुळेच तुमच्यामध्ये संघर्ष होतो आहे. चारू, तुला हवंय तसं प्रेम हेमांगीकडे आहे. तिला माग. तिथे खात्रीनं मिळेल ते. साधना विसर, डोक्यातून काढून टाक. ती स्वत:च एक भ्रम आहे. त्यामुळे तूही भ्रमिष्ट होत आहेस. तिचं महत्त्व तिच्यापाशी! तिच्यापेक्षाही खूप महत्त्वाच्या गोष्टी आपल्याकडे आहेत. जगात खूप आनंद आहे. सगळीकडे भरलाय. तो मिळेल; पण साधना मनातून गेली तरच. ॲन्ड दॅट इज द फायनल!''

चारू शांत बसून अनिरुद्धकडे पाहत राहिला.

दुपारचे तीन वाजून गेलेले. स्वत:च्या ऑफिसमध्ये बसलेल्या चारूच्या फाजील उतावळेपणास अनिरुद्धनं लगाम घातला होता. बर्वेकाका जा म्हणाले तरी जागेचे पैसे घेऊन सगळ्या मशीन्स नव्या जागेत शिफ्ट करण्यासाठी अनिरुद्धला पंधरा दिवस पुरे होते. कारखाना चालू करण्याइतपत फाउंडेशन्स आणि शेड्सचं काम करायला त्याला तीन महिने लागणार होते. पण हे युनिट उभं करण्यासाठी लागणाऱ्या कागदोपत्री परवानग्या तीन महिन्यांत मिळणार होत्या? टाउन प्लॅनिंग, इंडस्ट्रियल झोन, फॅक्टरी ॲक्ट, इलेक्ट्रीसिटी बोर्ड, पाणी, महानगरपालिका, शॉप ॲट... बापरे! खास त्या कामावरच चार लोक ॲपॉइन्ट केले तरी सहा महिने कमीत कमी लागणार. म्हणजे अनिरुद्ध बाहेरून काम करून घ्यायचं म्हणत होता, ते तीन महिने नसून सहा महिने आहेत, असं चारूला स्पष्ट दिसत होते.

चारू हळूहळू जमिनीवर येत होता. साधनाच्या पावित्र्याला उत्तर म्हणून धाडकन 'हा घ्या तुमचा कारखाना', असं म्हणून तिथून बाहेर पडणं आणि नवीन कारखाना उभा करणं ही अवघड नसली, तरी छोटी गोष्ट निश्चितच नव्हती. त्यामुळे भावनेचा अतिरेक करत साधनासाठी कारखान्याचा त्याग करणं

वगैरे फिल्मी वागणं अपघाती आणि आत्मघातकी ठरलं असतं.

हेमांगीनं, पद्माकरनं आणि अनिरुद्धनं चारूला धगधगीत व्यवहाराचं दर्शन घडवलं होतं. ज्या व्यवहारावर जग चालतं, जगरहाटीचा जो पाया आहे. जो व्यवहार सगळ्यांना उमगतो, कळतो, अगदी सर्वसामान्य लोकांनाही तो सवयीचा असतो आणि इकडे चारू स्वत:च्या ओंजळीत स्वत:च्या भावना आणि प्रेम घेऊन साधनाला भेट द्यायला निघाला होता. साधना त्याला हिंग लावूनही विचारत नाही. ती पूर्ण व्यवहारावर उतरली होती. चारूलाही आता पूर्ण व्यवहारावर उतरणं भागच होतं.

या सगळ्या प्रकारात त्यानं कारखान्याच्या बाहेर जायचं अशी इच्छा बर्वे-काकांनी व्यक्त केली, तरी तो कायद्याचा आधार घेऊन या सगळ्या स्थलांतरासाठी एक वर्षाची, अगदी दोन वर्षांचीही मुदत मागून घेऊ शकत होता. त्यामुळे वास्तविक गडबडून जाण्याची गरज नव्हती.

दुसरी गोष्ट. आपल्या आयुष्यात किती चांगल्या आणि महत्त्वाच्या गोष्टी घडल्या! हेमांगीबद्दलची आपली तक्रार, तिचा आक्रोश हे सगळं धुऊन गेलं आणि आता सगळं खूप समजुतीच्या पातळीवर आलं आहे. आपली स्वत:ची स्वतंत्र साडेसतरा एकराची जागा झाली आहे. खूप दडपणाखाली, कुणी वाघ मागे लागल्यासारखं तिथे काही करण्यापेक्षा, शांत चित्ताने एक सुसज्ज युनिट उभं करू या. नियोजनबद्ध पद्धतीनं या कारखान्यातून बाहेर पडता येईल.

वास्तविक बर्वेकाकांच्या आणि माझ्या कॉन्ट्रॅक्टमध्येसुद्धा एक वर्ष आगाऊ नोटिशीची तरतूद केली आहे. कॉन्ट्रॅक्ट संपायला अजूनही चार महिने अवकाश आहे. खरंतर मी बर्वेकाकांसमोर ठामपणे स्टँड घेऊ शकतो. कोण हा माधव? संबंध काय त्याचा? मी खतपाणी घालून हा कारखाना जपलाय, सांभाळलाय, वाढवलाय. केवढा मोठा केलाय त्याला! जवळजवळ पाचपट आणि आज हा कोण उपटसुंभ माधव येतो आणि मलाच शहाणपणा शिकवतो. बर्वेकाका, तुम्हीच सांगा, हे योग्य आहे?

मनातल्या मनात चारूच्या आत्मविश्वासाची पातळी चांगलीच वाढली. त्याच्या मनातली अपराधीपणाची भावना एकदम गळून पडली. कसला अपराध? कुणाचा अपराध? नागपूरला आठवडाभर साधना माझ्याबरोबर येऊन राहिली. तिची इच्छा म्हणून! मी नको म्हणत असताना माझ्या मागे मागे करून ती आली. ठीक आहे! मी घेऊन गेलो तर तिथे तिचे शारीरिक लाड पुरवावेत, अशा हट्टाला ती पेटली. का पुरवा तिचे असे हट्ट? मी संसारी माणूस आहे. मला बायको,

मुलं, नातेवाईक, प्रतिष्ठा सगळं काही आहे. ते काय मोडीत काढू? का? कशासाठी? आणि पुन्हा वर ही मला शहाणपण शिकवते. ही मला कमी लेखते. अडाणी म्हणते. स्वत:ला प्रगत म्हणते. हीच का तिची प्रगती? तो आठवडा मी तिच्या मनासारखा वागलो असतो, तर मी लगेच प्रगत मनाचा झालो असतो का? साधनाला म्हणावं, तू सांग हे सगळं बर्वेकाकांना! म्हणावं, मी असा हट्ट केला चारूकडे नागपुरामध्ये आणि चारू नाही म्हणाला. बर्वेकाका मुस्काटातच देतील.

खरंच देतील? देतीलच.

त्याच्या मनात विचारांची उलटसुलट प्रक्रिया चालू होती. पण त्याच्या मनातली अपराधीपणाची भावना गेल्यानं त्याच्या मनातली आत्मविश्वासाची पातळी वाढली होती. मन हलकं वाटत होतं आणि त्यामुळेच की काय, पण मनात सतत वावरणारं भय खूपच कमी झालं होतं. त्याला माणसांत आल्यासारखं वाटत होतं. इतके दिवस माणसांपासून दूर फेकल्यासारखं वाटत होतं. आपल्या मूळ जीवनापासून दूर फेकल्यासारखं. आता त्याला मूळ जीवनात परत आल्यासारखं वाटलं. जीवनावरची सैल झालेली पकड पुन्हा घट्ट झाली.

बापरे! काय जादू आहे ही! एखाद्या गोष्टीकडे पाहण्याची नुसती नजर बदलली, तरी मानसिक स्थितीमध्ये एवढा फरक पडू शकतो?

दुपारचे चार वाजत आले होते. लवकर घरी जायला हवं. क्लबवर जाऊन टेनिस खेळायला हवं. नाहीतर पोहायला जायला हवं. अंगात उगाचच आळस भरायला नको. तो विचार करतच होता, तोच अपूर्वानं आत कॉल दिला.

''सर, साधनामॅम ऑन लाइन.''

''बोल साधना!'' चारूनं जांभई देत फोन घेतला.

''खरी की खोटी रे जांभई?'' साधना म्हणाली.

''बोल.''

''घाईत आहेस?''

''नाही गं! कंटाळलोय!''

''मला?''

''जनरलच!''

''म्हणजे मी त्यात आलेच.''

''पोहायला, नाहीतर टेनिस खेळायला जायचा विचार करतोय.''

''मी येऊ बरोबर?''

"चल, मजा येईल."

"किती सहज बोलतोस रे?"

"सहज न बोलायचं कारण काय?"

"काही नाही?.... मध्ये एवढं घडून गेलं त्याचं काय?"

"घडू देत गं! जीवन आहे हे! पार्ट ऑफ द लाइफ! आणि सरतेशेवटी तुझ्या काही फायद्याचं होत असेल, तर त्यात वाईट ते काय?"

"माझ्या फायद्याचं आहे की नाही कुणास ठाऊक? पण निरुपायाचं, नाइलाजाचं आहे हे निश्चित."

"असो. जास्त खोलात नको शिरूयात. त्रास होतो. तुलाही होतो. मला माहीत आहे. बाय द वे, कारखान्यातून बाहेर पडण्यासाठी काही प्रत्यक्ष हालचाली, कृती मी केल्या आहेत."

"माहीत आहे. साडेसतरा एकर जमीन खरेदी केली आहेस."

"धन्य आहेस! माझी माहिती माझ्याकडेसुद्धा एवढी अपडेट नसते."

"तुझ्या मागावरच असते मी."

"प्रॅक्टिकली! हा विनोद नाही. वस्तुस्थिती आहे."

"हे आणखीही काही आहे."

"असू देत! नको आता! ठेवू? मला पोहायला जायचंय. बेस्ट लक साधना."

"चारू ठेवू नकोस फोन. मला यायचंय तुझ्याबरोबर तास-दोन तास बोलण्यासाठी."

"आता काय? प्लीज नको आता."

"तुला असा सहजासहजी सोडणार नाही मी. कमीत कमी दोनशे शिव्या देईन. पन्नास अपमान करीन आणि पंचवीस मुस्काटात देईन."

"हे सगळं कधी?"

"आत्ता मी येते आहे. घरी फोन करून सांग की तुला उशीर होईल."

ती असं म्हणाली आणि तिनं फोन ठेवून दिला.

सायंकाळचे सहा कसेतरी वाजवून चारू ठरलेल्या क्लबच्या लॉनवर साधनाची वाट पाहू लागला. अर्थात घरी हेमांगीला सगळी व्यवस्थित कल्पना देऊन. हेमांगी म्हणाली, "जा. एकदाचा सोक्षमोक्ष लावून या. पुन्हा पुन्हा तेच रडगाणं नको."

आधीच खूप रडून मन हलकं केल्यासारखी साधना आली. छान टापटीप साडी वगैरे मेकअप करून.

"बस. छान दिसते आहेस.'' चारू म्हणाला.

"का छळतोस रे मला चारू!'' ती बसत म्हणाली.

"मी छळतो?''

"भयानक! तुझं प्रेम जेवढं जहाल आहे, त्याच्या दहापट जहाल 'तुझं छळणं!''

"साधना, आपण कशासाठी बोलतो आहोत हे सगळं?''

"हेच... हेच ते छळणं! एका क्षणात परकं करून टाकणं.''

"मलाही लोक असं क्षणात परकं करून टाकतात.''

"मला माहीत आहे की त्यांत मीसुद्धा आहे. पण आम्ही तुला परकं केलं तर तू ते सहन करू शकतोस. तू मात्र क्षणभर जरी परकेपणा दाखवलास, तरी तो सहन नाही करता येत.''

"कारण?''

"तुझा आपलेपणा पाहिलेला असतो ना! तोही जरा जगावेगळाच असतो. पण त्यामुळेच तू परकेपणा दाखवलास की जीव जायला होतो.''

"तुझा आत्ता या घडीला जीव जायला झालाय का?''

"हो! तुला काय त्याचं!''

"म्हणजे मला काहीतरी असायलाच हवं का त्याचं?''

"हो! नसेल तर याचा अर्थ तू मला मनातून पूर्ण काढून टाकलं आहेस.''

"यातलं काहीही केलं नाही.''

"हे सांगताना तुला एवढं हसू कशाचं येतंय.''

"मी तुला मनातून काढून टाकलं, या कल्पनेनं तुला दुःख होतंय याचं.''

"म्हणजे तुला ते खोटं वाटतंय?''

"खरं वाटतंय म्हणूनच हसू येतंय. खरंतर आता तू असं काही करू नयेस. तुझा आत्मविश्वास हीच सध्या मला माझी जमेची बाजू वाटते आहे.''

"किती टोचून बोलतोस रे! सभ्य भाषेत, गोड आणि सकारात्मक शब्दांत इतकं कुचकट बोलता येतं? तू खरंच ग्रेट आहेस.''

"चला! तू माझं जे वर्णन करतेस, त्यात आणखी भर पडली. 'तू खरंच ग्रेट आहेस' या वाक्याची!''

"खरंच? आधीची वाक्यं लक्षात आहेत तुझ्या? खरंच काय काय बोलले

रे तुला मी एवढ्यात? खूपच वाईट बोलले असेन हे निश्चित.''

"मी असभ्य आहे. माझी अभिरुची हलक्या दर्जाची आहे. मी तुझ्यासमोर बसून तुला ऑकवर्ड करतो. माझी अक्कल किंवा ज्ञान हे लहान मुलांना मार्गदर्शन करण्याच्या योग्यतेचंसुद्धा नाही. मी तुझी काळजी करावी किंवा उठाठेव करावी एवढं माझं सामर्थ्य नाही. माझी इंटलेक्चयुअल लेव्हल तुझ्याशी मॅच होत नाही. मला जे कुणी चांगले म्हणतात, त्यांचं तुला वाईट वाटतं. माझ्या ओळखीची माणसं हलक्या दर्जाची आणि निष्कृष्ट कार्यक्षमतेची आहेत. मी तुझ्याबद्दल इमोशनल व्हावं, इतकी माझी लायकीच नाही. मी तुला इमोशनल होऊन दिलेलं कुठलेही प्रेझेंट, हे तुझ्या दृष्टीनं व्यवहाराच्या पातळीवर परत करण्याची गोष्ट असते. मी तुझ्या दृष्टीनं सगळ्या बाबतीत 'इन्फिरिअर' आहे. तू माझ्याबरोबर टाइमपास म्हणून बोलतेस. खरंतर मी टाइमपास म्हणून बोलण्याच्याही योग्यतेचा नाही. कुठल्याही बाबतीत वैयक्तिक 'मी' ही तुझी 'चॉइस' असूच शकत नाही. वगैरे.. वगैरे...''

"कुठून गोळा केलीस ही वाक्यांची माळ?''

"तुझ्या बोलण्यातून, वागण्यातून.''

"हा असा अर्थ काढलास तू? एनी वे! मी कदाचित दुसऱ्या कुठल्या संदर्भात असं वागलेबोलले असेन. मला आठवतही नाही. तू त्याचा असा अर्थ काढला असशील, तर तो तुझा प्रॉब्लेम आहे. त्याच्याशी माझा काहीही संबंध नाही.''

"हे वाक्यही तू बऱ्याचदा म्हणून झालं आहे. मला त्याचीही सवय आहे.''

ती हसू लागली. खूप खळाळून हसण्याची इच्छा ती पुन्हा पुन्हा दाबू लागली. चारू म्हणाला, "एकदा हसून टाक. नाहीतर रात्री झोपेत हसशील. लेल्यांकरता ठेवलेल्या नर्स घाबरून पळून जातील.''

"गप रे मेल्या! बोलायला लागलास की कुणीतरी आवरावंच लागतं का तुला?'' चारू गप्प बसला.

ती त्याच्याजवळ सरकली. त्याचा हात हातात घेत म्हणाली, "कसा आहेस चारू?'' ती खरोखरीच्या आपलेपणानं म्हणाली, तसा चारू आतून गलबलला.

"आता यानंतर मी रडायचं असतं का?''

"चारू, कळते मला तुझी मन:स्थिती. खरंतर या मन:स्थितीत मीच लोटलं तुला. माझं दु:ख पाहून तू निदान रडू तरी शकतोस. मलातर आता

रडायलाही विषय नाही. तू माझा आहेस म्हणूनही रडता येत नाही आणि तू माझा नाहीस म्हणूनही रडता येत नाही.''

खूप वेळ तो नुसताच विचार करत राहिला. तिच्याकडे पाहत राहिला. तिचा चेहरा त्याला खूपच भकास वाटत होता. त्यात काडीचाही रस नव्हता. सगळंच शुष्क कोरडं वाटत होतं. कोण ही? एकूण जगाच्या हिशोबात हिचं अस्तित्व आणि महत्त्व ते काय? ती स्वत:ला शहाणी समजते. अक्कलहुशारीनं चार गोष्टी मिळवते. मला कमी लेखते, कमी समजते. पण या क्षणाला माझ्या मनातच तिला काही किंमत नसेल, तर ती मला काय समजते याला अर्थ तो काय उरला? उलट, या क्षणाला मलाच ती खूप असहाय, केविलवाणी, बिनडोक आणि दुबळी वाटते. का बरं? मी तिला मनातून काढल्यामुळे? मी तिला परकं समजत असल्यामुळे? खरंच! किती सोपं आहे. ज्याचा त्रास होतो त्याचा आपल्याशी काहीही संबंध नाही, एवढंच समजायचं. असो! बाकी फापटपसारा आजवर अनेकदा बोलून झाला, आज पुन्हा तेच नको. आज तिनं स्वत:हून आपल्याला इथं बोलावलं आहे. आपण पटकन मुद्द्यावर आलेलं चांगलं. खूप विचार करून तो म्हणाला,

''साधना, काय हवंय तुला माझ्याकडून? इथून मागचा काही विषय नको मला. आत्ता या क्षणाला किंवा इथून पुढे समज. काय हवंय तुला? काहीही माग, मी देईन.''

''दोन माइल्ड बिअर'' ती हसत म्हणाली.

''नको गं घेत जाऊस.'' तो वैतागून म्हणाला.

तरीसुद्धा त्यानं ऑर्डर केली. बऱ्याच शांततेनंतर वेटरनं बरंच काही आणून ठेवलं. व्हिस्की, बिअर, खाण्याचे पदार्थ! चारूनं स्वत:च स्वत:चं ड्रिंक्स बनवलं. साधनासाठी ग्लासमध्ये बिअर भरून दिली. दोघंही शांतपणे पिऊ लागले. अर्धा तास झाला, पाऊण तास झाला. कुणीही काही बोलेना. साधनाची एक बिअर संपून दुसरी सुरू झाली. चारूचा दुसरा पेग संपत आला होता. चारूच्या नजरेला नजर देत साधना म्हणाली,

''चारू, उद्या नागपूरला जायचा योग आला आहे.''

चारूच्या हातातील ग्लास पडता पडता वाचला.

''अच्छा!'' तो कसाबसा बोलला.

''एवढं दचकायला काय झालं?''

'' 'योग' म्हणालीस? नागपूरला जाणार आहे असं म्हणाली नाहीस.''

"यू आर राइट! बरोबर माधव आहे म्हणून 'योग' असं म्हणाले."

चारूचा चेहरा पडला. त्याचे पाय थरथर कापू लागले. दोन्ही हातांची बोटं त्यानं एकमेकांत गुंतवली. त्याची नजर निस्तेज आणि प्राणहीन, चैतन्यहीन झाली.

"मला एवढा तपशील का देते आहेस?"

"त्यासाठीच तर तुला आज इथं बोलावलं आहे मी. जे तुला सांगायचं आणि ज्यासाठी तुला आज इथे बोलावलं, ते सांगून झालं आहे."

"यावर आता माझं काय म्हणणं असणार? म्हणजे मी काही बोलायचं का आता?"

"तेसुद्धा मीच सांगायचं का? तुझी तुला काही अक्कल नसावी का? का नसावी? मीच तुझ्याकडे भीक मागायची? आणि ती भीक काय हेही मीच तुला सांगायचं?" ती ओरडू लागली.

"तू बदलायला तयार नाहीस." तो शांतपणे म्हणाला.

"तू तरी कुठे बदलायला तयार आहेस?"

"तुझं आणि माधवचं होऊ घातलेलं नातं तुम्ही आधीच जगजाहीर केलेलं आहे. यावर इतकं बोलणं आधीच झालेलं असताना मी आता का आणि कशासाठी रिॲक्ट व्हायचं?"

"का आणि कशासाठी रिॲक्ट व्हायचं? हे तुला सांगत बसण्यापेक्षा मी जीव देणं अधिक पसंत करीन."

"नको सांगूस आणि जीवही देऊ नकोस. तू जीव दिलास तर इतकं सुंदर भांडू कुणाशी मी?"

"गप्प बस. मला सारखं सारखं रडायचं नाही."

"काय रिॲक्ट होऊ साधना?"

"मला परवानगी दे त्याच्याबरोबर नागपूरला जाण्याची ... चारू, गप्प बसू नकोस. अरे, असं बाहेरगावी जाताना घरातल्या माणसाला आपण विचारत नाही का रे? कुणाबरोबर जाताना घरातून परवानगी नाही का विचारत? चारू, मला कोण आहे तुझ्याशिवाय? कुणाला विचारू मी?"

"साधना, काहीतरीच नाही वाटत तुला हे? एवढा मोठा निर्णय तू ऑलरेडी घेऊन बसली आहेस. माधवशी लग्न करण्याचा निर्णय! झालेला आहे तो! तो निर्णय घेताना मी कुठे होतो साधना? आणि आत्ता या क्षणाला हा विरोधाभास का?"

"या क्षणापर्यंत माधवनं मला स्पर्शही केलेला नाही."

"मला खात्री आहे साधना! स्पर्श वगैरे तर दूरच, पण तुझ्या परवानगीशिवाय कुणी तुझ्याकडे पाहण्याचंही धाडस करू शकणार नाही."

"मेल्या, सोड रे! चारू! बस्. मिळालं मला सगळं."

"किती आनंद झालाय तुला!"

"तू माझे हातपाय तोडून मला लुळीपांगळी करून घरात आपटून का टाकत नाहीस? म्हणजे मग मी कशी जाईन माधवबरोबर नागपूरला?"

"मी येतो तुला एअरपोर्टवर सोडायला, माझ्या कारमधून तुला अच्छा करायला येतो मी साधना! पण लक्षात ठेव, नागपूरहून तुम्ही परत याल, तेव्हाही तुला रिसीव्ह करायला, घेऊन जायला एअरपोर्टवर मीच येईन,"

ती एकदम गप्प बसली. चारूही गप्प बसला. ती चारूकडे पाहत नव्हती. चारूही तिच्याकडे पाहत नव्हता. दोघंही एकमेकांसाठी तिथं आले होते. एकमेकांबरोबर तिथं बसले होते. पण अर्धा तास झाला तरी एकमेकांशी एक वाक्यही बोलले नव्हते. त्याला डिवचण्यासाठी ती म्हणाली,

"माझ्यासमोर असं गप्प बसून, माझ्या मनाचा कोंडमारा करून, माझा मानसिक छळ करून मला मारण्याचा विचार आहे का?"

"नाही, तुला मारणारही नाही आणि मरू देणारही नाही."

"काय करणार आहेस?'

"तुझा बळी मात्र जाऊ देणार नाही एवढं निश्चित!"

"खरं चारू?"

"मनात संभ्रम का होतो तुझ्या?"

"तो याचसाठी की माझ्या सहवासातला तू सर्वांत बुद्धिमान पुरुष आहेस की सर्वात मठ्ठ पुरुष आहेस?"

"तरीही साधना, मनात काही उरतंय तुझ्या!"

"सांगायला हवंच तुला." ती खाली पाहत म्हणाली.

"सांग, ऐकतो मी."

"चारू तू 'मला' जपायचं आहेस." तिनं त्याच्याकडे पाहिलं.

"हे सांगितलंस ते एक बरं केलंस. नाहीतर मला काही समजलं नसतं!"

"खरंच तुला समजत नाही चारू. तू मला जपायला हवंस म्हणजे माझ्या व्यक्तिमत्त्वाला जपायला हवंस. माझी पर्सनॅलिटी प्रोटेक्ट करायला हवी. मी, मीच रहायला हवं. माझी इमेज ही एका बंडखोर स्त्रीचीच इमेज रहायला हवी.

माझ्या नावावर मला दुबळेपणा नको, कुणापुढे आणि परिस्थितीपुढे गुडघे टेकणं नको. मिनतवारी नको. दया, भीक नको, माझ्या नावावर मला माघारी फिरणं नको. शस्त्र टाकून पळून जाणं नको.''

''ठीक आहे. हे सगळं आपण दुसऱ्या कुणाच्या तरी नावावर खपवू. अगदीच कुणी नाही भेटलं तर तू ते माझ्या नावावर खपव. बस्?''

''चारू कसला तू! एक नंबरचा चालू!''

''चालू! खरंच साधना पुन्हा एकदा चालू झाल्यासारखा वाटतोय बघ. नाहीतर बंदच पडलो होतो काही काळ. तू पुन्हा चालू केलंस मला. मी कारखान्याचा मालक नसून भाडेकरू आहे, हे मुस्काटात बसल्यासारखं तुझ्यामुळं समजलं मला! अर्थात आधी ते माझ्यामुळं समजलं तुला. पण आपल्या दोघांचंही दैव बलवत्तर बघ. या माहितीमुळं कदाचित हा कारखाना तुझा होईल आणि मला माझा नवीन उभा राहील.''

''आत्ता या क्षणाला मी तुला खोटं नाही ठरवणार. आजपर्यंत मी तुला शंभर- दोनशे वेळा तरी खोटं ठरवलं असेन. पण ते पॉलिसी म्हणून. माझ्या वागण्याची शैली म्हणून त्या प्रत्येक वेळी तू खरा होतास चारू! खोटी मी होते. मी आजही खोटी असेन, पण मी माझा खोटेपणा कबूल करेन तो फक्त तुझ्यासमोर. जगासमोर मी तुलाच खोटं ठरवणार! मी काय करू? माझ्या रक्तातच हा चातुर्याचा भाग आहे. मला मिळालेलं वरदान आहे हे!''

''चला! साधना, तुझे शब्द जड जायला लागलेत. तुला धरून घरात आतपर्यंत सोडायला हवं मला.''

''कुठंही कसं सोडून देतोस रे मला?''

''कुठं सोडू?''

''कुठं सोडशील चारू? लेले तर जातील. माधवव्यतिरिक्त आणखी कुठे लग्न लावून देशील माझं! तुझ्याकडे आहे तसं काही प्रपोजल?'' तिनं चारूकडे पाहिलं, तेव्हा तिच्या डोळ्यांत पाणी चमकलं. चारू पूर्ण गलबलला. त्यानं तिच्या डोक्यावर हात ठेवला. तिनं प्रेमानं तो उराशी धरला. त्यानं तिचे डोळे पुसले.

''नको रडूस साधना, चल निघूया.''

दोघेही उठले. चारूनं तिला तिच्या घरात आतपर्यंत सोडलं. तिथून निघताना तिनं स्वत:च्या हातानं चारूचे सगळे केस विस्कटून टाकले. किशोरनं न पाहिल्याचा आविर्भाव केला. साधनाचा निरोप घेऊन तो घरी आला. हातपाय

धुऊन हेमासमोर बसला. शब्द अन् शब्द तिला सांगितला. हेमानं शांतपणे सगळं ऐकून घेतलं. बराच वेळ विचार केला. नंतर ती म्हणाली, ''चल जेवू या.''

दोघेही जेवायला बसले.

साधनाला एअरपोर्टवर चारूनं स्वत:च्या गाडीतून सोडलं. माधवचा गोरा लालबुंद चेहरा काळवंडला. काही जुजबी बोलून चारू तिथून निघाला. येताना साधनानं त्याचे हात हातात घेऊन 'तीन दिवसांनंतर मला इथंच न्यायला ये.' वगैरे सांगितलं. चारूला पुन्हा सगळंच निरर्थक वाटायला लागलं. यापेक्षा साधनाला पूर्ण परकं मानून नित्याचं जगणं सोपं होतं. अधिक आत्मविश्वासाचं होतं.

आता आपण पुन्हा गोंधळात सापडतोय, असं त्याला वाटलं. खरंतर चारूचं व्यक्तिमत्त्व हे पुन्हा पुन्हा गोंधळात सापडणाऱ्या माणसाचं निश्चितच नव्हतं. त्याचे विचार नेहमीच स्पष्ट असत. दिशा ठाम असे. केवळ साधनामुळेच तो पुन्हा पुन्हा वैचारिक समस्येमध्ये येत होता. खरंतर समस्या तिची होती आणि गोंधळ चारूचा उडत होता. ती गोंधळ उडवून देत होती आणि याचं कारण एकच होतं, की चारू तिला परकं मानू शकत नव्हता. त्याच्या मनाला ते जमत नव्हतं. त्याचं मन तिच्यासाठी तळमळत होतं. का आपण तळमळतो तिच्यासाठी?

हेमांगीइतकेच तळमळतो आपण तिच्यासाठी? तिला जरा त्रास व्हायला लागला की आपल्याला वेदना होतात. का होतात? आणि आता आपल्याला वेदना व्हायचं कारणच काय? माधव बघेल की तिचं सगळं! रादर तो बघतोच आहे. माझ्यापेक्षा हजारपटीनं श्रेष्ठ! हजारपटीनं तरी का? खरंतर त्याची आणि माझी तुलनाच होऊ शकत नाही. मला तशी करण्याची गरजही नाही.

पण साधना मात्र मनातल्या मनात अनेकदा ही तुलना करत असावी. तिचा गोंधळ होत असावा. तिच्या मनात चारूच माधवपेक्षा श्रेष्ठ वाटत असावा. (चारूचा गोड गैरसमज!) आणि मग पुढचं सगळं घडत असावं.

या सगळ्या प्रकारात साधनाचा आपण जो भरवसा धरतो, तोच मुळात किती चुकीचा आहे! साधनाबाबत कुठलाही निष्कर्ष काढणं म्हणजे महाअवघड! साधना कशी आहे हे काही अंशी आपल्याला इतरांपेक्षा जास्त समजलं असेल. पण कुठल्या क्षणी ती कशी वागेल, बोलेल, याचा मात्र भरवसा कुणीच देऊ शकणार नाही. तिच्या वागण्याबोलण्यात काडीचंही सातत्य नाही. ती लपवाछपवी करण्यात तरबेज आहे. ती धडधडीत खोटं बोलू शकते. मनात एक तर प्रत्यक्ष दुसरंच वागू शकते.

ती बदलू शकते, ती उलटू शकते, ती पलटू शकते, ती फिरू शकते. प्रत्यक्ष वागण्याबोलण्यातील लढाई जिंकण्यासाठी धडधडीत खोटं बोलणे, खोटं वागणे हा तिच्या व्यक्तिमत्त्वाचाच एक अविभाज्य भाग आहे. नव्हे, तेच तिच्या व्यक्तिमत्त्वातलं बलस्थान आहे.

ती मनात आणते, तेव्हा मला तिच्या मनातला कचरा समजू शकते. तोही अत्यंत निकृष्ट दर्जाचा. तो कचरा तिच्या मनात तसाच पडू देते. कधी एका क्षणात मनातून झाडून काढू शकते. मुळात असं करताना तिला काहीच वाटत नाही. तिला हवं ते मिळताना आणि मिळवताना कुणी भरडलं जातंय, कुणी चिरडलं जातंय, कुणाचं काही हिसकावून घेतलं जातंय, याच्याशी तिला काहीही घेणंदेणं नसतं. ती स्वत:च्याच व्यक्तिमत्त्वाच्या साखळदंडांनी इतकी करकचून आवळलेली असते की त्याबाहेर येऊन ती कुणावर खरं प्रेम करू शकेल, हे या जन्मात तरी शक्य नाही.

स्वत:च्याच मनानं, काही गृहीत धरून तिच्यासाठी काही केलं तर,

'मी असं कर, माझ्यासाठी कर असं कधी म्हणाले होते तुला? मग हा चोमडेपणा कशासाठी केला?' असंही म्हणू शकते. एवढं असूनही मी तिला वाऱ्यावर सोडू शकत नाही. कारण मी प्रेम करतो तिच्यावर. येस! खरं आहे ते! माझं खरंच खूप प्रेम आहे तिच्यावर आणि तेही तिला माहीत आहे. त्यामुळे मी तिला सोडून देण्याचा विचार जरी मनात आणला, तरी तिला वास येतो त्याचा! आणि ती अधिक तीव्रतेनं माझ्या मनाला विळखा घालते आणि मग मी कुठे जाऊ शकत नाही. काही करू शकत नाही.

असे उलटसुलट विचार करण्यातच चारूनं तीन दिवस घालवले. साधना आज येणार होती. तीन-एक तासांनंतर पुण्याच्या एअरपोर्टवर तिचं फ्लाइट लँड होणार होतं. माधवबरोबर तीन दिवस राहून ती येणार होती. त्याला मळमळू लागलं. त्याचं डोकं भणभणू लागलं. साधनाबरोबर नागपुरात घालवलेला आठवडा जसाच्या तसा त्याच्या डोळ्यांसमोर उभा राहिला. सगळे पुरुष चारुदत्त भावे नसतात, काही पुरुष माधव बुद्धिसागरही असतात, हा विचार त्याला अस्वस्थ करू लागला. पण त्या क्षणी हाही विचार होता, की त्याची साधना त्याच्यासमोर जशी वागते, तशी ती इतर कुणासमोरही वागत नसते. माधवसमोरही अशी वागत नसते.

त्याचा मोबाईल वाजला. त्यानं फोननंबर पाहिला. साधनाच्या घरच्या लँडलाइनवरून फोन होता. अरेच्या! ती आली की काय? त्यानं मोबाईल

ऑन केला.

"हॅलो..."

"साधना मॅडमच्या घरून बोलतोय मी साहेब."

"बोला."

"मी मेल नर्स आहे साहेब. लेलेसाहेबांच्या ड्युटीवर आहे."

"बोला ना!"

"साधना मॅडमनं नागपूरला जाताना तुमचा फोननंबर भिंतीवर लिहून ठेवलाय. म्हणाल्या, काही अडचण आली तर फोन करा."

"मला सगळं व्यवस्थित कळलं. मी चारूदत्त भावे बोलतो आहे. जे काही असेल ते पटकन सांगा."

"लेलेसाहेब सिरीयस झालेत. मी डॉक्टरांना फोन केलाय. तुम्ही या लवकर."

"आलो. गडबडून जाऊ नका. वीस मिनिटांत पोचतो."

चारूनं मोबाईल बंद केला. काय झालं असावं, याचा त्याला अंदाज आला. त्यानं हेमांगीला कल्पना दिली. हेमांगी म्हणाली, "तू पुढे जा, स्नेहाचं आवरून मी येईन."

चारू लेल्यांच्या घरी पोचला, तेव्हा डॉ. तळवलकर बंगल्याच्या बाहेर एका खुर्चीवर बसले होते. ते चारूचीच वाट पाहत असावेत. त्यांची आणि चारूची चांगली ओळखही होती.

चारू त्यांच्या शेजारी बसला. डॉक्टर शांतपणे म्हणाले,

"संपलंय सगळं. अर्धा तास होऊन गेलाय."

"ठीक आहे."

"मी सर्टिफिकेट पाठवून देतो. तुम्हाला आणखी काही मदत हवी का?"

"नो थँक्स! सर, मी फॅक्टरीतल्या लोकांना बोलावून घेतो."

"मिसेस लेले इथं नाहीत."

"आय नो! दोन तासांत तिची फ्लाइट येईल. मी तिला आणायला जातो."

"त्यांचा मोबाईल नंबर आहे माझ्याकडे."

"डॉक्टर प्लीज! त्यांना फोनवर काही कळवू नका. मी बघतो सगळं. साधना आल्यानंतर मी फोन करतो. तुम्ही पुन्हा परत या."

"ठीक आहे."

डॉक्टर तळवलकर निघून गेले. चारू आत गेला. लेले असलेल्या पलंगाकडे पाहिलं. एक जाडसर लांब काठी आडवी पडल्यासारखं वाटत होतं. त्या काठीलाच हात, पाय, डोकं, कान, केस वगैरे गोष्टी फुटल्या असाव्यात, किंवा चिकटवल्या असाव्यात असं वाटत होतं. चेहरा कृश, लहान आणि शांत वाटत होता. त्याचं लेल्यांशी कधी फार बोलणं नसे. त्यामुळे लेल्यांचं जीवनविषयक किंवा दारूविषयक तत्त्वज्ञान त्याला माहीत नव्हतं.

साधना आजच्या दिवसाची वाट पाहत होती. असो! एक दिवस हे घडणारच होतं. त्यानं मोबाईलवरून चार-पाच फोन केले. फोनवरूनच काही खबरदारीच्या सूचना दिल्या. पंचवीस-तीस लोक चारूचा फोन जाताच अर्ध्या तासातच तिथे आले. चारूनं सगळ्यांना बाजूला घेऊन त्यांना काही कामं सांगितली. सूचना दिल्या. कुणाला पैसे दिले.

चारूनं ठरवलं की आधी एअरपोर्टवर जाऊन साधनाला घेऊन यायचं आणि मगच ती म्हणेल तिथे फोन करायचे. अमेरिकेत करायला हवा. बर्व्यांचे इथे काही नातेवाईक होते. लेल्यांचे होते की नाही माहीत नव्हतं. सगळ्या सूचना देऊन, किशोरला घेऊन तो एअरपोर्टकडे निघाला. किशोर सफाईनं गाडी पळवू लागला.

तरीही व्हायचं तेच झालं. ट्रॅफिकमुळे गाडी लवकर पुढे निघेना. हळूहळू उशीर होऊ लागला. फ्लाइट लँडही झालं. अजूनही दहा मिनिटांच्या अंतरावर एअरपोर्ट होतं. चारूचा मोबाईल वाजला. साधनाचा फोन -

"बोल साधना."

"चारू! कुठे आहेस?"

"दहा मिनिटांत पोचतो. ट्रॅफिकमुळे."

"माधव चिडून निघून गेलाय. मी एकटीच आहे इथे."

"आलोच गं! दहा मिनिटांच्या आत येतो."

"ड्रायव्हिंग करतो आहेस?"

"नाही. किशोर आहे बरोबर."

"लवकर ये ना रे चारू!"

"आलो गं!" त्यानं मोबाईल बंद केला.

गाडी एअरपोर्टवर येऊन थांबली. चारू गाडीतून उतरला. तिच्यासमोर जाऊन उभा राहिला. तिनं चारूला कडकडून मिठी मारली. ती धबधब्यासारखी रडू लागली. इकडे लांबून किशोरनं ते दृश्य पाहिलं. त्या वेळी त्यानं अंदाज

केला, की साधनाला आधीच हे सगळं माहीत असणार. जरा वेळ चारू तिच्या पाठीवर थोपटत राहिला. थोड्या वेळानं साधना त्याच्यापासून थोडी विलग झाली. तिनं चारूकडे मन भरून पाहिलं. ती म्हणाली,

"बघ ना रे चारू! माधवला न्यायला कंपनीची गाडी आली, तर त्यामध्ये बसून ऐटीत निघून गेला शहाणा! मला एकटीला इथं टाकून. त्याला कुठं माहीत की माझा चारू मला न्यायला इथं येणार आहे? पण मेल्या चारू! हे तुझं टायमिंग? ट्रॅफिक म्हणे!''

"माधव का रागावलाय म्हणे?''

"मी स्वतंत्र राहिले म्हणून!''

"स्वतंत्र म्हणजे?''

"लेल्यांच्या घरी राहिले जाऊन तीन दिवस. बरी आहेत रे माणसं! विशेषत: लेल्यांचे मोठे भाऊ खूप चांगले वागले, बोलले माझ्याशी...''

"म्हणजे माधवबरोबर...''

"माधवचा हट्ट! मी त्याच्याबरोबर रेस्टहाउसवर रहावं म्हणून. मी स्पष्टपणे नाही म्हटलं, मग तमाशा! बोलणं बंद. मी म्हटलं, ठीक आहे....''

"साधना, मला समजलं. कुठल्या शब्दांत तुला आता काय म्हणू?''

"मेल्या! तुझी मेली नेहमी बोंबच रे! मी म्हणू का मला हवं ते?''

"म्हण...''

"माझ्या आयुष्यातली माझी सर्वांत लाडकी व्यक्ती तू आहेस.'' ती पुन्हा त्याला बिलगली.

"मलाही हेच म्हणायचं आहे.'' चारूचा आवाज हळूहळू पडत होता.

"आणि मग म्हणणार कधी? पुढच्या जन्मी? मठ्ठ रे मठ्ठ तू चारू! तुला खरं सांगू? आपण दोघं एकमेकांना जेवढे आवडतो, तेवढं दुसरं कुणीच आपल्याला आवडू शकत नाही. बाकी सगळी ॲडजस्टमेंट! कॉम्प्रमाइझ! हो की नाही चारू?''

"मग साधना, तुला माझा आधार वाटायला हवा. भविष्याची काळजी वाटता कामा नये!''

"चारू, काय झालंय? नीट सांग मला. तुझा चेहरा पडलाय. आवाज पडलाय. मी नीट पाहिलं नाही रे तुझ्याकडे.''

"चल. घरी जाऊया. गाडीत बस!''

"नक्कीच घडलंय काहीतरी!''

"आधी घरी तर जाऊया. शहाणी मुलगी ना तू?" चारूवर नजर रोखीत साधना म्हणाली,

"लेले गेले! खरं ना चारू?"

"खरं आहे ते. चल गाडीत बस." त्याच्या आधारे ती गाडीत बसली. कार माघारी वळून पुण्याच्या दिशेनं भरधाव निघाली. चारूच्या खांद्यावर डोकं ठेवून साधना निस्तेज डोळ्यांनी समोर पाहत होती. लेल्यांच्या बंगल्यापाशी कार येईपर्यंत चारू साधनाशी एक शब्दही बोलला नाही. बंगल्यापाशी कार येताच साधना सावरली. खाली उतरून शांतपणे लेल्यांच्या बेडपाशी जाऊन उभी राहिली. चारू तिच्याशेजारी उभा राहिला.

जवळपास पाच मिनिटं ती शांत उभी राहीली. चारूही तिच्याशेजारी शांत उभा होता. त्यानं तिच्या खांद्यावर हात ठेवीत म्हटलं,

"चल... जरा बाहेर चल."

"आणि इथे? लेल्यांच्या सोबत?"

"पुन्हा येऊन बस. आपल्याला काही फोन करावे लागतील. मी करतो फोन. तू सांग जरा."

दोघे बाहेर येऊन खुर्चीत बसले. नागपूरला फोन केला. बर्वेकाकांना चारू म्हणाला, "आठ दिवसांनी आलात तरी चालेल; पण एक-दीड महिन्यांसाठी या." पुण्यातले बर्वेकाकांचे काही नातेवाइकांचे नंबर चारूनं घेतले.

चारू पटापटा फोन करत होता. एव्हाना बरेच लोक जमले होते. अविनाश, विष्णू, पद्माकर... हेमांगी, संध्या, आरती... चारूनं आठवणीनं माधव बुद्धिसागरलाही फोन केला. तो लगेचच बायकोला घेऊन आला. त्याला बसलेला धक्का त्याच्या चेहऱ्यावर स्पष्ट दिसत होता.

नागपूरचे लोक उद्या निघणार होते. बर्व्यांच्या एका नातेवाइकानंच अग्नी देण्यात पुढाकार घेतला. अंत्यसंस्कार विद्युत्‌दाहिनीत न करता, पारंपारिक पद्धतीनं चिता पेटवून वगैरे करण्यात आले. बर्वेकाकांचे कितीतरी स्नेही, फॅक्टरीतले जिवलग आवर्जून जमले होते. मोठाच समुदाय दिसत होता. लोक शांत उभे होते.

समोर लेल्यांचा देह जळत होता. चारू शांतपणे त्या चितेकडे पाहत होता.

'लेल्यांच्या जिवंत देहाला अग्नी देता येत नाही.' हा साधनाचा प्रॉब्लेम आज लेल्यांनी सोडवला होता.

माधवबरोबरच्या संबंधांची एकूणच जी राळ तिनं उडवून दिली होती, ती अगम्यच होती. तरीही तिनं लेल्यांना टाकलं नव्हतं. लेल्यांना आजपर्यंत जगवलं

होतं. वास्तविक ती लेल्यांना केव्हाही सोडू शकली असती. घटस्फोट देऊन दुसरं लग्न करू शकली असती.

साधनानं आणि मी एकमेकांना नेहमीच सांभाळलं होतं. एक छोटीशी वावटळ त्याच्या मनात सुरू झाली. खरंतर साधना आणि मी! आमच्या मैत्रीनं नेहमीच एकमेकांना बळ दिलं होतं. जीवनाशी जोडून ठेवलं होतं. खरंतर संसाराशी, प्रपंचाशी जोडून ठेवलं होतं. मी हेमांगी सोडून जाणार कुठे होतो? तर साधनाकडे! आणि साधना लेल्यांना सोडून जाणार कुठे होती? तर चारूकडे! मग मी आणि साधना तर रोजच जवळ होतो. आणखी जायचं कुठे होतं? कुठेच जाणं झालं नाही!

अर्थात साधनाचा आणि माझा प्रॉब्लेम हा मुळातच वेगळा होता. माझी बायको माझ्या मनासारखी वागत नाही, ही माझी तक्रार होती. पण तिचा नवरा तिच्या मनासारखं वागू शकत नव्हता. कारण तो विकलांग होता. त्याचं हे पंगूपण, त्याचं हे अधूपण दुरुस्तीच्या पलीकडचं होतं. त्याच्या मरणाची ती फक्त वाट पाहू शकत होती. आणि तशी ती वाट पाहतही होती. पण त्याचबरोबर त्यांना घेऊन वेगवेगळ्या व्यसनमुक्ति केंद्रात जात होती. वारंवार हॉस्पिटलमध्ये नेऊन ॲडमिट करत होती. प्रयत्न करत होती.

ती असमाधानी असूनही तिचं घर, तिचा संसार ती टिकवत होती. मीसुद्धा बऱ्यापैकी असमाधानातच कित्येक वर्षे काढली. पण मीसुद्धा घर टिकवत होतो. संसार टिकवत होतो. साधनाचं म्हणणं असं होतं की, आपापले संसार व्यवस्थित टिकवून जबाबदाऱ्या व्यवस्थित पार पाडून मग दोघांनी एकत्र यायला काय हरकत आहे? एकमेकांना हवं ते द्यायला काय हरकत आहे?

ती म्हणते ते योग्य की अयोग्य, हे मला अजूनही ठरवता येत नाही. ती म्हणते ते मला जरी योग्य वाटलं, तरी तसं करण्याचं धाडस माझ्या अंगात नाही हे खरंच! तो भित्रेपणा असेल! माहीत नाही. पण साधना म्हणते तसं न करण्यामध्ये सुरक्षितता वाटते. आत्मविश्वास वाटतो. तसं करून बसल्यानंतर सगळं जीवनच असुरक्षित होऊन जाईल असं वाटतं. आणि मनात भयगंड निर्माण होईल. त्यातच जीवनाचा अंत होईल, असं वाटतं.

जे जीवन नैसर्गिकपणे, मुक्तपणे फार काळ जगता येणार नाही, त्या जीवनाला डिवचण्याचा नतद्रष्टपणा कराच कशाला?

पण साधनाची पुन्हा एकदा जबाबदारी घेण्यासाठी आपण पुढे होणे आवश्यक आहे. तिला एकटं वाटता कामा नये. आपण तिला एकटं सोडता

कामा नये.

आणि समोर लेले शांतपणे जळतच होते. काही वेळानं तिथून सगळेच निघणार होते. पण लेले मात्र स्वतःच स्वतःचं जळत राहणार होते. आजपर्यंत स्वतःचं जीवन स्वतःच जाळत राहिले. आज स्वतःचं मरण स्वतःच जाळत होते.

खरंतर कुणी ना जन्म जाळू शकतो ना कुणी मरण जाळू शकतो! जन्म आणि मरण हे दोन्ही काठ जोडण्यासाठी हाडामांसाचं जे वस्तुमान आपल्या आत्म्याला देह म्हणून लाभलेलं असतं, त्याला आपण जाळत असतो. जगतानासुद्धा! जगून झाल्यावरसुद्धा!

आत्मा बिचारा उगाच देहात अडकतो. देहाचे भोग आणि व्याधी स्वतःच्या समजून उगाच रडतो. उगाच सुखावतो. मग कसली आलीए सुख आणि शांती? कसली आलीए देहातून मुक्ती आणि परमेश्वराची प्राप्ती?

तुमच्या-माझ्या सर्वसामान्यांच्या आयुष्यात तर नाहीच. देहातून मुक्ती आणि परमेश्वराची प्राप्ती असा आपल्या जगण्याचा अर्थ आहे. हे केवळ आपल्या मनाच्या समजुतीसाठी आपल्याला सांगितलं जातं. प्रत्यक्ष आपल्या नशिबात लिहिलेलं असतं ते आपल्या देहाचं जळणं. त्या देहात अडकलेल्या आपल्या आत्म्याचं जळणं, त्या देहातून आत्म्याच्या मुक्तीचा एकच दिवस, तो म्हणजे मरणाचा. तोपर्यंत मात्र जळणं आणि फक्त जळणंच!

लेले वेगळ्या प्रकारे जळत होते. आपण सगळेही वेगळ्या प्रकारे जळतोच आहोत. प्रत्येकजण जळतोच आहे. जीवन म्हणजे फक्त जळणं! बस्! दुसरं काहीही नाही.

चारूनं मानेला दोन्ही बाजूला जोरात झटका दिला. त्याचेच विचार त्याला जड वाटू लागले. स्मशानात आल्यानंतर हटकून ही जीवनमरणाची कोडी पडतात. मनाला घाबरवतात. ही कोडी सोडविण्यापेक्षा प्रत्यक्ष जगणं मात्र खूप सोपं असतं हेच खरं! आणि प्रत्यक्ष जगणं म्हणजे, विचार करण्यापेक्षा प्रत्यक्ष कृती करत राहणं. त्याला या विचारासरशी हलकं वाटू लागलं. पुढे काही करावयाच्या गोष्टींची जुळवाजुळव त्यानं मनात सुरू केली. त्याला आणखी हलकं वाटू लागलं.

त्याला सिगारेट ओढण्याची इच्छा झाली. त्या गर्दीत तो पद्माकरला शोधू लागला.

- ० - ० - ० -

११

आज बर्वेकाका, अभिजित येणार होते. त्यांना आणायला चारू एअरपोर्टवर निघाला होता. साधना, माधव मीनाक्षीच्या गाडीत बसून जाणार होते.

लेले जाऊन तीन आठवडे झाले होते. त्यांचे सगळे विधिमार्ग संपूनही एक आठवडा झाला होता. लेले गेले त्याच्या दुसऱ्या दिवशी रात्री नागपूरहून लेल्यांचा एक भाऊ आणि त्याची बायको दोघेही आले.

चारूनं लेल्यांच्या भावाचं स्वागत केलं. लेले आणि नागपूरचे लोक याव्यतिरिक्त भरपूर गप्पा झाल्या. अनिरुद्ध लेले असं या लेल्यांच्या भावाचं नाव. चारूनं त्यांची ओळख माधव आणि मीनाक्षी यांच्याशी करून दिली.

अनिरुद्ध आणि त्याची पत्नी अनघा यांनी एकूणच वातावरणाचा ताबा घेतला. ते आल्याच्या दुसऱ्याच दिवशी त्यांनी साधनाला समोर बसवलं. चारू, माधव, मीनाक्षी आणि हेमांगी हेसुद्धा बरोबर होते. अनिरुद्ध बोलू लागला,

"साधना, इथून मागे काय घडलं ते आपण अजिबात बोलू नये हे उत्तम! आत्ता दोन दिवसांपूर्वीच तू नागपुरास आपल्या घरी तीन दिवस राहून गेलीस आणि खरं म्हणजे सगळ्यांची मनं जिंकून गेलीस. लेल्यांशी लग्न करून तुझ्या नशिबी वनवासच आला. बाबा जिवंत नाहीत. त्यामुळे त्यांच्याविषयी मला काही आक्षेप घेता येत नाही.

पण त्यांनी स्वत:च्या मुलाचं लग्न ठरवताना तुझा विचार करावयास हवा होता. ही सपशेल बर्वेपरिवाराची फसवणूक झाली. त्यात फक्त तुझा, तुझ्या आयुष्याचा बळी गेला. मला माझा भाऊ गेल्याचं दु:ख फक्त नावालाच आहे. स्पष्ट बोलतो! जास्त दु:ख आहे ते तू भोगलेल्या यातनांचं! असो. इथून पुढे प्रत्यक्ष कृतीच्या पातळीवर मला त्याची जेवढी भरपाई करता येईल, तेवढी मी करून देईन.'' तो साधनाकडे पाहत थांबला.

"तुम्ही बोला भावोजी, हवं ते बोला.'' साधना म्हणाली.

"हे बघ साधना, माझा भाऊ जिवंत असेपर्यंत तू सून होतीस लेल्यांची! माझी वहिनी होतीस. तुला काहीही अपत्य न होता माझा भाऊ गेला. या क्षणापासून माझी बहीण आहेस तू. या घरची मुलगी आहेस तू! नागपूरचं लेलेखानदान हे तुझं माहेर आहे, असं समज.''

"भावोजी, काय बोलू मी आता?''

"हे बघ, लेल्यांच्या प्रॉपर्टीतला तुझ्या नवऱ्याचा जो हिस्सा आहे, तो एक नव्या पैशाच्या हिशोबापर्यंत तुला मिळेल, याची खात्री मी देतो. त्यानंतर तुला समजेल की, तू किती श्रीमंत आहेस.''

"भावोजी, या अशा बोलण्याची मी खरंच अपेक्षा केली नव्हती.'' साधना गहिवरली.

"यानंतर तू जरा यातून बाहेर पडल्यानंतर तुला हवं तसं, हवं तिथे, तुला आवडेल तसं तुझं आम्ही लग्न लावून देऊ. लेल्यांची मुलगी म्हणून वाजत गाजत! आणि तुला नसेल करायचं लग्न तर तुला पूर्णपणे आमच्या संरक्षणाखाली ठेवू. इथं म्हणालीस तर इथे. नागपूरला म्हणालीस तर नागपूरला. आम्ही तुझी काळजी घेऊ. जबाबदारी घेऊ. तू एकटी नाहीस.''

"भावोजी, पण हे सगळं ऐकायला हे जायलाच हवे होते का? ते असताना हे सगळं बोलला असतात, तर सगळं भोगताना मला किती बळ मिळालं असतं.''

"ते घडणं शक्य नव्हतं. असो! आमचा वाद त्याच्याशी होता. त्याच्या जाण्याबरोबर तो संपला. आता लेलेखानदानाच्या रिवाजाप्रमाणे तुझी जबाबदारी आमची आहे. मी संपूर्ण घराच्या वतीनं तर बोलतोच आहे. पण मी स्वत: हे बोलतो आहे. त्यामुळे त्यातील प्रत्येक शब्द न् शब्द घडण्याची जबाबदारी वैयक्तिकरीत्या मी घेतो.'' असं बोलून अनिरुद्ध बोलायचा थांबला.

अनिरुद्ध बोलला आणि साधनासह सगळे अवाक झाले. साधनाचा नवरा जिवंत असताना पंधरा वर्षे या लोकांनी ढुंकूनही साधनाकडे पाहिलं नव्हतं आणि

आज एवढ्या जबाबदारीनं तिच्या पाठीशी हे सगळे उभे राहत होते. लेलेखानदानाचा रीतीरिवाज अजबच होता. खरंतर बर्व्यांनी तरी काय वेगळं केलं होतं? साधनाच्या लग्नानंतर ते लोक अमेरिकेला गेले, ते आजतागायत परत आले नव्हते. त्यांनी साधनाकडे ढुंकूनही पाहिलं नव्हतं. चारू स्वत:च्या मनाशी विचार करत होता. काही वेळानं साधना म्हणाली,

"भावोजी, खरंच किती मोठं मन आहे तुमचं! या अशा वेळी तुम्ही माझ्यासाठी जे बोललात, माझ्यासाठी जे उभे राहिलात त्याची तुलना कशाशीच होऊ शकत नाही."

"खरंतर असं नाही साधना! मी काही विशेष बोलतो आहे, करतो आहे. असं समजू नकोस. आपल्या लेलेखानदानाची हीच रीत आणि परंपरा आहे."

"लग्नाचं म्हणालात, ते आपण बाबा अमेरिकेतून आल्यावर बोलूया. त्याअगोदर काही गोष्टी करण्याची माझी इच्छा आहे. मला मदत कराल?"

"मदत कसली? त्या गोष्टी मी तुला करूनच देतो. तू सांग फक्त!"

त्यानंतर अनिरुद्ध, अनघा आणि साधना घरात ज्या पद्धतीने बदल घडवू लागले, गोष्टी करू लागले. ते पाहून काही दिवसातच माधव-मीनाक्षीला तिथे उपरेपणाचा फील येऊ लागला. चारूशी मात्र अनिरुद्ध आणि अनघा दोघेही खूप आपलेपणानं वागले.

साधनानं अनिरुद्ध आणि अनघाच्या मदतीनं पहिलं काम काय केलं असेल, तर महत्त्वाची कागदपत्र सोडून घरातील एक ना एक गोष्ट बाहेर काढून त्यांची विल्हेवाट लावली. दहा-पंधरा कामगार मदतीला बोलावले. घरातली एकेक वस्तू बाहेर काढली. फर्निचर, कपडे, गालिचे, ब्लँकेट्स, रजई, दुलई, चादरी, गाद्या, बेडशीट्स, सगळ्या साड्या, ड्रेस, लेल्यांचे सगळे कपडे सगळं बाहेर काढून देऊन टाकलं. सगळी भांडी, पेट्या, बॅग... सगळं काढून टाकलं. पुस्तकं वह्या!... घराची कागदपत्रं आणि काही शेअर्स सर्टिफिकेट्स, जन्मतारीख दाखले, रेशनकार्ड, पदवी सर्टिफिकेट वगैरे जेमतेम पंधरा-वीस पेपर्स असलेली एक फाईल तिनं सगळ्यातून वेगळी काढून ठेवली आणि नेसत्या वस्त्राव्यतिरिक्त सगळं आधी फेकून दिलं. नंतर स्वत:स काही कपडे खरेदी करून तिनं अंगावरचे कपडेही फेकून दिले. अगदी साबणापासून तिनं सगळ्या गोष्टी नवीन आणल्या. सोपकेस, टूथब्रश, पेस्ट वगैरे सुद्धा!

सगळा बंगला तिनं आतूनबाहेरून धुऊन काढला. किचन ओटा तोडून काढला. सगळ्या घराची फरशी उकरून काढून नवीन बसवली. स्वयंपाकाचा

ओटा नवीन बांधला. नवीन ट्रॉलीज करून घेतल्या. सगळा बंगला आतून बाहेरून रंगवून काढला. आठ-दहा लाख रुपये खर्च करून तिनं बरंच काही रेडिमेड फर्निचर खरेदी केलं. अगदी गाद्या, उशा, बेडशीट्स, पडदे, अंथरुणं, पांघरुणं, सगळी चकचकीत नवी. भांडी नवी. कपडे नवे.

बंगल्याच्या भोवतालची लहानमोठी सुकून कोळसा झालेली झाडं, गवत... सगळं सगळं तिनं माळीकाम करणाऱ्या लोकांना बोलावून साफ केलं. जमीन खणून काढली, छान सपाट करून त्यात पुन्हा नव्यानं खत, माती टाकली, हिरवळ आणि झाडांचं नियोजन करून लावून टाकली.

बंगल्यात एकाच वेळी इतकी कामं बरोबरीनं चालली होती, की पंधरा दिवस रोज सरासरी सत्तर-ऐंशी लोक बंगल्यात राबत होते. अनिरुद्ध, अनघा आणि साधना यांच्या देखरेखेखाली काम चालू होतं. अनिरुद्धनं पाण्यासारखा पैसा खर्च केला होता. करत होता. हे सगळं तो आनंदानं आणि उत्साहानं करत होता. या तिघांनाही खरंतर कुणाशीच बोलायला वेळ नव्हता. तरीही चारू रोज सायंकाळी येऊन जाई. माधव-मीनाक्षी हजेरी लावत.

बर्वेकाका येईपर्यंत अनिरुद्धने रहावं असा खूप आग्रह झाला. पण दोन दिवसांपूर्वीच ते अनघासह नागपूरला निघून गेले. साधनानं हाक मारली की लगेच हजर होण्याचं वचन त्यांनी जाताना साधनाला दिलं. जाताना त्यांनी साधनाच्या हातावर चक्क पंचवीस लाख रुपयांचा चेक ठेवला. साधनानंही हसत हसत तो घेतला. अनिरुद्ध म्हणाला,

"साधना, तुझेच आहेत पैसे! तुझ्याच अकाउंटमधून तुला देतोय. तेव्हा रिलॅक्स!"

चारू एअरपोर्टकडे गाडी पळवत होता. किशोरही दुसरी गाडी घेऊन आला होता. काही जास्त सामान असेल तर! माधव, मीनाक्षी आणि साधना वेगळ्या गाडीतून येणार होतेच. त्यामुळेच की काय, पण एअरपोर्ट जवळ येताच चारू अस्वस्थ झाला.

बर्वेकाकांना आणि अभिजितला घेऊन चारू साधनाच्या बंगल्यावर आला. किशोरच्या गाडीत बॅगा वगैरे सामान ठेवलं होतं. माधव-मीनाक्षीची गाडी साधनाला घेऊन जशी एअरपोर्टवर गेली, तशीच परत आली.

अत्यंत स्वच्छ आणि चकचकीत बंगला पाहून बर्वेकाकांना बरं वाटलं. साधना दुःख विसरून थोडी उत्साहात असल्याचं त्यांना जाणवलं. अभिजित

गंभीर होता. साधनाकडे चहापाणी झाल्यानंतर चारू म्हणाला,

''काका, अभि, साधना .... सगळे माझ्याकडेच रहायला चला ना!'' चारूच्या या बोलण्यामुळे माधव आणि मीनाक्षी गडबडून गेले. मीनाक्षी लगेच म्हणाली,

''आमच्याकडे रहायला चला..'' यावर अभिजित ताडकन म्हणाला,

''चारू हा आमच्या घरातला माणूस आहे. त्यानं आम्हाला घरी चला असं म्हणणं आणि आम्ही जाणं हे सगळंच आम्हाला सहज आहे. तुमच्या घरी आम्ही रहायला कसं काय यायचं? तुमची-आमची आजच ओळख होते आहे.''

सगळीकडे एकदम शांतता पसरली आणि त्या शांततेतच माधव-मीनाक्षी बाहेर पडले. चारू नंतर बऱ्याच वेळानं साधनाला म्हणाला,

''जेवणाचं काय करायचंय? बाहेर जायचंय की मागवायचंय.''

''इथंच मागवू या! चारू, तू पण जेव इथेच आज. हेमांगीला कळव तसं.''

सगळ्यांची जेवणंही पार पडली. त्यानंतर अभिजित म्हणाला, ''बाबा, आपण आजच बोलायला सुरुवात करूयात. विषय खूप आहेत.''

''माझी हरकत नाही.'' बर्वेकाका म्हणाले.

''साधना, तुझं काय?'' अभिजितनं विचारलं.

''मलाही या क्षणापासून बोलायला आवडेल.''

चारू चुळबुळ करीत म्हणाला, ''काका, मी उद्या सकाळी लवकर येऊ परत?'' अभिजित चारूकडे पाहत म्हणाला.

''चारू, उद्या सकाळी लवकर परत येण्यासाठी आता लगेच जायची गरज नाही.''

''हेमांगी, स्नेहा वाट पाहत असतील रे!''

''बस रे! वहिनीला मी सांगतो फोन करून.'' चारूला आता बसण्याशिवाय पर्यायच नव्हता. अभिजित बोलू लागला,

''साधना, लेले गेल्याचं कणभरही दुःख नाहीए मला. त्या माणसानं तुझं आयुष्य इतके दिवस सडवत ठेवलं, त्याचं दुःख वाटतं मला.''

''माझं नशीब!'' साधना म्हणाली मात्र, चारूला धक्काच बसला. नशीब बदलण्यासाठी कायम खटपट करणारी साधना! आज अशी शरणागती?

''असं कसं साधना?'' अभि पुढे बोलू लागला.

''तू हट्टानं त्या माणसाबरोबर राहिलीस. त्याला बदलवण्याचा, जगवण्याचा प्रयत्न केलास. शेवटपर्यंत! काय मिळालं तुला? तू केव्हाच त्या माणसाला

सोडून द्यायला हवं होतंस! केव्हाच! लाँग बॅक. लग्नानंतर दोन-चार वर्षांनी लगेच. तुझ्या ऐन तारुण्याची ही वर्षे त्या माणसामुळे मातीत मिसळली गेली. मी दहा-बारा वर्षांपूर्वीच तुला म्हणालो होतो, की तू या माणसाला सोड. मी इंडियात येऊन तुझं दुसरं लग्न लावून देतो. पण तू माझं ऐकलं नाहीस.''

"दादा, ज्या गोष्टी घडून गेल्या, त्यांच्याबाबत आता बोलण्यात काहीच अर्थ नाही. चारू होता आसपास म्हणून सहन करू शकले सगळं. आपला घरचाच होऊन राहिलाय बिचारा माझ्यासाठी. कायमचा! माझ्यासाठी घराकडे दुर्लक्ष करतो. हेमांगीची बोलणी खातो. पण माझी खूप काळजी घेतो. खरंच तुमच्याइतकंच जवळचं माणूस म्हणजे फक्त चारूच आहे रे अभी!''

"साधना, आता बोलून काही फायदा नाही. पण बोललं तर बरं वाटेल म्हणून बोलतो. तुझं लग्न या चारूशी व्हायला हवं होतं!'' अभिजित म्हणाला मात्र, साधना रडू लागली.

"हे आत्ता बोलतो आहेस अभी?'' साधना रडू थांबवत म्हणाली, चारू बधिर झाला होता.

"आत्ता असं नाही. माझ्या मनात हे होतं. पण पुढाकार घेऊन मी हे असं करायला हवं होतं. ते मात्र माझ्या हातून घडू शकलं नाही.''

"अभिदादा, जाऊ दे रे आता. त्याचं आता काही उरलं नाही.'' साधना डोळे पुसत पुढे म्हणाली,

"तो चारू बघ कसा अवघडलाय. त्याला आत्ताही टेन्शन आलं असेल. साधनाशी पुन्हा लग्न करावं लागतंय की काय?''

सगळे हसले. वातावरण जरा हलकं झाल्यानंतर अभिजित म्हणाला,

"साधना, तू धीर सोडू नकोस. खचून जाऊ नकोस. मी दीड महिना तरी इथे आहे. कदाचित जास्त राहीन. पण तुझं सगळं व्यवस्थित झाल्यानंतरच इथून जाईन. वाटल्यास बाबांना त्यानंतरही काही दिवस तुझ्यासाठी ठेवीन. मग आता आणखी काय?''

"आणखी काहीही नाही.'' असं म्हटल्यानंतर सगळे शांत बसले. बराच वेळ! मग साधना उठली. बर्वेकाका खुर्चीत बसले होते. त्यांच्या पायाशी जाऊन जमिनीवर बसली. त्यांच्या मांडीवर तिनं डोकं ठेवलं आणि इतकी वर्षे साठलेलं तिचं रडू वेगानं बाहेर पडू लागलं.

चार दिवस असेच घरात बसून गेले. बर्वेकाका आणि अभिजित यांनी

साधनाला जरासुद्धा एकटं सोडलं नाही. ते दोघेही कुठेच बाहेर गेले नाहीत. खूप काही जुन्या आठवणी काढून हसणं झालं. डोळ्यांच्या कडा ओलावणं झालं. सुखावणं झालं. बर्वेकाका आणि अभिजित दोघेही गंभीर होते. अमेरिकेतच बर्वेकाकांनी अभीला माधव आणि मीनाक्षीबद्दल कल्पना दिली होती. त्याला हे बिलकूल पटलं नव्हतं. अभिजित जास्त नाराज होता ते काकांवर. कारण त्यांनी असं सांगितलं, की चारूला कारखाना भाडेतत्त्वावर चालवायला दिला, हे त्यांनी साधनाला सांगितलं. यामध्ये गुप्ततेची शपथ मोडल्याचा आरोप त्यांनी स्वत:वर घेतला होता. चारूची आणि अभिजितची संभाव्य वादावादी टाळण्यात तरी ते यशस्वी झाले होते. पण अभिजित काकांवर प्रचंड नाराज झाला होता. त्यातून इथे आल्या आल्या त्याने खाजगीत काकांना सांगून टाकलं, की माधव आणि मीनाक्षी ही माणसं त्याला अजिबात आवडली नाहीत.

आज सकाळी-सकाळी बर्वेकाका आणि अभिजित एका शेअर ब्रोकरकडे गेले होते. ते दुपारी दीड ते दोन वाजेपर्यंत येणार होते. फोनवर ही गोष्ट साधनानं मीनाक्षीला सांगितली मात्र संधी मिळाल्यासारखे लगेच दोघेही कारमध्ये बसून साधनाकडे हजर झाले. साधनानं त्यांना चहापाणी केलं. मीनाक्षीनं बोलायला सुरुवात केली. "साधना, सगळं अपेक्षित असलं, तरी दु:ख हे दु:खच असतं! मला समजते, तुझ्या मनाची अवस्था, पण काय करणार? जे ठरवलं, इतक्यांदा बोललं, तेच आता प्रत्यक्ष करण्याची वेळ आलेली आहे. आता प्रत्यक्ष कृती करावी लागेल."

"माझी तयारी आहे मीनाक्षीताई. तुम्ही बोला."

"मी थोडं बोलू का?" माधवनं विचारलं.

"बोला ना माधव! मी पाहते आहे की बाबा आणि अभिदादापुढे तुम्ही खूप संकोच करता. तसं करू नका." साधना म्हणाली.

"साधना, मला एक संधी हवी आहे की मी कोण आहे, काय आहे ते काका आणि अभिजितपुढे मांडण्याची. माझी गुणवत्ता, विद्वत्ता, इथल्या औद्योगिक क्षेत्रातलं माझं स्थान, माझं क्रिएशन हे सगळं त्यांना दाखवण्याची मला लवकर संधी मिळायला हवी."

"उद्याच! उद्याच आपण सकाळी बाहेर पडूया. संध्याकाळपर्यंत फिरूया. दुपारी बाहेरच जेवू या. मी सांगते बाबांना आणि अभिदादाला. मला पटतंय तुमचं माधव." मीनाक्षी जोर देत बोलू लागली, "साधना, तूसुद्धा आता जरा जास्त आग्रही असायला हवं. काकांना आणि अभिदादांना तू भावनिक पातळीवर

जिंकायला हवं. चारूदत्त भाव्यांपेक्षा माधव बुद्धिसागर यांचं साधनाच्या आयुष्यातलं स्थान शंभरपटीनं जास्त महत्त्वाचं आहे, हे तू सांगायला हवं.''

त्यानंतरही ते दोघं याच अर्थाचं पुन्हापुन्हा बोलू लागल्यानं साधनाला थकवा आला. ती डोळे झाकून ऐकू लागली. माधव आणि मीनाक्षी काही वेळानं तिला सांगून निघून गेले.

साधना स्वत:शीच विचार करू लागली- 'शी! हे काय जगणं झालं? आपण किती बेशरम आणि निर्लज्ज आहोत. बाबांसमोर, अभिसमोर आता या चर्चा करायच्या? असं म्हणू शकते मी? मी माधवच्या प्रेमात पडले. माधव माझ्या प्रेमात पडला. बाबांना काय वाटेल? मला एखाद्या मानसोपचार तज्ज्ञाकडे तर नाही ना पाठवणार ते?

'आपण सरळ का जगू शकत नाही? अकाली नवरा गेल्यानंतर सरळ मार्गानं दुसरं लग्न करणं योग्य! प्रथमवर अशा वेळी नाही मिळणार. मग असा कुणी शोधायला हवा की, ज्याची पहिली बायको मेली आहे. किंवा पहिल्या बायकोबरोबर ज्यानं घटस्फोट घेतला आहे.

'आपणही तेच तर करतो आहोत. ज्यानं पहिल्या बायकोशी घटस्फोट घेण्याचं ठरवलं आहे, त्याच्याशीच आपण लग्न करतो आहोत. पण किती गुंतागुंत करून! कुठलाच सरळपणा नाही. कुणालाही तो सगळा बनाव वाटेल. लबाडी वाटेल. सगळंच असं ओढूनताणून घडवून आणल्यासारखं.

'आणि एवढं सगळं करून त्यातून मिळवायचंय तरी काय? आपल्याला नक्की हवंय तरी काय? चारूच ग्रेट म्हणावा लागेल. एकदा डाव पडला तो पडला. तोच स्वत:चा मानून, आपला खेळत बसतो. जे मिळालं ते आपलं, जे मिळालं नाही ते आपलं नाही. जे मिळालंय त्यातूनच जास्तीत जास्त सुख मिळवण्याचा प्रयत्न करत असतो. आनंदी राहतो. म्हणजे तसा प्रयत्न तरी करतो. आपण वरवर आनंदी असल्याचं नाटक करतो. आणि मनातून झुरत राहतो. जे मिळालं नाही ते मिळवण्याचा हट्ट करतो. वेडीवाकडी धडपड करतो. त्या धडपडीत कुणाचं तरी हिसकावलं जाऊ शकतं. पापपुण्य मी स्वत:च मानत नाही. पण मनावर येणारा ताण तर टाळता येत नाही.

'मी कशाच्या मागे आहे? स्टेटस? पण म्हणजे नक्की काय? सुख म्हणजे समाजात आपण कसे दिसतो, त्यावर अवलंबून आहे की आपण प्रत्यक्षात कसे असतो, त्यावर अवलंबून आहे? चारूबरोबरच्या नागपूरभेटीनंतर आपण त्याचा टोकाचा तिरस्कार केला. का? तो काय वाईट वागला माझ्याशी?

'खरंतर बायकोपासून शरीरसुख मिळत नाही म्हणून तोही झुरतच होता. माझ्या रूपानं शरीरसुखाचा धबधबा त्याच्यासमोर हात जोडून उभा होता. पण त्याला ते पटत नव्हतं. मला पूर्ण खात्री आहे, की चारूला मी हवी होते आणि आजही कदाचित हवी आहे. पण त्याला ते पटत नाही. माझ्याबद्दल मनात लालसा धरतो आणि पुन्हा बायको-मुलं अशा विवेकात त्या लालसेला सडवून टाकतो.

'त्या बावळटाने नागपूरमध्ये स्वत:शीच झगडा करून, स्वत:ची काही भूमिका शेवटी फायनल केली आणि वेगवेगळ्या शब्दांत माझ्यासमोर मांडत राहिला. मला ती पटावी, अशी त्याची अपेक्षा होती. त्याच्यावर मी बलात्कार करावा, अशा मानसिक समर्थनाची सोय त्याला हवी होती का? हे त्याला आणि परमेश्वरालाच माहीत. पण मला एकूणच तो प्रकार किळसवाणा आणि उबग आणणारा वाटला.

'असो! सगळं सोसून का होईना पण चारू सुटला! या क्षणालाही बायकोपासून त्याला फार काही मिळत असेल, असं अजिबात नाही. पण तो निदान मनानं तरी मोकळा झाला आणि मी मात्र मनाला अधिकाधिक पिळत गेले. माझं मन आता वेडंवाकडं झालंय. असंख्य सुरकुत्या पडल्या आहेत मनावर. तिढा पडलाय. मनाचं लिबलिबित वेटोळं झालं आहे.

'घसा फोडून ती निर्लज्ज मीनाक्षी सांगते, माधवचं साधनावर प्रेम आहे आणि साधनाचं माधववर प्रेम आहे. प्रेम आहे? माधवचं माझ्यावर प्रेम आहे?

'वर्षानुवर्षे लेले असे बिछान्यावर! सावलीत वाळत ठेवलेली, सुकवत ठेवलेली हाडांची जुळणी नुसती. चारू माझ्या मनाला उभारी देई. मला जिवंत राहण्यासाठी तेवढं पुरेसं होई. पण जगण्यासाठी तेवढं पुरेसं नव्हतं. चारूचं माझ्यावर प्रेम आहे, किंवा चारूची माझ्याबद्दल जी काही भावना आहे, त्यालाच प्रेम म्हणतात, याबद्दल माझ्या मनात शंकाच नाही. पण त्याच्या मनात माझ्याबद्दलच्या प्रेमाचं अस्तित्व आहे. एवढंच! बस्! यापलीकडे माझ्यापर्यंत पोचणारं काहीच नाही. मला आणखीन काही हवं होतं! पण चारू घाबरट! नीतिमत्ता, चारित्र्य, पत्नीशी एकनिष्ठता वगैरे गोष्टींचा अतिरेक करून स्वत:ला त्रास देणारा! वेडा! चारू, अरे आसक्तीनं मला एकदा तरी ओढून घ्यायचंस ना! छातीशी कुस्करत एकदा तरी म्हणायचं ना, साधना, माझं प्रेम आहे तुझ्यावर. किती रे वाट पहायची मी? नुसतंच आपलं मनाला रोखणं, मनाला अडवणं आणि तुझा संयम! काय चाटू त्याला? ज्याचा मला कणभरही उपयोग नाही, त्याची फाजील

कौतुकं करू कशासाठी? कुणाच्या तरी प्रेमात पडण्याची आणि कुणावर तरी भरभरून प्रेम करण्याची इच्छा मनातच ठेवून झुरून झुरून मरू का?

'मला मान्य नव्हतं हे! चारूमध्ये बदल होण्याची कुठलीही शक्यता दिसेना आणि मला माधव भेटला. हेमांगी इंडस्ट्रीजमध्ये निर्माण झालेल्या एका प्रॉडक्शन प्रॉब्लेमसंदर्भात भेटला. भेटलाही असाच. मध्यरात्रीच्या पुढे आणि पहाटेच्या आधी केव्हातरी! त्याचं ते रूप, विद्वत्ता, बुद्धिमत्ता! खरंच मोहून गेले मी त्याच्यावर! त्या वेळी हेमांगी इंडस्ट्रीजच्या वतीनं मी माझी बुद्धिमत्ता आणि माझं कौशल्य पणाला लावून वादविवाद केले. कधी विनोद केले. कधी आर्जवं केली. वातावरण हसतं ठेवलं. हे माझं काम म्हणून मी करत होतेच. पण माझ्या त्याही वेळी स्पष्टपणे लक्षात येत होतं, की मी माधवला इंप्रेस करण्याचा प्रयत्न करत होते. त्याला इंप्रेस करावं, असं मला मनापासून वाटत होतं. तू असा आहेस, तर मीही तुझ्यापेक्षा कुठे कमी नाही, असं त्याला दाखवून देण्याची गोड ईर्षा मनात पुन्हा पुन्हा जन्म घेत होती आणि मी तसं करत होते. त्याचे डोळे माझ्याकडेच खिळवून ठेवण्यात यशस्वी होत होते. मला मनातून आनंदाचं भरतं येत होतं. तो माझ्याकडे पुन्हा पुन्हा पाहत होता. तो बऱ्यापैकी घायाळ झाल्याचं त्याच्या डोळ्यांतून कळत होतं. त्याच्या हालचालींमधली अस्थिरताच मला तसं सांगत होती.

माझ्याकडे पाहून हसण्यामध्ये तो आता खूप सुखावत होता. त्याच्या नजरेत आता मला दाद होती. माझं कौतुक होतं. बस्! मी त्याला मोहवू शकले होते. त्याची प्रतिक्रिया तो रोखू शकत नव्हता. मला हेच हवं होतं. चारूकडून मला आजवर ते मिळालं नव्हतं, मिळत नव्हतं, मिळेल असं वाटतही नव्हतं आणि बस्! मी माधवला आकर्षित करू शकले याचा फाजील गर्व नसला तरी आयुष्य अगदीच फुकट गेलं नाही, याचा सार्थ अभिमान मात्र जरूर होता. एका वेगळ्याच समाधानाची लहर माझ्या मनावर तरंगत होती.

'मीनाक्षीत काहीच कमी नव्हतं. काहीच कमी नाहीए. अगदी माझ्याबरोबर तुलना केली तरी माझ्यापेक्षासुद्धा ती सरसच आहे. तरीही माधवच्या पुरुषी मनाला माझ्या खुणावण्यात काही नवेपणा जाणवला असावाच. तो अधिकाधिक प्रज्वलित झालेला दिसत होता.

'स्त्रीच्या प्रेमाचं आणि पुरुषाच्या युद्धांचं आमंत्रण स्वीकारणं हे कुठल्याही नॉर्मल पुरुषाचं लक्षण आहेच. ही लक्षणं चारूकडे नसल्यामुळे मला माधव आवडला. माधवला मी आवडले की नाही, याचा काहीच अंदाज येत नव्हता.

पण माधव मला ज्या प्रकारे प्रतिसाद आणि दाद देत होता, ते पाहून मी खूष न होते तर नवलच!

'भेटीगाठी वाढत होत्या. बोलणं वाढत होतं. बोलण्याला वेगळी वळणं मिळून ते सुसाट गती घेत होतं. प्रगती करत होतं. मीनाक्षीत जे नाही, ते त्याला माझ्यामध्ये सापडल्याचा आनंद, त्याच्या चेहऱ्यावर स्पष्ट उमटत होता. तो आनंद माधव लपवू शकत नव्हता. हे वेगळेपण मलाही आता घट्ट पकडून ठेवावं असं वाटत होतं.

'माधवच्या वागण्याबोलण्यात 'मॅनर्स' हा एक फार महत्त्वाचा भाग होता. दुसऱ्याचं नीट ऐकून घेणं, त्याचा आदर करणं, काही आवडलं नाही अथवा चुकीचं वाटलं तरी अगदी सौम्य शब्दांत ते सांगणं, कुठलेही वाद न करता, मोठ्या आवाजात न बोलता! कुठेही रुसणं-फुगणं नाही, अपेक्षा नाही, बळजबरी नाही. अतिशय प्रॅक्टिकल माणूस आहे हा! व्यवहारवाद हा त्याच्यादृष्टीनं फार महत्त्वाचा. एकमेकांची सोय महत्त्वाची. एकमेकांच्या उपयोगी पडणं महत्त्वाचं. त्यात 'मी' पणा नाही. अहंकार नाही. त्यामुळे इतक्या दिवसांत त्याच्याशी कधी वाद झाल्याचं स्मरत नाही. तो मला आवडतो असं मी स्पष्ट शब्दांत त्याला सांगून झालंय. तो मात्र एकदाही तसं म्हणाला नाही.

'एक दिवस मीनाक्षी, जेव्हा म्हणाली की 'माधवला तुम्ही खूप आवडता', त्या वेळी तर मी खाली पडायचेच बाकी होते. जी गोष्ट मला सांगायची ती या धन्य माणसानं थेट आपल्या बायकोला सांगितली. बायकोपासून लपवून ठेवायची गोष्ट यानं थेट बायकोलाच सांगितली आणि बायको तीच गोष्ट आनंदानं मला सांगते, तेही अगदी हसत हसत! 'केव्हा अगदी तुम्हाला पाहीन असं झालं होतं. माधव ज्या पद्धतीनं तुमचं वर्णन करतो, त्यावरून तो तुमच्या प्रेमात वगैरे पडलाय की काय, असं वाटतं. खरं सांगते की माधवचा हा स्वभाव नाही. मलाही हा अनुभव नवीनच आहे.'

'मीनाक्षी असं बोलल्यानंतर, मला वेड लागायचंच काय ते बाकी होतं. मी दुसऱ्याच्या संसारात बिब्बा घालते आहे, मीनाक्षीचा अक्षम्य गुन्हा करतो आहोत वगैरे अपराधीपणाची भावना अचानकच गळून पडली. अगदी समूळ गळून पडली. मनाला रितेपण आलं. ते रितेपण मला सहन होईना. मनाला अशक्तपणा जाणवायला लागला होता. मनाचा शक्तिपात झाल्यासारखं वाटत होतं. मीनाक्षीनं मला मिठी मारून माझ्या मनाचं अवसानच हिरावून घेतलं.

'या दोघांनीही नंतर मला जपायला सुरुवात केली. माझी काळजी घ्यायला

सुरुवात केली. माझ्या घरी ते येऊ लागले. लेल्यांशी बोलू लागले. लेल्यांनाही ही दोन माणसं खूप आवडू लागली. लेले वारंवार त्यांची आठवण काढू लागले. मला सांगून त्यांना बोलावू लागले. त्यांच्याशी हास्यविनोद करू लागले.

'मला आणि माधवला मीनाक्षी एकटं सोडू लागली. अर्थातच माधवनं आम्हा दोघांतलं एक विशिष्ट अंतर कधीच कमी होऊ दिलं नाही. मर्यादा सोडली नाही. चारूला ऊठसूट धपाटे घालणारी मी, पण माधवला साधा स्पर्श करण्याची कल्पनासुद्धा मनाला उखडून टाके. अगदी अंतर्बाह्य उसवून टाके. असं वाटे की माधवला स्पर्श म्हणजे साधना, तुझा शेवट! तुझ्या अस्तित्वाचा शेवट आणि मी तर साधना! माझ्या अस्तित्वाचा कुणाला शेवट करू देईन?

'या क्षणापर्यंतही मी त्याला स्पर्श करू दिला नाही. अर्थात त्यानंसुद्धा तसं काही फार उतावीळ वर्तन केलं नाही आणि करेल तरी कशाला? दोन मुलं! कॉलेजला जाणारी! उतावीळ व्हायचं काय राहिलंय आता? नागपूरला मी त्याच्याबरोबर रेस्टहाउसला राहिले नाही याचा मात्र खूप राग आला होता, हे खरं! का? मी तरी उतावीळपणा का दाखवू? उलट, याबाबत तुझ्याहीपेक्षा मी उदासीन आहे हेच मला मुद्दामच सिद्ध करायचंय होतं. म्हणूनच मी नागपूरला लेल्यांच्या घरी राहिले.

'मीनाक्षी आणि माधव दोघेही माझ्या भविष्याबाबत सतत माझ्यासमोर बोलत. त्यातून खरोखर त्यांचा कळवळा दिसे. त्यांचे विचार हे सर्वसामान्यांचे नव्हतेच. खरोखरीचे प्रॅक्टिकल आणि पूर्ण व्यावसायिक होते. त्यामध्ये दुसऱ्यासाठी काही करण्याची खरी तळमळ होती. त्यासाठी कुठल्याही पायरीपर्यंत जाण्याची वास्तव तयारी होती. त्याग, समर्पण वगैरे शब्द त्यांना खोटे वाटत. त्यांच्या दृष्टीनं तसं काही नसतं. दुसऱ्याला सुख देण्याची काही वाट आपल्याला ठाऊक असेल, तर ती चालावी. ती चालताना स्वत:च्या सुरक्षिततेचा विचार आपण जेवढा कमी करू, तेवढी दुसऱ्याला सुख देण्याची आपली इच्छा खरी असं समजावं. त्यातून आपल्या मनाला मिळणारं सुखही खरं. अर्थात हे सुख आपल्याला हवं की नको, हे नीट ठरवता आलं म्हणजे झालं.

'हे दोघं इतका उच्च भाव माझ्या बाबतीत दाखवू लागले. माझीच बाजू थिटी पडू लागली. ती दोघं माझ्यावर उपकार करताएत अशी भावना मनात तीव्र होऊ लागली. अहंकार मनाचा ताबा घेऊ लागला. मनाला काहीतरी धारदार खुपायला लागलं. आपण दुबळे आहोत? दया येऊन हे दोघं माझी मदत करताएत? मला हे सगळं डसू लागलं.

'मीही कुणीतरी आहे! नुसतीच कुणीतरी नव्हे, तर हेमांगी इंडस्ट्रीजचे मालक- बर्वेकाकांची मुलगी. तुम्हा दोघांपेक्षाही वरचढ. मी मालक आहे फॅक्टरीची. तुम्ही मात्र कर्मचारी आहात माधव बुद्धिसागर! मला असं चित्र उभं करायचं होतं आणि मग त्यासाठी मी चारुदत्त भावे हे मालक नसून हेमांगी इंडस्ट्रीजचे भाडेकरू आहेत, हे मी त्या दोघांना सांगून टाकलं. मी कारखान्याची मालक असून कारखाना पाच-सात महिन्यांतच चारूकडून काढून घेतला जाईल, तो कदाचित माझ्याकडे परत येऊ शकतो, कदाचित दुसऱ्या कुणास भाडेतत्त्वावर चालवायला दिला जाऊ शकतो. कदाचित तो माधवलाही भाडेतत्त्वावर चालवायला दिला जाऊ शकतो, असं टिच्चून सांगितलं.

'असं सांगून त्या दोघांना मी माझ्या लेव्हलवरून बऱ्याच पायऱ्या खाली उतरायला लावलं हे खरं, पण त्यामुळंच त्या दोघांच्या विचाराला एकच दिशा मिळाली. 'माझ्या भावानं अभिजितनं, दुष्ट भावानं, लबाडीनं हा कारखाना मला मिळू दिला नाही', असं मीच डोळ्यांत पाणी आणून त्यांना सांगितल्यामुळं 'काही वाट्टेल ते करावं लागलं तरी बेहत्तर, पण हा कारखाना भाव्यांकडून काढून तुला परत मिळवून देऊ', अशी त्यांनी प्रतिज्ञाच केली.

'मी कृतीचा आणि विचारांचा मोर्चा चारू कडून माधवकडे वळवावा अशा प्रकारे माझ्या मनाची तयारी करायला त्यांनी सुरुवात केली. आखणी केली. प्लॅनिंग केलं. धोरण आखलं. पण हे सगळं उघड उघड माझ्या समोर आखलं. स्वच्छपणे! त्यात कुठलीही लपवाछपवी नव्हती. मला विश्वासात घेतलं. प्रत्येक गोष्टीमागची कारणमीमांसा मला समजावून सांगितली. मी कसं बोलायचं, वागायचं, याचं मार्गदर्शन ते मला करू लागले.

'मीनाक्षीनं माधवशी कागदोपत्री घटस्फोट घ्यावा आणि माधवनं माझ्याशी रीतसर लग्न करावं, असं दोघांनी ठरवून ज्या थंडपणे माझ्यासमोर मांडलं, तो अनुभव म्हणजे मला स्वत:ला, मी स्वत: खूप लहान असल्याचा साक्षात्कार घडवणारा होता. आपल्यापेक्षा अचाट विद्वत्ता आणि धोरण असणारी माणसं माझ्यासमोर पाहून मला पुन्हा एकदा कमीपणाच्या भावनेनं घेरलं. बापरे! ही माणसं थंडपणे उद्या माझ्या सोबतीनं आणि माझ्याबरोबरसुद्धा कुठलाही खेळ खेळू शकतील असं वाटलं. मी इतकी भ्यायले, की दोन दिवस तापानं फणफणले.

'मला चारूची खूप आठवण आली. हा मेला किती दुष्ट आहे! जे प्रपोजल माधव आणि मीनाक्षी देऊ शकतात, तेच प्रपोजल मला चारू आणि हेमांगी का देऊ शकत नाहीत? हेमांगी तर या जन्मी असा विचार करणार नाही. पण मग

चारूनं असं बोलायला काय हरकत आहे? असा विचार करून मी त्या वेळी तळमळत असे. चारू म्हणजे कसं सगळं सेफ काम! त्याच्या जिवावर निर्धास्तपणे जगता येईल. कारण चारू म्हणजे शंभर टक्के विश्वास ठेवावा असा माणूस! संकट आलं तर आधी बरोबरच्या लोकांना सुरक्षित करेल आणि मग स्वत:चा विचार करेल!

'आणि दुसरी गोष्ट म्हणजे तो माझा आहे ना! माधव माझा थोडाच आहे? मी चारूवर प्रेम करते. अगदी तो आमच्या घरी रहायला आला तेव्हापासून! बाळ होतं नुसतं बाळ. कोकणातून आलेलं बाळ. माझ्यापेक्षा लहान. कावऱ्याबावऱ्या नजरेनं तर बघायचं इकडेतिकडे. मग या बाळाला मी जवळ घेतलं. मायेनं थोपटलं. मग हे बाळ अंगात वारं संचारल्यासारखं काम आणि अभ्यास करू लागलं. एवढं मोठं झालं! चारू, कसं विसरलास रे ते सगळं? चांडाळा, माधव-मीनाक्षी या मार्गानं जाऊन हवं तसं घडवू पाहताहेत. एकदा दान पडलं तरी थोडं चिटिंग केलं की काही अंशी त्याला आपल्या बाजूनं झुकवता येऊ शकतं ही शक्यता, हा आशेचा किरण माधव-मीनाक्षीनं मला दाखवलाय. तो किरण चारू मला तुला दाखवायचाय. चारू माझ्या जवळ ये ना रे! मला जवळ घे ना रे!

'त्यानंतर मी माधव आणि मीनाक्षीबरोबर अधिक विशेष काळजीनं वागले. त्यांना आपलंसं ठेवलं. पण कुठलंही स्पष्ट मत देणं बंद केलं. कशाला 'हो' किंवा 'नाही' असं काहीच म्हटलं नाही. दूर तर जाऊ दिलं नाहीच. पण आहे तिथेच ठेवलं. जिथे ते आहेत तिथून पुढे माझ्याकडे एक दोराही सरकणं खूपच अवघड असल्याचं त्यांना जाणवून दिलं आणि माझ्या लाडक्या चारूकडे मोर्चा वळवला. विशेषत: त्याला तो पुरस्कार मिळाल्यानंतर तर तो माझ्या मनातून एक क्षणही हलेना! मग म्हटलं, आता बस्! झालं एवढं बस् झालं! आता याला मिळवीनच!

'काय आयुष्याचा दुर्दैवी गुंता तरी असावा! गळ्यात पडला दारूडा लेले! जीव तुटतो चारूसाठी. त्याचं थोबाड सदानकदा त्या हेमांगीला घाबरण्यासाठी बनवलेलं! ती त्याला हिंग लावून विचारत नाही. हा तिच्या मागे, मी याच्या मागे आणि माधव माझ्यामागे! तोही मूर्खच! त्याला तरी नक्की काय हवंय आता इथून पुढे आयुष्याकडून, कुणास ठाऊक? कशाला तो या गुंत्यात शिरून स्वत:ची बदनामी करून घेतो आहे? काय वाईट आहे त्याचं? 'कशासाठी मीनाक्षीला स्वत:पासून दूर करणं!'

'असा शहाणपणाचा विचार चारूबरोबर नागपूरला जाण्यापूर्वी मी करून

ठेवला होता. पण चारूनं नागपूरमध्ये माझ्या तरारून आलेल्या देखण्या फण्यावर फार निष्ठुरपणे आणि परकेपणानं तडाखा मारला. मला तो जिव्हारी लागला. त्याच वेळी मी चारूला दंश करायचं ठरवलं.

नागपूरहून परत आल्यानंतर मी, माधव आणि मीनाक्षीला भेटून 'आपण पुढे काहीतरी शक्यता पडताळून पाहुयात', असं म्हटलं आणि महिन्याभरातच चारूला भेटून माधवनं थेटच सांगून टाकलं. चारूचा तो बावरलेला चेहरा! भविष्यात काय घडणार, या अनिश्चिततेनं धास्तावलेला चेहरा! पण ते सगळं पाहून मला आनंद झाला. नागपुरात माझ्या देखण्या, तरारलेल्या फण्यावर तडाखा मारणाऱ्या दुष्टा, हे घे उत्तर!

'पण काही दिवसांतच हे बाळ सावरलं. त्यानं स्वत:ची साडेसतरा एकर जमीन घेतली. कारखान्यातून बाहेर पडण्याची, कारखाना शिफ्ट करण्याची तयारीही केली. झालं! त्यानं तरी दुसरं काय करावं? त्याचं हे कृत्य पाहून मला अचानक माधव-मीनाक्षी हे एक डोळा झाकलेल्या बगळ्यासारखे दिसायला लागले. कधी नव्हे इतके ते लबाड, फसवे आणि खोटे वाटायला लागले. माधवनं नागपूरला जाण्याचं जेव्हा फॅड काढलं, तेव्हा तर मी हादरलेच. कदाचित शारीरिक संबंधात अडकवून आणि मग त्याचं भांडवल करून मला सक्तीनं काही करायला लावण्याचा तर विचार नसेल ना?

'वेड्यांच्या डॉक्टरकडे जाण्यापेक्षा मी चारूकडे जाणं पसंत केलं. क्लबच्या लॉनवर बोलावलं त्याला! तर बाळ दुडुदुडु धावत तिथे हजर! या चांडाळात फरक कसला तो पडतच नाही का?

'आणि आता उद्या माधवला आणि मीनाक्षीला पूर्ण दिवस हवाय बाबांचा आणि अभिदादाचा! कशाला, तर त्यांना इंप्रेस करायचंय म्हणे! कर बाबा.'

एवढ्यात बाबा आणि अभिदादा बाहेर आल्याची तिला चाहूल लागली. तिनं डोळे उघडले. तिला खूप थकवा जाणवत होता. उद्याचा दिवस माधवसाठी या दोघांकडे मागायचा होता. कशासाठी? असं विचारलं तर? बाबांनी अभिला सगळी कल्पना दिली आहे म्हणे! पण तरीही काहीतरी बोलावंच लागेल ना? काय बोलायचं? परमेश्वरा, शक्यतो फार काही बोलायला लावू नकोस, असं स्वत:शीच म्हणत ती उठून बाहेर आली. अभि आणि बाबा आत येतच होते.

माधव आणि मीनाक्षी फुलांचे मोठे गुच्छ घेऊन दुसऱ्या दिवशी सकाळी सहालाच साधनाकडे हजर झाले. आजचा दिवस त्यांना मिळाला होता. दोन

'होंडा ॲकॉर्ड'च्या भल्या मोठ्या आणि देखण्या गाड्या घेऊन माधव-मीनाक्षी आले होते. दोन्ही गाड्यांचे शोफरसुद्धा वेलड्रेसूड होते. आल्या आल्या त्यांनी बाबा आणि अभिला फुलांचे गुच्छ दिले. सगळे चहासाठी आत जातच होते, तेवढ्यात चारूची कार आली. त्याला बरोबर घ्यायलाच हवं, असं बर्वेकाकांनी सांगितल्यानं कुणी काही बोलण्याचा प्रश्नच नव्हता.

चहा घेताना माधव म्हणाला,

"सर, आपली व्हिझिट माझ्या काही साईट्सना अरेंज करण्यामागे माझा एकच शुद्ध हेतू आहे. माझं क्रिएशन, माझी अचीव्हमेंट आपण पाहावी. मला शाबासकी द्यावी. घरी आलेल्या पाहुण्यांना स्वत:ची जपून ठेवलेली खेळणी दाखवताना लहान मुलाच्या मनाची जी अवस्था असते केवळ तीच आत्ता माझी आहे. यामध्ये आत्मस्तुती नाही. देखावा नाही. माझी स्वत:ची मला तुम्हाला ओळख करून देण्याची इच्छा आहे आणि त्यासाठी दुसरा मार्गच नाही. माझ्या भावनेचा आपण प्रेमानं आणि आपलेपणानं अर्थ लावावा, एवढीच माझी आपल्याला प्रार्थना आहे."

"नथिंग रॉंग." अभिजित बोलला.

"गुड ॲप्रोच." बर्वेकाका बोलले.

बर्वेकाका, अभिजित आणि चारू एका गाडीत बसले. तर माधव, मीनाक्षी आणि साधना दुसऱ्या गाडीत बसले.

माधवची कंपनी 'मेहता आणि मेहता!' गेटवर गाड्या आल्या. कंपनीच्या गेटवरच त्यांचं यथायोग्य स्वागत कंपनीच्या पीआरओ आणि सिक्युरिटी ऑफिसरनं केलं. त्यांच्या गळ्यात 'व्हीआय पी' असे बॅचेस अडकवण्यात आले.

माधवच्या कॅबिनमध्ये कॉफी झाली. सहा फूट उंच, देखणा, रुबाबदार, गोरा गोरा, पिळदार देहयष्टीचा माधव बुद्धिसागर! खरोखर ज्ञानाचा, बुद्धीचा सागर. अत्यंत नम्र आणि ओघवत्या इंग्रजीत बोलू लागला. एखाद्या उच्च दर्जाच्या कलाकाराचं गाणं रंगायला लागलं, की जाणकार रसिक आपोआप सगळं विसरून माना डोलावतात तसं काका आणि अभिजितचं झालं. कंपनीचं स्टेटस, प्रॉडक्शन, नॅशनल आणि इंटरनॅशनल मार्केटमधलं रेप्युटेशन यांवर तो बोलत राहिला.

काका आणि अभि रस घेताएत हे लक्षात येताच त्यानं बोलण्याचा ओघ कंपनीकडून स्वत:कडे वळवला. डिझाइन क्षेत्रातल्या आंतरराष्ट्रीय दर्जाचं बोलू लागला. त्यानंतर त्यानं, त्याच्या ज्ञानाचा आणि कौशल्याचा वापर करून कंपनीच्या

प्रॉडक्टच्या गुणवत्तेत केलेल्या प्रगतीचा आढावा घेतला. माधवनं इंजिनिअरिंग क्षेत्रात केलेल्या संशोधनामुळे त्याचं नाव आंतरराष्ट्रीय प्लॅटफॉर्मवर गाजत होतं.

त्यानंतर माधवनं सगळ्यांना नेऊन त्यांचा डिझाइन सेक्शन दाखवला. माधव त्या सेक्शनचा हेड होता. चारशे लोक त्याच्या हाताखाली काम करत होते. चारूच्या हेमांगी इंडस्ट्रीजची मॅनपॉवरही चारशे-पाचशेच्या आसपासच होती. पण फरक एवढाच, की चारू ह्या युनिटचा मालक होता. माधव त्या कंपनीचा एक नोकरच होता. सगळा सेक्शन फिरून झाल्यावर माधवनं त्यांना मॉडेल रूम दाखवली. आंतरराष्ट्रीय मार्केटमध्ये गाजलेल्या माधवच्या काही डिझाइन्सचे छोटे छोटे मॉडेल्स तिथे सगळ्यांना इंप्रेस करून गेले.

माधवनं कंपनीच्या चेअरमनसाहेबांना दहा मिनिटे मागितली होती. तो सगळ्यांना घेऊन तिथे गेला. तिथल्या व्हीआयपी वेटिंग रूममध्ये सगळे बसले होते. माधव चेअरमनसाहेबांच्या निरोपाची वाट पाहत असताना खुद्द चेअरमनसाहेबच बाहेर आले. त्यांनी बर्वेकाकांना मिठीच मारली. सगळे आत गेले.

चेअरमननं बर्वेकाकांबद्दल खूप आदर व्यक्त केला. त्यांचा महर्षी असा गौरव केला. माधवचं कौतुक केलं. कंपनीचा 'डॅशिंग' हिरो म्हणून उल्लेख केला. येताना चेअरमननं बर्वेकाका आणि अभिजित यांना भेट म्हणून चांदीचे मोर दिले. माधव-मीनाक्षी मनातल्या मनात समाधानी होत होते. मीनाक्षीला तर आतून आनंदाचं भरतं येऊ लागलं होतं. तिनं प्रेमभरानं साधनाच्या डोक्यात टप्पल मारली. सगळ्यांसमोर साधनाबरोबरची सलगी व्यक्त केली. साधनाही माधव-मीनाक्षी यांच्या गप्पात सामील होत होती.

फॅक्टरीनंतर गाड्या पुण्यातल्या नामांकित क्लबमध्ये शिरल्या. खरतर बर्वेकाका आणि अभिजित या क्लबचे आधीचेच मेंबर्स होते. क्लबचा सगळा थाट त्यांच्या परिचयाचा होता. पण आज माधवला तिथं येणाऱ्या लोकांमधलं त्याचं स्थान दोघांना दाखवायचं होतं.

माधवनं ओळखी करून दिल्या. स्थानिक आमदार, पुण्याचे महापौर, चेंबर ऑफ कॉमर्सचे अध्यक्ष, मोटार उद्योग समूहाचे चेअरमन, हॉटेल असोसिएशनचे अध्यक्ष, पुण्यातील नामांकित फिजिशियन, बिल्डर्स आणि एक सुप्रसिद्ध नाट्यचित्र अभिनेते! बर्वेकाका आणि अभिजितनं सगळ्यांशी खूप आदरानं गप्पा मारल्या. ओळख झाल्याबद्दल आनंद व्यक्त केला. सगळ्यांनीच माधवच्या प्रेमापोटी आणि आपल्याबद्दलच्या आदरापोटी आज वेळ काढल्याचं बर्वेकाकांना सांगितलं. लाइट खाणं, कॉफी वगैरे वातावरणात 'माधव' हे एक चांगलंच प्रस्थ आहे,

असं वातावरण तयार होत चाललं होतं.

माधवची छाती जणू गर्वानं फुगत होती. बर्व्यांपुढे हे सगळं प्रदर्शन करताना, त्याला स्वत:ला त्याच्या ताकदीचा, वैभवाचा आणि संपन्नतेचा प्रत्यय येत होता. बर्वे इंप्रेस होओत अथवा न होओत! मी ग्रेट आहेच, अशा आशयाची धुंदी हळूहळू त्याच्या सर्वांगात दवडू लागली आणि काहीशा धुंदीतच तो क्लबमधून बाहेर पडताना बर्वेकाकांना म्हणाला,

"सर, मी राहतो तो बंगला वडिलोपार्जित आहे. पण त्याव्यतिरिक्त मी दोन हजार स्क्वेअर फुटांचे दोन फ्लॅट्स आणि एक एकराचे दोन प्लॉट्स विकत घेतले आहेत. आपण ते पहायला चलावं अशी नम्र विनंती आहे." गाड्या माधवच्या पहिल्या फ्लॅटकडे निघाल्या.

सिंहगड रस्त्यावरील फ्लॅटमध्ये पाऊल टाकताच सगळेजण वा! सुंदर! असं म्हणू लागले. कुणीही राहत नसलेला हा फ्लॅट एखाद्या राजवाड्यासारखा सजवला होता. कार्पेट्स, पडदे, फर्निचर! आर्किटेक्चर, इंटेरिअर, कलाकुसर वाहवा! हा फ्लॅट राहण्यासाठी नसून प्रदर्शनात मांडण्यासाठी असावा असा होता. सगळा फ्लॅट हिंडून झाल्यावर त्याच्या भव्य टेरेसवर बसून सगळ्यांनी वाळ्याचं सरबत घेतलं.

बिबवेवाडी रस्त्यावरील फ्लॅट असाच मोठा होता. पण त्याची आतील सजावट वेगळी होती. अत्यंत श्रीमंती तर होतीच; पण आत एक हजार चौरसफुटाचा एक मोठा हॉल होता. त्याची रचना मिनी थिएटरसारखी होती. मोठा स्क्रीन, कॉम्प्युटर्स, प्रोजेक्टर्स, म्युझिक सिस्टिम्स! पंचवीस ते तीस लोक बसून पाहू शकतील अशी खुर्च्यांची व्यवस्था!

सीडीजची लायब्ररी! मनोरंजन, खेळ, तंत्रज्ञान, अवकाशशास्त्र, खगोलशास्त्र, ऑटोमोबाईल, कॉम्प्युटर, इलेक्ट्रॉनिक्स, इतिहास, भूगोल, राजकारण, जनरल नॉलेज! या सगळ्याचं जागतिक स्तरावरचं ते कलेक्शन थक्क करणारं होतं. एका बाजूच्या खोलीत पुस्तकांची लायब्ररी होती. आणि एका मोठ्या खोलीत त्याची अभ्यासाची आणि काम करण्याची बैठक होती. एक रिसेप्शन रूम आणि एक अगदी जुजबी किचन! आता मात्र माधवला स्वत:ला सिद्ध करण्यासाठी श्रम घ्यावे लागणार नव्हते.

हडपसर भागात त्याचे दोन प्लॉट्स होते, असं तो म्हणाला! खरंतर दोन एकराचा एकच प्लॉट होता. लोकेशनच्या दृष्टीनं त्या प्लॉटला तसं आगळं वैशिष्ट्य काहीच नव्हतं. पण माधव त्याचं वर्णन करताना ॲप्रोच रोड, हायवे,

डेव्हलपमेंट, इंडस्ट्रियल झोन, स्कोप वगैरे शब्दांनी त्या प्लॉटला सजवत होता.

गाड्या आता माधवच्या बंगल्याकडे निघाल्या होत्या. जेवणाचा कार्यक्रम तिथे आयोजित केला होता. साधना गाडीत विचार करत होती, की माझ्या आणि माधवच्या लग्नाचा विषय जेव्हा अभिसमोर मांडला जाईल, तेव्हा अभि कसा रिॲक्ट होईल? तिच्या अंगावर सरसरून काटा आला. तिची छाती धडधडू लागली. अभिच्या चेहऱ्याकडे बघण्याचं तिला धाडस होईना. अभिदादाशी कुणीही संघर्ष करू शकत नाही, वादात जिंकू शकत नाही. व्यवहारात त्याला पटवू शकत नाही, हे तिला पुन्हा नव्यानं घाबरवू लागलं. अभि खूप वाईट आहे, असं ती चारूपुढे म्हणे, ते घरगुती गप्पांमध्ये! पण माधवला मात्र तिनं एकदा अभिच्या कडवटपणाची स्पष्ट कल्पना दिली होती. तरीही पुन्हा बर्वेकाका हा आशेचा खुंट दोघांनीही घट्ट धरून ठेवला होता.

'अभि दुष्ट आहे' ती पुन्हा मनातल्या मनात अभिला शिव्या घालू लागली. चारूचं आणि माझं लग्न यानंच मोडलं. कारखाना कायमचा हातातून जाईल या भीतीनं! आणि आता तो दुष्ट कदाचित याच भीतीपायी माझं आणि माधवचं लग्न होऊ देणार नाही. खरंतर आता त्याला काय कमी आहे? त्यानं हा कारखाना माझ्या नावावर करायला काय हरकत आहे? माझ्या आयुष्याच्या एवढ्या चिंध्या झालेल्या त्याला दिसत का नाहीत? कॉम्पेनसेशन म्हणून त्यानं असं वागायला काय हरकत आहे? कारखाना माझा झाला तर मला एक स्टँड येईल. मला एक 'से' येईल. मला एक व्हॅल्यू येईल. मला हवंय ते मी कमवू शकेन, मिळवू शकेन, विकतही घेऊ शकेन. खरंतर किती सोपं आहे सगळं!

'पण हा दुष्ट अभि इतक्या सोपेपणानं काही घडू देणार नाही. हा स्वार्थी आहे, राजकारणी आहे, व्यवहारी आहे, कठोर आणि दुष्ट आहे. माधव आणि मीनाक्षी वेडे आहेत. त्यांना वाटतं, बहिणीची माया म्हणून सगळं घडेल. म्हणे मी आक्रोश करायचा, की 'बाबा, तुमच्या मुलीला हा कारखाना दान करा.' नाहीतर 'अभिदादा, तुझ्या लाडक्या बहिणीला एवढी भाऊबीज घाल.' छे! असा आक्रोश केला तर भाऊबीज म्हणून अभि माझ्या दोन मुस्काटातच देईल. मला शुद्धीवर आणल्यानंतर मला ओवाळणीबद्दल शांतपणे विचारेल!'

गाडी माधवच्या बंगल्यापाशी आली, तशी साधना तंद्रीतून जागी झाली. माधवचा हा बंगला वडिलोपार्जित होता. जुन्या रचनेचा. बाहेरून दगडी बांधकाम, टिपिकल जुन्या वळणाचं शिसवी फर्निचर, बाग, कारंजं वगैरे! आत माफक रंगरंगोटी, अत्यंत आवश्यक तेवढ्याच वस्तू!

हातपाय धुऊन सगळे फ्रेश झाले. गप्पा, चेष्टा, विनोद चालू होते. सगळे जेवायला बसले. पंचपक्वान्नांचा बेत होता. पुरणपोळी, बासुंदी, श्रीखंड, शिरा, खीर! या पंचपक्वान्नांसोबत इतर दहा ते पंधरा रुचकर पदार्थांची रेलचेल होती. चित्तवृत्ती प्रफुल्लित करणारा सुवासिक गंध सगळीकडे भरून राहिला होता. माधवची कॉलेजला जाणारी दोन्ही मुलं लगबग करत होती. मदत करत होती. माधवच्या एका नात्यातल्या मावशीनं तिच्या मार्गदर्शनाखाली हा स्वयंपाक करवून घेतला होता.

एवढा स्वयंपाक! त्याची भरपूर स्तुती करून परंतु अत्यंत माफक जेवून मंडळी पुन्हा गाडीत येऊन बसली. गाड्या मुंबई हायवे रस्त्याला पळू लागल्या. माधवचं डिझाइन कन्सल्टंसीचं ऑफिस याच हायवेवर होतं. गाड्या पुण्यापासून पंधरा किलोमीटरवर थांबल्या. हायवेला लागूनच एका बिल्डिंगच्या तळमजल्यावर दोन हजार चौरस फुटांमध्ये हे सुसज्ज ऑफिस कार्यरत होतं. ती संपूर्ण इमारतच वेगवेगळ्या ऑफिसेसनी फुलून गेली होती. प्रशस्त पार्किंग, सुंदर लॉन यामुळं ते सगळं चित्रं शोभिवंत होऊन गेलं होतं.

गाडीतून उतरून सगळे ऑफिसमध्ये गेले. आठ-दहा कॉम्प्युटरवर काम चालू होतं. पंधरा माणसं या ऑफिसमध्ये काम करत होती. काही ड्राफ्टस्‌मन होते. काही क्वालिफाइड इंजिनिअर्स होते. या ऑफिसला भरपूर काम मिळत असावं, असं तेथील वातावरणावरून वाटत होतं.

ऑफिसमधल्या मालकाच्या खुर्चीपाशी जाऊन मीनाक्षीनं सगळ्यांना बसण्याची विनंती केली. नंतर मालकाच्या खुर्चीत जाऊन बसत ती बर्वेकाकांना म्हणाली,

"सर, हे ऑफिस माझं आहे. माझ्या मालकीचं. गेली दहा वर्षे मी चालवते आहे. माधव बुद्धिसागर मला त्यांच्या फावल्या वेळात मदत करतात. अर्थातच त्यांच्या कंपनीच्या कामात डिस्टर्ब न करता! आम्हाला मार्गदर्शन करतात आणि त्या बदल्यात ते कुठलंही मानधन घेत नाहीत."

सगळे हसत हसत मीनाक्षी-माधवचं कौतुक करू लागले. माधव कंपनीत नोकरीस होता. तो स्वत:च्या नावावर काही व्यवसाय करू शकत नव्हता, म्हणून हे ऑफिस मीनाक्षीच्या नावावर होतं वगैरे सगळा अर्थ सगळ्यांना जाणवला होता. तरीही साधना गंभीर झाली होती. माधवनं केलेल्या प्रचारात्मक प्रदर्शनाची आणि आत्ताच मीनाक्षीनं केलेल्या बडबडीची तिला सुसंगती लावता येत नव्हती. तिच्या चेहऱ्यावर हळूहळू रिकामेपण येऊ लागलं.

गाड्या पुण्याकडे निघाल्या. अभिजित एक पुस्तक वाचू लागला. गाडीतलं वातावरण आता लग्नकार्य उरकून गेलेल्या मंडपासारखं दिसायला लागलं. शांत! थकलेली माणसं! इकडे माधव आणि तिकडे मीनाक्षी तर चक्क डोळे मिटून बसले. माधवचा ज्यांच्याशी बिझनेस होता, त्या शेअरब्रोकरकडे जायचं असं आधीच्या शेड्यूलमध्ये होतं. पण अभिजितनं ती व्हिझिट माधवला रद्द करण्यास सांगितलं.

गाड्या थेट साधनाच्या बंगल्याकडे धावू लागल्या. पाच-सव्वापाचला गाड्या बंगल्यात आल्या. मंडळी फ्रेश झाली. मीनाक्षी आणि साधनानं कॉफी केली. कॉफी घेऊन झाली. मंडळी स्थिर झाली आणि मीनाक्षीनं बोलायला सुरुवात केली. "काका, लहान तोंडी मोठा घास घेते आहे. माफ करा. पण साधनाची आणि आमची एक वर्षापासूनची मैत्री आहे. जिवाभावाचं सख्य आहे. म्हणूनच बोलण्याचं धाडस करते. साधनाच्या पुढच्या आयुष्याबाबत लगेच काही ठरवायला हवं, काही हालचाल करायला हवी, असं मला वाटतं." काही वेळ गंभीर वातावरणात गेला.

बर्वेकाका म्हणाले, "अभि, तू बोलावंस हे उत्तम!"

अभि बोलू लागला, "मिस्टर ॲन्ड मिसेस बुद्धिसागर, आजच आपली थोडीफार ओळख होते आहे. एवढ्या थेटपणे तुम्ही बोलता आहात. मला थोडं ऑकवर्ड फिलिंग येतंय."

"असं नाहीए दादा!" साधना मध्येच त्याला म्हणाली, "अभिदादा, चारूबद्दल तर मी तुला बोललेच आहे. माझे आईबाबा, भाऊ, मित्र सगळं काही चारू झाला माझ्यासाठी इतकी वर्षं! म्हणून मी जगले. जिवंत राहिले. चारूच्या बाबांनी-दादांनी वेळोवेळी मला रत्नागिरीस बोलावून घेतलं. माझं माहेरपण केलं. लेल्यांचा आदरसत्कार केला. म्हणून ही साधना पुन्हा पुन्हा उभी राहिली. चारू, तू ग्रेट आहेस. या जगातली माझी सर्वांत आवडती व्यक्ती तू आहेस." चारूचे डोळे पाण्यानं भरले. साधना त्याच्याजवळ जाऊन बसली. त्याच्या पाठीवर थोपटू लागली. नंतर तिथेच, त्याच्या शेजारीच बसून ती म्हणाली,

"गेले वर्षभर हे कुटुंब भेटलंय मला. कुठल्याही नात्यामध्ये मिळणार नाही असा आधार दिलाय त्यांनी मला. केवळ त्यांच्यामुळे, चारूमुळे मला माझ्या पुढच्या आयुष्याची काळजी वाटत नाही. माझी अतिशय आनंदानं जबाबदारी घेतली आहे या सगळ्यांनी. तुम्ही दोघं आज आहात. पंधरा दिवसांनी निघून जाल. मग मला इथं कोण आहे माझं? चारू, हेमांगी आणि हेच दोघं!"

"ताई, मी आदरच करतो या लोकांचा. पण काय करू गं? मी अजूनही बर्वेंच आहे. आपल्या काही वेगळ्या पद्धती आहेत. बोलण्याच्या, वागण्याच्या! त्या मी कशा विसरू? कारण त्या पद्धतींमधलं वेगळेपण हेच आपलं वैशिष्ट्य आहे."

वातावरण शांत झालं! आता मात्र वातावरणाचा ताबा घेतल्याशिवाय काहीही शक्य नाही, असा पूर्ण निश्चय करून मीनाक्षी बोलू लागली, "काका, मलाही साधनासारखीच तुमची मुलगी समजा. माझ्या बोलण्यावर गैरसमज करून घेऊ नका." काका लगेच म्हणाले,

"तुम्ही संकोच न करता बोला. साधनाच्या भल्यासाठीच तुम्ही काहीतरी बोलता आहात. साधनाच्या समोरच बोलता आहात. साधना ही स्वत:च एक बुद्धिमान आणि विचारी मुलगी आहे. समजूतदार आहे. तिला भलंबुरं कळतं! तेव्हा तुम्ही काही असत्य किंवा लबाडीचं बोलू शकणार नाही. निर्धास्तपणे हवं ते बोला." मोजक्याच शब्दांत काका जे बोलले, त्याचा नीटसा अर्थ लावण्यातच माधव-मीनाक्षीचा बराच वेळ गेला. आयुष्य पाहिलेला आणि आयुष्य उभं केलेला तो महर्षी! त्या मोजक्याच वाक्यांसह माधव-मीनाक्षीचा अंदाज घेऊ लागला. माधव आणि साधनाच्या प्रेमाच्या गप्पा आणि त्यासाठी स्वत: करत असलेल्या त्यागाचा, एक आगळाच देखावा उभा करण्याचा मीनाक्षीनं बेत आखला होता. तो रद्द केला आणि तिनं थेट मुद्यावर येण्याचा निर्णय घेतला. ती अभिजितला म्हणाली,

"अभिदादा, मला काकांशी बोलायला खरंच भीती वाटते. तुम्हीच माझ्याशी बोलाल का?"

"ठीक आहे, बोला." अभि म्हणाला.

"अभिदादा, मी माधवपासून रीतसर घटस्फोट घ्यावा. नंतर माधवनं आणि साधनानं कायदेशीर लग्न करावं. त्यानंतर त्यांनी मला फक्त प्रेमानं सांभाळावं, त्यांच्या बंगल्यात एखादी खोली द्यावी. एवढीच माझी इच्छा आहे." मीनाक्षी बोलली. पण आता यामध्ये धक्का बसावं असं काहीच नव्हतं. अभि आणि बर्वेकाका यांना हा विषय माहीत होता. एवढंच नव्हे तर हेमांगी इंडस्ट्रीज हा कारखाना साधनाला देण्याचा प्रस्ताव पुढे येणार, हेही त्याला माहीत असल्यानं तो तयारीत होता. त्यानं शांतपणे, मीनाक्षीच्या डोळ्यांत रोखून पाहत विचारलं,

"त्यामुळे काय होईल?" मीनाक्षी म्हणाली,

"साधनाला नवरा मिळेल, घर मिळेल, स्टेटस मिळेल. तिच्या अस्तित्वाची

खूण, ओळख म्हणून एखादं मूल होईल तिला!''

''आणि तुम्हाला काय मिळेल?'' मीनाक्षी म्हणाली,

''साधनासारखी जिवाभावाची बहीण, तुम्ही, काका! हे सगळे माझे व्हाल.''

''आम्ही अमेरिकेत जाऊन पंधरा वर्षांत लॉजिकल आणि प्रॅक्टिकल वगैरे जगणं खूप पाहिलं. पण इकडे भारतात या बाबतीत एवढी प्रगती आणि क्रांती झाल्याचं माहीत नव्हतं.''

''ही एवढी प्रगती भारतात, पुण्यात नाही झाली. माझ्या घरात झालीए.''

''हा निर्णय कुणाचा आहे? माधव आणि साधनाचा? आणि तुम्ही त्या निर्णयाला भक्तिभावानं सपोर्ट करताय? मी पुण्यातच आहे ना?''

''आम्ही तिघांनी एकत्र बसून घेतलाय हा निर्णय! त्याआधी हे दोघं एकमेकांना मनापासून आवडायला लागले होते. ही वस्तुस्थिती माधवनं मला सांगितली. मग मी साधनाला भेटले. तिचं आयुष्य, तिचा संसार पाहिला आणि ठरवलं, बस्स! पोकळ बाता मारण्यापेक्षा साधनाला घरी घेऊन जायचं. तिला स्टेटस द्यायचं, मूल द्यायचं. ते सगळं सुख मिळू द्यायंच, जे तिला आजवर मिळालेलं नाही.''

''तुमची भावना खरंच उच्च दर्जाची आहे.''

''अभिदादा, यात कुठेही चोरटेपणा नाही. अनीतीचा व्यवहार नाही कायद्याचा भंग नाही. फक्त साधनाला तिचं हरवलेलं सुख परत मिळवून देण्याची जिद्द आहे. आपल्याच व्यवस्थेनं दिलेल्या पर्यायांचा स्वच्छ आणि शुद्ध मार्गानं वापर करून केलेला, हा आरपार धाडसी विचार आहे.''

''एकूणच सगळं ग्रेट आहे. पण याबाबत मी, साधना, बाबा आणि चारू, आमचं काही बोलणं तर व्हायला हवं?''

सगळे साधनाकडे पाहू लागले. ती चेहरा निर्विकार करून बसली होती. ती नक्की काय विचार करत होती, विचार बदलत होती, की विचार फायनल करत होती, हे तिच्या चेहऱ्यावरून काहीही कळत नव्हतं. तिच्या चेहऱ्यावर अभावानंच येणारा एखादा सूक्ष्म भावही मीनाक्षीला अस्वस्थ करत होता. अभिच पुन्हा म्हणाला,

''आम्ही रात्री सगळे विचार करू आणि उद्या सकाळी तुम्हाला कळवू. पण माझं वैयक्तिक मत तरी साधनाच्या मतापेक्षा वेगळं नसेल. आता खरंतर तिच्या सुखापेक्षा जास्त महत्त्वाचं ते काहीच नाही. तिनंच ठरवायचंय. पुन्हा

एकदा माझ्या आणि बाबांच्यासमोर ठरवायचंय एवढंच!''

सगळेच मनातून थोडे सैल झाले आणि तेच वातावरण, अभिजितचा तोच थोडासा सकारात्मक झालेला मूड पाहून साधना म्हणाली,

''अभिदादा, केवळ माझ्या सुखासाठी तू ही संमती देतो आहेस, हे मला कळतंय. कदाचित तुझ्या मनातून तुला ही गोष्ट तितकीशी रुचलीही नसेल. पण तुझ्या बहिणीसाठी तू तुझं मन उदार केलंस. तसंच...''

''तुला आणखी काही हवंय?'' अभिनं विचारलं.

''अभिदादा, हेमांगी इंडस्ट्रीज हा कारखाना मला देऊन टाक.'' साधना म्हणाली. बर्वेकाका धास्तावले, ते अभिजितच्या प्रतिक्रियेचा अंदाज नसल्यामुळं! पण अभि हसत सुटला, म्हणाला,

''तुला कशाला हवाय तो कारखाना?''

''कारण मला हे समजलंय, की त्या कारखान्याचे मालक अजूनही बाबाच आहेत. चारू भाडेकरू आहे. पर्यायानं माझाही हिस्सा त्या कारखान्यात आहेच.''

''साधनाताई, वारसाहक्कानं आणि भारतीय कायद्यानुसार त्या कारखान्याचा फार तर नववा हिस्सा तू मागू शकतेस. तोही कोर्टात आणि तो तुला मिळावा असा निकाल जरी आपल्या कायद्यात असेल, तरी तो सुप्रीम कोर्टातून यायला अजून कमीत कमी वीस ते पंचवीस वर्षे लागतील.''

''किती अभ्यास केला रे लगेच कायद्याचा! बरं कायद्याचं जाऊ दे! तुम्हाला-बर्वेफॅमिलीला संपत्तीला तोटा नाही. संपत्तीचा महापूर आहे. हा कारखाना तुझ्या गरीब, दुबळ्या, भिकारी बहिणीला सप्रेम भेट म्हणून देऊन टाक.''

''साधनाताई, तू माझी सख्खी बहीण आहेस. तुझ्यावर माझं प्रेम आहे. आधार देणं, जबाबदारी घेणं म्हणजे काय? समज, तू शिडीवरून वर जात आहेस आणि शिडी डगमगू लागली, तर मी अवश्य येऊन ती शिडी घट्ट पकडीन माझ्या पूर्ण सामर्थ्यानं. इथं मात्र तुझी अपेक्षा वेगळी आहे. मी तुला पाठीवर घ्यावं आणि शिडी चढावी. मी जाईन त्या उंचीवर तुला घेऊन जावं, असं तुला वाटतंय ते कशासाठी?''

''काय होतंय असं केलं तर?''

''साधना, बेसिकली तू आणि मी या दोन वेगळ्या गोष्टी आहेत, हे तरी समजतंय की नाही तुला?''

''तुला तेवढंच समजतंय का अभि?''

"ताई, मी तुझ्या नावावर एक करोड रुपयेसुद्धा तुझ्या सेफ्टीसाठी ठेवायला तयार आहे. पण कारखाना केवढा असतो, केवढ्याचा असतो, यातलं काहीतरी कळतं का तुला?"

"माधवला कळतं ना? तो बघून घेईल तो कसा चालवायचा ते!" आता मात्र साधना चांगलीच वादात उतरली होती.

"मग तू माधव बुद्धिसागरांकडेच एखादा कारखाना का मागत नाहीस? मीनाक्षीसाठी जसं त्यांनी डिझाइनचं ऑफिस करून दिलंय, तसा त्यांनी तुझ्यासाठी एखादा मोठा शॉप तरी उभा करावा. त्याचा कारखाना होईलच. आम्ही मदत करू!"

मीनाक्षीचं अवसान हळूहळू गळू लागलं. अभिजित भावनिक बळावर साधनाकडे झुकेल किंवा आपल्या विद्वत्तेच्या आणि बोलण्याच्या कौशल्यावर आपल्याकडे झुकेल वगैरे कल्पना तिला बाळबोध वाटू लागल्या. आयुष्यभर केवळ उच्च दर्जाचा व्यवहार कोळून प्यायलेला अभिजित सगळ्यांसमोर जे भराभर मांडत होता, ते कुणालाही नाकारता येत नव्हतं. मीनाक्षीनं पुन्हा अवसान गोळा केलं. अभिला म्हणाली,

"दादा, त्यापेक्षा तुमचा कारखाना भाव्यांऐवजी साधनालाच भाडेतत्त्वावर चालवायला द्या ना! योगही चांगला आहे. भाव्यांबरोबरच्या कराराची मुदत संपणं आणि माधव-साधनाचं लग्न जमणं हे सगळं एकत्र जमून येतंय. बघातरी तुमचे जावई त्या कारखान्याचं नाव जागतिक स्तरावर नेतात की नाही!"

काही काळ निरुत्तर होतोय की काय, असं वाटत असतानाच अभिजित बोलला,

"चारूबरोबरची कारखान्याची मुदत संपली की आम्ही कारखाना ताबडतोब विकणार आहोत. पंधरा वर्षांपूर्वी ज्या स्थितीत कारखाना चारूला दिला होता तेवढाच तो परत करणार, असं ठरलं आहे. बाकी त्यानं वाढवलेली जागा आणि मशिनरी, बांधकाम हे सगळं त्याचं. वास्तविक एथिकली पाहिलं तर कारखाना विकत घेण्याचा पहिला हक्क चारूचा आहे. तरीही चारूसमोर त्याची माफी मागून, कारखाना विकत घेण्याची पहिली संधी मी बुद्धिसागर, तुम्हाला देतो आहे."

माधव लगेचच उत्तरला,

"भावे आणि त्यांचं क्रिएशन वगळलं तरी कारखान्याची किंमत कमीत कमी शंभर कोटी किंवा त्याच्याही पुढे जाईल. मी ती उभी करू शकत नाही.

माझे दोन्ही फ्लॅट्स, प्लॉट्स सगळं काही विकलं, तरी दहा ते पंधरा कोटी रुपये मी उभे करू शकतो. तेवढे सिक्युरिटी डिपॉझिट म्हणून घ्या आणि कारखाना मला भाडेतत्त्वावर चालवायला द्या.''

''मिस्टर बुद्धिसागर, मी एकदा बोलतो आणि तेच फायनल असतं. तुम्ही उद्या संध्याकाळपर्यंत विचार करून सांगा. जमलं तर ठीकच आहे. नाही जमलं तर विषय सोडून द्या. मात्र तुमच्या आणि साधनाच्या लग्नाचं शेड्यूल मात्र फायनल करा. तेही उद्या संध्याकाळीच सांगा. म्हणजे तुमचा घटस्फोट आणि मग लग्न वगैरे! तुमच्या मुलांचीही संमती घ्या. कारण तुमच्या त्या शेड्यूलप्रमाणे मला आणि बाबांना पुन्हा अमेरिकेत जाणं, पुन्हा परत येऊन तुमचं लग्न अगदी थाटामाटात लावून देणं याचं प्लॅनिंग करता येईल. आपण आता चर्चा थांबवू या. साधना, तू पटकन आता चहा करावास हे उत्तम!'' असं म्हणून तो भराभर जिना चढून टेरेसवर गेला आणि चर्चा संपली.

दुसऱ्या दिवशी सकाळी सकाळी चारू आणि हेमांगी थेट साधनाच्या घरी आले. चारू काकांच्या पाया पडला. हेमांगी पाया पडली. सगळ्यांचेच डोळे भरून आले. चारू म्हणाला, ''काका, दादा गुडघेदुखीनं हैराण झालेत. त्यामुळं अजून आले नाहीत. पण आज सकाळीच फोन झाला. एवढ्या चार दिवसांत येतीलच. आणि आता चांगले महिनाभर राहतील. तुमचं भरपूर बोलणं होईल. रवि-सुजालाही बोलावलंय.''

''चारू आल्यापासून तुझ्याशी बोलणंच झालं नाही.''

''काका, फॅक्टरीतसुद्धा सगळे तुमची वाट बघताएत. आज येता फॅक्टरीत?''

''अरे येतो की! काय रे अभि?''

''आज दुपारी जाऊया!'' अभि म्हणाला. हेमांगी म्हणाली,

''आणि आत्ता सगळ्यांनी आमच्याकडे चला. आम्ही तुम्हाला घेऊन जायलाच आलो आहोत. तुमचं आवरून होईपर्यंत आम्ही थांबतो.''

''अरे चारू, तुझी बायको तर ऑर्डर देतीए मला.'' काका म्हणाले, तसे सगळे हसले. साधना म्हणाली, ''चारू, थांब जरा. काहीतरी खाऊन निघूया. हेमांगीचं कधीतरीच येणं होतं.'' असं म्हणून ती हेमांगीच्या गळ्यात हात टाकून आत निघूनसुद्धा गेली.

सगळे चारूच्या बंगल्यावर पोचले, तेव्हा सकाळचे दहा वाजत आले होते. बंगला पाहताच काका, अभि या दोघांनाही खूप आनंद झाला. चारूवर

कौतुकाचा वर्षाव सुरू झाला. हेमांगी सुखावू लागली.

पार्किंगमधल्या सगळ्यांची चारूनं ओळख करून दिली. सगळे कोकणे एकत्र पाहून काका खूष झाले. हेमांगीनं छान साधा स्वयंपाक केला. वरण-भात, भाजी-पोळी आणि काही वेगळं म्हणून पाव-भाजी केली. अभिजितला, काकांना ते सगळं इतकं आवडलं, की दोघेही भरपूर जेवले. अभिजित म्हणाला,

"चारू, मी अमेरिकेत राहतो. तरीही माझी चांगल्या स्त्रीची व्याख्या मात्र पूर्ण देशी आहे. जी स्त्री अतिशय मन लावून स्वयंपाक करते आणि खूप प्रेमानं इतरांना खाऊ घालते, ती चांगली स्त्री. आपल्या हातचं जेवून तृप्त झालेले लोक पाहून ज्या स्त्रीला आनंद होतो, ती चांगली स्त्री आणि ज्या स्त्रीनं शिजवलेल्या अन्नाची चव आयुष्यभर कधीही विसरली जाणार नाही असं वाटतं, ती अतिशय निर्मळ मनाची थोर स्त्री! आणि हेमांगी हे सगळं तुझ्यात आहे." अभिजित म्हणाला, तशी हेमांगी सरसरून लाजली. म्हणाली,

"भावोजी, या शब्दांत माझं आजपर्यंत कुणीच कौतुक केलं नाही. मला किती आनंद झालाय हे मी शब्दांत खरंच सांगू शकत नाही."

"आणि सांगायचा प्रयत्नही करू नकोस. तुझ्या चेहऱ्यावर सगळं दिसतंय ते! आणि चारू अशी स्त्री ज्याला बायको म्हणून लाभते, तो भाग्यवान पुरुष!" हेमांगी आता रडायचीच बाकी उरली होती.

जेवल्यानंतर सगळेजण हेमांगी इंडस्ट्रीजकडे निघाले. स्नेहालाही बरोबर घेतलं होतं. काका आणि अभि तिची बडबड एन्जॉय करत होते. रस्त्याच्या दोन्ही बाजूंला पाहताना पुण्याची झालेली डेव्हलपमेंट ठळकपणे त्यांच्या नजरेला पडत होती.

फॅक्टरीच्या जवळ गाड्या येताच बर्वेकाकांना गलबलून आलं. काकांचे बरेचसे जुने सहकारी गेटपाशी रांगेत उभे होते. गाडीतून काका खाली उतरले. जवळपास प्रत्येकास ते मिठी मारत होते. बाजूला आनंदाचं प्रतीक म्हणून छोटासा बँड वाजत होता. छोटेसे फटाके वाजत होते. काकांनी प्रत्येकाची विचारपूस केली. काकांना प्रत्येकाचं नाव आठवत होतं. काहींच्या तर मुलांचीही नावं आठवत होती. वातावरण खूपच 'इमोशनल' झालं होतं.

चारूच्या ऑफिसमध्ये कॉफी झाली आणि मंडळी बाहेर पडली. चारूच्या हातात वर्कशॉप दिला, त्या वेळी एका शेडमध्ये सगळे विभाग होते. आता त्या भल्या मोठ्या विस्तीर्ण जागेत दहा वेगवेगळ्या बिल्डिंग्ज उभ्या होत्या. मशीन शॉप्स, हीट ट्रीटमेंट, फाउंड्री, क्वालिटी कंट्रोल, इन्स्पेक्शन, डिझाइन, प्लॅनिंग,

मॅनपॉवर अँड ॲडमिनिस्ट्रेशन, सेफ्टी अॅन्ड सिक्युरिटी, सेल ॲन्ड परचेस, पब्लिक रिलेशन, इंडस्ट्रियल ऑरगनायझेन अॅन्ड बिझनेस मॅनेजमेंट... हे सगळं वाढलेलं वैभव पाहून काका आणि अभि खूष झाले.

प्रत्येक सेक्शनमध्ये गेल्यानंतर चारूबरोबरीनं साधनाही त्या सेक्शनची माहिती तिथल्या वैशिष्ट्यांसह, कौशल्यांसह सांगत होती. तिचं सांगणं अतिशय सफाईदार, प्रोफेशनल होतं. ती उत्कृष्ट इंग्रजी बोलत असल्यानं सगळे तिच्याकडे कौतुकानं पाहत होते.

सगळ्या कंपनीत फेरफटका मारून झाल्यानंतर पुन्हा सगळेजण चारूच्या ऑफिसमध्ये आले. गप्पा झाल्या. सरबत झालं. चारू नम्रपणे म्हणाला,

"काका, मी एक नवीन प्लॉट घेतला आहे. आपण तो बघायला जाऊया."

सगळेजण चारूच्या प्लॉटवर पोचले. तीन गार्डन अम्ब्रेला लावून तिथं सावलीत काही खुर्च्या मांडल्या होत्या. काका, अभि सगळेजण तिथं स्थिरावल्यानंतर चारूनं बोलायला सुरुवात केली,

"काका, नुकताच हा प्लॉट मी खरेदी केलाय. साडेसतरा एकरांचा आहे. इथून इकडे चौदा एकर आणि इकडे साडेतीन एकर. काका, अठ्ठावीस करोड रुपयांना पडला."

"चांगला आहे रे! व्हेरी गुड." काका म्हणाले.

"चारू, प्लॅन काय आहे तुझा." अभिनं विचारलं.

"काका मी इन्फ्रास्ट्रक्चरच्या कुबेर वगैरे लोकांना इथं बोलावून सगळं शेड्यूल आखलेलं आहे. आपल्या ॲग्रीमेंटची मुदत संपल्यानंतर तुम्ही मला कारखाना परत मागितलात, तर मी माझ्या सगळ्या मशिनरीज, इक्विपमेंट्स इकडे शिफ्ट करीन. सध्या इथे टेंपररी फाउंडेशन्स आणि शेड्स उभ्या करीन. जे तिथं राहील, उदाहरणार्थ मी नव्यानं घेतलेली जमीन, त्यावर केलेलं बांधकाम आणि काही परमन्ट इन्फ्रास्ट्रक्चर, उदाहरणार्थ ओव्हरलोड क्रेन्स वगैरे तुम्ही म्हणालात तर तसंच तिथे तुम्हाला ठेवीन. काका, आपला जो ओरिजिनल कारखाना आणि मशीन्स आहे, त्याला मी टचपण केलेलं नाही. ते तसंच ठेवलेलं आहे. शिफ्टिंगच्या काळात आणि इथलं युनिट सुरू होईपर्यंत मी सांगली, सातारा, कराड वगैरे भागांत सबकॉन्ट्रक्टनं काम देणार आहे. तिथं माझ्या बॅचच्या बऱ्याच मित्रांचे शॉप्स आहेत. त्यांच्याशी माझं बोलणंसुद्धा झालंय. काका, याबाबतचा सगळा व्यवहार तुम्ही म्हणाल त्याच शब्दानं आणि त्याच अर्थानं पार पडेल. त्यात माझं कुठलंही मत असणार नाही." बऱ्याच

वेळची स्तब्धता कुणालाच भेदता येईना. शेवटी अभिजित म्हणाला,

"या कारखान्यातून बाहेर पडायचंय, असंच ठरवलं आहेस का?"

"अॅग्रीमेंट संपल्यानंतर तुम्हास कारखाना परत मिळताना कुठलीही गैरसोय सोसावी लागू नये, एवढ्याच इच्छेनं हे सगळं केलंय."

"सगळ्यांनीच स्पष्टपणे ऐकलेलं चांगलं!" असं अभिजितने म्हटल्यानंतर सगळे त्याच्याकडे लक्ष देऊन ऐकू लागले. अभिजित स्पष्टपणे बोलू लागला, "कारखाना चारूकडून काढून घेऊन मला तो कुणालाही भाडेतत्त्वावर चालवायला द्यायचा नाही. मला तो विकायचा आहे. भाडेतत्त्वावर मी तुलाही परत चालवायला देणार नाही चारू. कारखाना विकत घेण्याची पहिली ऑफर मी, साधनाचे स्नेही माधव बुद्धिसागर यांना कालच आपल्या सर्वांसमक्ष दिली होती. आज सायंकाळपर्यंत विचार करा आणि मग कळवा असं सांगितलं होतं. त्यांचा आज सकाळीच मला फोन आला होता. ते कुठल्याही परिस्थितीमध्ये कारखाना विकत घेण्यास इच्छुक नाहीत, असं त्यांनी मला स्पष्टपणे सांगितलं आहे."

सगळेजण अभिचं बोलणं पचवतच होते, तेवढ्यात तोच पुढे म्हणाला,

"चारू, आत्ता या क्षणाला तीच ऑफर मी तुला देतो आहे. तू विकत घेतोस कारखाना?"

"आनंदानं घेतो." चारू बोलला आणि हेमांगीचे डोळे चमकले.

"पैसे किती दिवसांत देशील?"

"आजपासून सहा महिन्यांत. खरंतर आपलं अॅग्रीमेंट त्याच दरम्यान संपेल." चारू म्हणाला.

"किती पैसे देशील?" अभीनं विचारलं.

"काका सांगतील त्यापेक्षा पाच लाख रुपये जास्त देईन." चारू म्हणाला.

"काका, तुमच्या संमतीनं मी डिक्लेअर करतो की आजपासून चारू हेमांगी इंडस्ट्रीजचा मालक झाला." अभिनं घोषणा केली.

सगळे चारूचं अभिनंदन करू लागले. विशेष म्हणजे साधनाच्या चेहऱ्यावरही खूप आनंद दिसत होता. हेमांगीनंही चारूचा हात सगळ्यांदेखत हातात घेऊन अभिनंदन केलं. स्नेहाचा या कशाशीही संबंध नसल्यासारखी ती वागडत होती. चारू नमस्कारासाठी बर्वेकाकांच्या पायाशी जो वाकला, तो खालीच बसला. काकांच्या मांडीवर डोकं ठेवून लहान मुलासारखा रडू लागला. काकांनी त्याला खूप मायेनं थोपटलं. सगळ्यांना म्हणाले, "रत्नागिरीच्या माझ्या मित्राचा मुलगा आज कारखान्याचा मालक झाला. हा मुलगा माझ्याकडे शिकायला येऊन

राहिला. एक दिवस सकाळी सकाळी हा माझी कार पुसत होता. मी म्हटलं, कार पुसण्यापेक्षा कारखान्यात जा. तिथे मशीन पूस. नुसती पुसू नकोस तर त्या मशीनची विचारपूस कर. शीक. मोठा हो! आणि आज झाला बरं हा मुलगा मोठा! फक्त एकच खोड आहे याला. बर्वेकाका समोर आला की डोळ्यांत प्राण आणि पाणी आणून उभं रहायचं, नाहीतर असं मांडीवर डोकं ठेवून रडायचं... ऊठ रे चारू! बस् आता.''

काका म्हणाले, तसा चारू उठून खुर्चीत बसला. जरा वेळ कुणालाच काही बोलता येईना. काही वेळानं चारू म्हणाला,

''काका, तुमच्या परवानगीनं मला तुम्हाला आणखी काही सांगायचंय.''

''बोल, संकोचू नकोस.'' काका म्हणाले.

''काका हा साडेतीन एकरांचा प्लॉट मी मुद्दाम वेगळा काढला आहे. इथे मी साधनासाठी एक मोठा शॉप उभा करून देणार आहे.''

हेमांगी वगळता बाकीचे सगळेच सुन्न झाले. कारण हेमांगीला हे सगळं माहीत होतं. साधना, काका आणि अभि यांना मात्र कालच्या माधव-मीनाक्षी यांच्या बोलण्याच्या पार्श्वभूमीवर हे चारूचं बोलणं विलक्षण धक्कादायक वाटलं.

''चारू, पुढे बोल.'' काका म्हणाले.

''काका, मी आपल्या कारखान्यातल्या पन्नास मशीन्स इकडे शिफ्ट करणार आहे. पन्नास-साठ नवीन घेणार आहे. तिथली काही अनुभवी मॅनपॉवर इकडे शिफ्ट करणार आहे आणि कमीत कमी दोन शिफ्ट पुरेल एवढं काम देणार आहे. साधनाचं टॅलेन्ट मी गेली काही वर्षे पाहतो आहे. माझी खात्री आहे, की या शॉपचं ती लवकरच छोट्या कारखान्यात रूपांतर करणार. ही जागा आणि या जागेवर उभं राहणारं युनिट हे सर्वस्वी साधनाच्या एकटीच्या मालकीचं असेल. तिला कारखान्याचं मालक झालेलं पाहण्याची मला खूप इच्छा आहे.''

चारू बोलायचं थांबला. आता यावर कुणालाच काही बोलता येईना. सगळे गप्प बसले होते. काही विशेष वाटण्याच्या मन:स्थितीमध्ये साधनाला जाताच येईना. बर्वेकुटुंबाबद्दल असणाऱ्या कृतज्ञतेच्या भावनेपोटी, साधनावर असलेल्या प्रेमापोटी चारू हे सगळं करत होता. पुन्हा काकाच बोलू लागले,

''माधवनं कारखाना विकत घ्यायला नकार दिला आहे. पण त्याचं आणि साधनाचं लग्न हा विषय वेगळा म्हणून उरतोच आहे. ते एकदा माधवशी आज स्पष्ट बोलून घ्यावं हे उत्तम!''

अभिजित म्हणाला, ''काका, माधव आणि मीनाक्षी साधनाच्या बंगल्याच्या

पायरीवर बसून आपली वाट पाहताहेत. त्यांना तुमच्याशी आणि माझ्याशी काही महत्त्वाचं आणि फायनल बोलायचं आहे. चारू आणि हेमांगी तुम्ही चुळबुळ करण्याचं काहीही कारण नाही. तुम्ही आमच्याबरोबर येणार आहात. सगळी चर्चा तुमच्यासमोर होणार आहे. कारण तुम्ही आमच्याच घरातले आहात.''

सगळेजण गाडीत बसले आणि साधनाच्या बंगल्याच्या दिशेनं गाडी सुसाट निघाली. पोचली. पायरीवरचे माधव मीनाक्षी आत आले. चहापाणी झालं. साधना म्हणाली, ''माधव-मीनाक्षी कृपा करून जे काही असेल ते बोला.'' मीनाक्षीनं दीर्घ श्वास घेत म्हटलं, ''खरं तर साधना, आता कशासाठी बोलायचं? कारण या सगळ्याचा बेस असा होता, की तुला सुखात बघायचं. आनंदात बघायचं. त्यासाठीच ना ठरवलं होतं सगळं? त्या शुद्ध हेतूला ना इथे काही किंमत आहे ना काही आवश्यकता आहे त्या हेतूची! कारण या क्षणाला तुला काही प्रॉब्लेम आहे, असं वाटतच नाहीए. त्यामुळे माझा आणि माधवचा उच्च विचार इथं कुणापर्यंत पोचतच नाहीए!''

''असं कसं?'' अभिजित म्हणाला, ''तुमचा उच्च विचार माझ्यापर्यंत पोचलाय. बाबांपर्यंत पोचलाय आणि म्हणूनच मोठ्या आनंदानं आम्ही साधनाच्या आणि माधवच्या लग्नाला पाठिंबा दिलाय. ते लग्न हसतहसत, वाजतगाजत करून देण्याची आमची तयारी आहे. तुम्ही फक्त तारीख सांगायची आहे.''

''खरंतर साधनाला तिचा कारखाना परत मिळावा असा प्रमुख विचार होता या सगळ्या यातायातीमध्ये! कारण तुमच्याकडून तिच्यावर अन्याय झालाय असा सीन तिनं आमच्यापुढे वारंवार उभा केला आणि त्यातूनच या सगळ्या कल्पना पुढे आल्या.''

''पण काल तर तुम्ही वेगळं बोलत होतात. केवळ साधनावरच्या प्रेमापोटी हे सगळं चाललंय, असा सीन तुम्ही उभा केला होतात.''

''ते खरंच आहे. साधनावरच्या प्रेमापोटीच तर हे सगळं करतो आहोत आम्ही. पण तुम्ही त्याला असा रंग देता आहात, की आम्ही तुमचा कारखाना लुबाडून घ्यायला निघालो आहोत.''

''नाही ना? मग कारखान्याशिवाय करू देत ना माधवला साधनाशी लग्न!'' अभि म्हणाला.

''पण मग स्वतःचा कारखाना स्वतःला मिळावा, या तिच्या स्वप्नाचं काय?'' मीनाक्षीनं विचारलं.

''ठीक आहे! मी देऊन टाकतो तिला कारखाना. झाली ती कारखान्याची

मालक. यासाठी तुम्ही आणि माधवनं स्वत:चा संसार मोडण्याची गरजच काय? नका असं करू तुम्ही?'' अभि म्हणाला,

''का?'' मीनाक्षीनं विचारलं.

''कारण एकदा साधना कारखान्याची मालक झाली, की तिच्यासाठी स्वत:चा असा कागदोपत्री संसार मोडायला बरेच लोक पुढे येतील. मग तिलाही काही चॉइस राहील.''

''काय बोलता आहात अभिदादा? आयुष्याचा विचारही व्यवसायाच्याच कसोट्यांवर करता आहात का? अहो, स्वप्न पाहणाऱ्या लोकांसारखे जरी हे दोघं एकमेकांच्या प्रेमात असले, तरी वास्तव जीवन जगणाऱ्या लोकांसारखी मी प्रत्यक्ष कृतीला उभी राहिले आहे. माझं आयुष्य उसवून!''

''असं नाही केलं तर?''

''असं केलं तर अभिदादा? असा विचार करा. या दोघांच्या सुखासाठी मला जे जे देणं आवश्यक आहे, सोडणं, त्यागणं आवश्यक आहे ते मी त्यागते आहे. सोडते आहे. तुमच्या बहिणीच्या सुखासाठी तुम्ही का काही सोडत नाही? त्यागत नाही? अब्जावधी रुपयांचे मालक तुम्ही. हे सगळं तुम्हाला मिळताना साधनाच्याही नशिबाचा त्यात काही भाग असेलच ना? पंधरा पंधरा वर्षे जी प्रॉपर्टी तुम्ही पहायलासुद्धा येत नाही ती केवळ प्रेमापोटी, सख्या बहिणीला का नाही देऊ शकत? त्यापेक्षा आम्ही बाहेरचे बरे!''

''खरंच! बरे नाही हो! चांगले! दोन्ही फ्लॅट्स दोन्ही मुलांच्या नावावर. तेही एवढ्यात करून टाकलेत! ऑफिस तर तुमच्या नावावर आहेच. पण राहता वडिलोपार्जित बंगला जो माधवच्या नावावर होता, तोही तुम्ही स्वत:च्या नावावर करून घेतलात. तोही एवढ्यातच! आणि तुमचे दोन रिकामे प्लॉट्स! तेही तुम्ही तुमच्या दोन्ही मुलांच्या नावावर करून टाकलेत. तीसुद्धा गेल्या काही महिन्यांतीलच कृती! आता माधवच्या नावावर काय उरलं? आणि तुम्ही काय सोडलंत? त्यागलंत?''

दातखिळी बसावी तशी मीनाक्षी गप्प बसली. अभिनं एका दिवसात ही माहिती मिळवली कशी, हेच तिला कळेना. बाकी सगळे सुन्न झालेले असतानाच अभि पुढे म्हणाला,

''माधव, तरीही साधनावर असलेल्या तुम्हा दोघांच्या प्रेमाचा मी आदर करून मी तुमचं लग्न लावून देतो. आपण कृपया तारीख सांगावी!'' माधव खालीच पाहत होता. तो अडखळत बोलू लागला,

"सगळ्याच गोष्टींचा पुन्हा एकदा आढावा घ्यायला हवा. मी, मीनाक्षी, साधना आम्हाला पुन्हा एकदा बोलायला हवं."

"इथं खूप खोल्या आहेत. तुम्ही आत्ता या क्षणी जाऊन चर्चा करा."

"साधना," माधव बोलू लागला, "खरंतर माझं मीनाक्षीचं आणि माझ्या मुलांचं छान चाललं आहे. प्रॉब्लेम काय तो तुझा होता. त्यासाठीच हे सगळं चाललं होतं. पण आत्ता या क्षणी तर मला तू कुठल्याही प्रॉब्लेममध्ये असल्याचं जाणवत नाहीए. उलट तुम्ही सगळे प्रेमाचे, नात्याचे लोक एकत्र आला आहात आणि आम्ही उपरे ठरलो आहोत. आम्ही लबाडच आहोत, असं तुम्ही सगळ्यांनी सिद्ध केल्यानं माझी या सगळ्या उद्योगामागची जिद्द, विचार पूर्ण लोप पावून मला प्रचंड दुबळेपण आलेलं आहे. साधनाशी लग्न करावं असा कुठलाही विचार माझ्या मनात नाही."

सगळे शांत बसले असताना बर्वेकाका म्हणाले, "तुम्ही सगळ्यांनीच आता हा विषय थांबवावा हे उत्तम! कारण यातून आता काहीही निष्पन्न होणं शक्य नाही. वृथा एकमेकांवर आरोप होतील, मनामध्ये कटुता निर्माण होईल. माधवराव, मीनाक्षीताई, चला मी तुम्हाला गाडीपर्यंत सोडायला येतो."

मीनाक्षी म्हणाली, "बाबा, मोठेपणानं एवढं बोललात हेच खूप झालं. आम्ही येतो. ओळख ठेव साधना. एकाच पुण्यात रहायचंय. मनात अढी नको. तुझं चांगलं होऊ देत! तुझ्या लग्नाला बोलाव. अवश्य येऊ! माधवला मी सावरीन. तू स्वत:ची काळजी घे. मनात माणुसकीचं नातं ठेवूया. एकमेकांसाठी असण्याचं नातं ठेवू या. मी आणि माधव बोलताना काही वावगं बोललो असू, तर आम्ही आपल्या सगळ्यांची माफी मागतो. आम्हाला क्षमा करा." असं म्हणून दोघंही अत्यंत वेगानं बंगल्याच्या बाहेर पडले. साधना बराच वेळ डोळे पुसत राहिली. हा अध्याय असा संपला होता.

"ताई, तू नाराज आहेस माझ्यावर?" अभिनं साधनाला विचारलं.

"नाही रे! तू आहेस. बाबा आहेत. चारू आणि हेमांगी आहे अणि भरपूर आयुष्यही उरलं आहे. नाराज कशासाठी व्हायचंय?"

हेमांगी प्रथमच बोलू लागली.

"बाबा, पद्माकर म्हणून यांचे मित्र आहेत."

"मला माहीत आहे. तो आपल्या कारखान्यात होता तोच ना रे चारू? तो लीडर!"

"होय काका!'' चारू म्हणाला.

"त्याचं काय?'' काकांनी विचारलं.

"साधनासाठी मला ते प्रपोजल सर्व बाजूंनी चांगलं वाटतं. तुमची इच्छा असेल तर त्यांची अधिक माहिती घेता येईल. गाठभेट अरेंज करता येईल.''

"साधना, तुला काय वाटतं?'' काकांनी विचारलं.

"बाबा, मी हेमांगीची खूप आभारी आहे. कारण ती खूप प्रामाणिक भावनेनं माझा संसार पुन्हा उभा करण्याचा विचार करते आहे. पण बाबा, मला खूप थकवा आलाय आता. मला वाटतं कमीत कमी एक वर्षतरी हा विषय आता नको. बाबा, अभि तुम्ही तुमच्या सोयीनं अमेरिकेला जाण्याचा दिवस ठरवला तरी चालेल.''

"असो!'' काका म्हणाले.

"ताई, तू डिस्करेज होऊ नकोस.'' अभि म्हणाला.

"नाही होणार डिस्करेज. पण दादा, माधव-मीनाक्षीची आठवण आली की, त्यांच्या मनात उठणारी कळ जाणवते. ती वेदना लपवून ठेवणं जड जातंय. खरं काय? खोटं काय? सत्य काय आणि लबाडी काय? ही गुंतागुंत दूर ठेवायची असेल तर चातुर्याशिवाय दुसरा पर्याय नाही. जुने संदर्भ असेच कसे गळून पडतील रे दादा? मी माझ्या परीनं आयुष्याकडे पुन्हा एकदा पहायला शिकेन. तुम्ही आपापल्या परीनं जगा. हेमांगी, तुला एकच मागणं मागते. तू मला अंतर देऊ नकोस.''

"नाही गं साधना!'' हेमांगी पटकन म्हणाली.

"कधीही माझा राग करू नकोस. तू आणि चारू सोडून मला कुणीही नाही. अगदीच अशक्य होईल जगणं, तेव्हा चारूला हाक मारीन. तर त्याच्यावर रागावू नकोस. माझा द्वेष करू नकोस. चारू तुझाच आहे. त्याला तुझ्यापासून एक कण, एक क्षणही दूर करण्याचा विचार माझ्या कधी मनात येणार नाही. पण त्याला माझा म्हणून कधीतरी हाक मारण्याची मला परवानगी दे! एवढी एकच भीक मागते मी तुला सगळ्यांदेखत. तेवढी भीक मला घाल.''

ती असं म्हणाली आणि ओक्साबोक्सी रडू लागली. कुणाला काहीच सुचेना. पण इतक्यात चेहऱ्यावर खंबीर निश्चयाचा भाव घेऊन हेमांगी उठली आणि तिनं साधनाला घट्ट मिठीत घेतलं.

आणखी पंधरा दिवस राहून काका, अभिजित निघून गेले. दरम्यानच्या काळात रत्नागिरीहून दादा, सुजा, रवि आले. सगळ्यांच्या गाठीभेटी घेऊन

निघून गेले. चारूनं स्वत:च्या बंगल्यामधील एक विश्वासू कुटुंब साधनाच्या बंगल्यामधील सर्वंट्स क्वार्टरमध्ये शिफ्ट केलं.

आता साधना फॅक्टरीतही येऊ लागली. उत्साहानं काम करू लागली. डोक्यावरचं एखादं बळजबरीचं ओझं फेकून द्यावं, तशी तरतरीत दिसू लागली. चारूला फोन करू लागली. कामाचं बोलू लागली. हास्यविनोद करू लागली. आज सकाळीच फोन करून तिनं सांगितलं की, "चारू, आज मी येऊन तुझ्याबरोबर जेवणार आहे."

दुपारी लंच टाइममध्ये ती येण्याआधीच चारू टेबलावर प्लेट, चमचे, बाउल, डबा वगैरे मांडून बसला. ती दहाएक मिनिटांनी आली. तोपर्यंत चारूनं कॉम्प्युटरवर कुमार गंधर्वांची गाणी लावली होती. डोळे मिटून तो शांतपणे बसला होता. साधना आत आली. तिनं दोघांच्याही डब्यांतलं अन्न, प्लेट आणि बाउलमध्ये काढलं, तरीही चारूनं डोळे उघडले नाहीत. साधना खट्याळपणे म्हणाली,

"चला, चारुदत्तजी भावेमहाराज..."

"का गं? काय झालं?"

"अहो, जेवायला चला."

दोघांनी जेवायला सुरुवात केली. चारू म्हणाला,

"हे जे काही सगळं घडलं ते कुणा एकाच्या तरी मनासारखं घडलं, असं वाटतं का तुला?"

"मन उरलंय कुठं आता?" साधना गंभीर झाली.

"कुठं गेलं?"

"वितळून गेलं चारू!"

"परमेश्वरकृपेनं तुझी इमेज यात डॅमेज झाली नाही."

"माझी इमेज तू डॅमेज होऊ नाही दिलीस. माझा अहंकार, माझं व्यक्तिमत्त्व जपलंस. पण चारू माझी इमेज, माझा अहंकार म्हणजेच माझं मन आहे का?"

"स्वत:ला एवढी प्रॅक्टिकल वगैरे म्हणवतेस. पण अजूनही स्वप्नांमागे धावतेस. निसर्गाविरुद्ध लढायला तयार होतेस. वेडेपणाच असतो तो! दुसरं काय? प्राप्त परिस्थितीमध्ये एखादी गोष्ट प्राप्त होत नाही, असं लक्षात आल्यावर तू परिस्थितीच बदलायला निघतेस. संदर्भ आणि पार्श्वभूमीच बदलण्याची वेडी जिद्द मनात बाळगतेस. असं का साधना? तू आता लहान नाहीस! स्वप्न आणि

सत्य या दोन वेगळ्या गोष्टी आहेत. आता हे वेगळेपण आपल्याला सवयीचं व्हायला हवं. हा फरक इतक्या वेळा अनुभवल्यानंतर सत्य हे सत्य म्हणूनच स्वीकारायला हवं.''

"असं का चारू? सत्य स्वीकारण्याची ही जबरदस्ती का?''

"जबरदस्ती कसली आली त्यात? सत्य स्वीकारणं हेच आपलं जीवन नाही का?''

"शी! जे नेमकं आपल्या इच्छेचा गळा घोटतं तेच जीवन का? जे नेमकं आपल्या मनाचा चेंदामेंदा करतं तेच सत्य का?''

"असं नाही गं साधना! आपल्या इच्छा पूर्ण करणारं, मनाला फुलवणारं, टवटवीत ठेवणारंही सत्य असतंच, जीवन असतंच.''

"मग आपल्या वाट्याला का नाही येत ते?''

"येतं की! पण आपण त्याचा एवढा बाऊ करत नाही एवढंच. त्या सत्याला आपण अधिकार समजतो आणि मनाविरुद्ध जाणाऱ्या सत्याला अन्याय समजतो.''

"मला वाटतं तू प्रवचन देणं हे सत्य आहे. कारखाना चालवायला लागणं, हा तुझ्यावर अन्याय होतोय.''

"मी दोन्ही सत्यांचा समान आदरानं स्वीकार करतो.''

"किती निर्लज्ज आणि कोडगा झाला आहेस या आयुष्यापुढे? पुन्हा पुन्हा या आयुष्याकडून फटके खातोस. अपमान सहन करतोस. अपेक्षाभंग, निराशा हे सगळं छानपैकी सत्य म्हणून स्वीकारतोस. पुन्हापुन्हा जिवंत राहण्याचा खटाटोप करतोस.''

"तुला मरावं वाटतं का?''

"मुळीच नाही. मला जगावं वाटतं. पण असं कोडगेपणानं नाही. आपल्या इच्छापूर्तीच्या मस्तीत जगावं असं वाटतं.''

"ठीक आहे, तसं जगूया!''

"म्हणजे? चारू, तू माझ्यावर रागावला नाहीस? मी तुझं मन एवढं रक्तबंबाळ करूनही तू माझी चामडी सोलत नाहीस. माझी चामडी लोळवत नाहीस...''

"ए, बस् गं! हे काय चामडी... चामडी! दुसरे शब्द नाहीत का? उलट मला माझ्या भावनेची असह्य कर्जबाजारी झाली आहे. फेडायला हवं हे कर्ज?''

"काय आहे ती भावना?''

"प्रेमाची भावना आहे ती साधना!"

"म्हणजे नक्की काय?"

"माझं प्रेम आहे तुझ्यावर. मी तुझ्यावर सपशेल प्रेम करतो."

"कसं आहे ते प्रेम? बहीण-भावाचं? आई-मुलाचं? बाप-मुलीचं? नवरा-बायकोचं? प्रियकर-प्रेयसीचं? मित्र-मैत्रिणीचं? सांग ना? कसं आहे ते प्रेम?"

"स्वत:चं स्वत:वरच असतं ना, तशा स्वरूपाचं आहे माझं प्रेम."

"कसं करतोस ते प्रेम?"

"मला ते मुद्दाम करावंच लागत नाही. कारण मला माझ्यापासून वेगळी अशी तू कुठे दृष्टीसच पडत नाहीस. त्यामुळे मला तुझ्याशी मुद्दाम असं वेगळं काही वागावंच लागत नाही. माझ्या अस्तित्वातच तू आहेस आणि त्या अस्तित्वाच्या प्रत्येक आविष्कारात तू आहेस. त्या अस्तित्वाच्या प्रत्येक सिद्धतेमध्ये तू आहेस. जाणिवेमध्ये, संवेदनेमध्ये, भावनेमध्ये, ज्ञानामध्ये, अंतर्ज्ञानामध्ये तू आहेसच! माझा आत्मा कुठे आहे तो मला नाही माहीत! पण तो जिथे कुठे आहे, तिथे तू आहेस. कदाचित माझ्या आत्म्यालाच साधना म्हणतात, असं मला वाटतं. मी स्वत:ला जी ट्रीटमेंट देत असतो, ती तुला आपोआपच मिळते. मी स्वत:शी जो भावनिक व्यवहार करत असतो, तो आपोआप तुझ्याशी होतो. विचारांचा व्यवहार, विकारांचा व्यवहार आणि विरक्तीचाही व्यवहार! अर्थात व्यवहारच. मी स्वत:वर प्रेम करतो, ते तसंच तुझ्यावरही आपोआप होतंच असतं आणि मी स्वत:चा जेवढा तिरस्कार करतो, तेवढाच तुझाही करत असतो. हे मी मुद्दाम करत नसल्यानं मला ते तुला वेगळं काढून दाखवता येत नाही."

यानंतर ती दहा-पंधरा मिनिटं फक्त रडत राहिली. नंतर म्हणाली,

"मी केवळ तुझी म्हणून अशीच राहते. माझ्याच घरी! नको येऊस माझ्याकडे. नको बोलूस. नको भेटूस. माझी काळजी, जबाबदारी वगैरे सगळं सोड. काही नको मला. फक्त म्हण की, मी तुझी आहे."

"तू माझी आहेसच साधना!"

"चारू, हे तू बोलतो आहेस?"

"साधना, आपल्या मृत इच्छा-अपेक्षांचा मळ आता मनातून हळूहळू काढून टाक."

"हो चारू!"

"माझ्या अस्तित्वातच असलेली तू मला सतत सामर्थ्य-बळ देत असतेस. मला स्वत:लाच एक डबल इंजिन लागलंय, असं नेहमी वाटतं. त्यामुळे

घाटातून, डोंगरातूनसुद्धा मी जोरात पळू शकतो.''

"चारू, अरे माझ्या लाडक्या! नशीब, मी मरताना शेवटचं म्हणून हे नाही बोललास! आज बोलून पुढे काही अवसर दिलास. चल रे माझ्या राजा, तुझ्या-माझ्या प्रेमाची एकमेकांना गरज आहेच. तिथेच ते उधळूया!'' साधना पूर्ण भावनाशील झाली.

"ये बाळा ये, माझ्या सोन्या! जवळ ये माझ्या.''

चारू म्हणाला आणि साधना उठून उभी राहिली. चारू उठून उभा राहिला. साधना त्याच्या मिठीत शिरली. चारूनं तिला खूप प्रेमानं, खूप आसक्तीनं जवळ ओढून घेत म्हटलं,

"साधना, माझी आहेस तू.'' चारू म्हणाला.

"तू पण माझा आहेस चारू.'' साधना म्हणाली.

लंच संपल्याची आठवण करून देणारा सायरन जोरात वाजू लागला.

- ० - ० - ० -

समाप्त

नाव : **मधुकर जयवंत काकडे**

पत्ता : ९०१ पुरुषोत्तम अपार्टमेंट, डेक्कन जिमखाना, पुणे ४११ ००४.

फोन नं. : **९४२३९१३४५२ / ९८२२३६८१२५**

शिक्षण : मेकॅनिकल इंजिनिअर.

व्यवसाय : नोकरी, मिनिस्ट्री ऑफ डिफेन्स, क्लास वन गॅझेटेड ऑफिसर.

कलाक्षेत्र : **१. नाट्यलेखक :** खालील नाटके रंगमंचावर सादर - गादळ, वरदहस्त, सप्तपदी, लाडकी सून, धरपकड, अग्निकुंड.

२. नाट्य अभिनेते : खालील नाटकातून रंगमंचावर अभिनय - लग्नाची बेडी - २५०० प्रयोग. वरचा मजला रिकामा, सासरेबुवा जरा जपून, आतून कीर्तन वरून तमाशा, देवमाणूस, दिल्या घरी तू सुखी राहा, सप्तपदी.

एकूण प्रयोग संख्या - ५००

३. एकपात्री प्रयोगकर्ते : हास्य धबधबा, भन्नाट माणसं, तुमचं आमचं सेम असतं.

४. व्याख्याने : जोडीदाराची निवड आणि प्रपंचाची सुरुवात, प्रपंचाच्या मध्यावर, प्रपंचातलं आजारपण, प्रपंचातलं अध्यात्म, जीवनासमोर मी, कर्तृत्व-यश-प्रगती, प्रारब्ध आणि पुरुषार्थ, सकारात्मकता आणि स्वीकार, सुख येता तुमच्या दारी, विसरा सोडा क्षमा करा.

५. नांदा सौख्यभरे : हे पुस्तक प्रकाशित. (जानेवारी २००९)
इंग्रजी रूपांतर Bond Forever प्रकाशित (ऑक्टोबर २०११)

६. सुख येता तुमच्या दारी : हे पुस्तक प्रकाशित (जून २०१०)
इंग्रजी रूपांतर Happiness Mantra प्रकाशित (नोव्हेंबर २०११)

७. ऐसे बोलावे बोल, संवेदना, जादूची कांडी, उमाळा, विदूषक ही पुस्तके प्रकाशनाच्या वाटेवर.

सामाजिक : प्रापंचिक व मानसिक समस्या सल्ला आणि मार्गदर्शन.

(Only by Appointment)

Website : Secretsofhappylife.org